ĐIỀU TRỊ BỆNH TẬN GỐC

Xin hộ niệm cho con phát tâm cầu giải thoát, quyết tâm tinh tấn hành trì Giới, Định, Tuệ, để đạt đến Niết Bàn bình an giải thoát.

Xin hộ niệm cho con phát Bồ-đề tâm, phát đại nguyện gánh lấy trách nhiệm giải thoát cho tất cả chúng sinh.

Thầy ơi, nhớ nghĩ đến con!

Thầy ơi, nhớ nghĩ đến con!

Thầy ơi, nhớ nghĩ đến con!

ĐIỀU TRỊ BỆNH TẬN GỐC

LAMA ZOPA RINPOCHE

Việt dịch: Nguyễn Văn Điểu - Đỗ Thiết Lập

Hiệu đính: Diệu Hạnh Giao Trinh - Nguyễn Minh Tiến

Bản quyền tác phẩm Việt dịch này thuộc về các dịch giả và Nhà xuất bản Liên Phật Hội (United Buddhist Publisher - UBP).

Copyright © 2019 by United Buddhist Publisher

ISBN-13: 978-1-0906-1081-2

ISBN-10: 1-0906-1081-5

LAMA ZOPA RINPOCHE

NGUYỄN VĂN ĐIỂU - ĐỖ THIẾT LẬP
Việt dịch
DIỆU HẠNH GIAO TRINH - NGUYỄN MINH TIẾN
Hiệu đính

ĐIỀU TRỊ BỆNH TẬN GỐC

UNITED BUDDHIST PUBLISHER
NHÀ XUẤT BẢN LIÊN PHẬT HỘI

LỜI TRI ÂN

Vâng theo lời dạy của Thầy Lama Zopa Rinpoche, chúng con dịch cuốn sách này ra tiếng Việt với ước muốn chia sẻ những lời dạy của Thầy đến bạn bè, tất cả những ai quan tâm tu tập Phật pháp, đặc biệt là trau giồi Bồ-đề tâm để chữa lành tận gốc mọi bệnh tật của cả thân và tâm.

Chúng con kính dâng lòng tôn kính và tri ân sâu xa lên Thầy Zopa Rinpoche, một Kadampa trong thời hiện đại, Người là nơi nương tựa của chúng con mãi mãi, Người dạy chúng con đi vào đường tu giác ngộ.

Thành kính tri ân các vị Lama, các huynh đệ trong Tổ chức Bảo tồn Truyền thống Đại thừa (FPMT).

Chân thành tri ân Nhà xuất bản Wisdom (Wisdom Publications) đã cho phép dịch sang tiếng Việt và xuất bản sách này.

Thành thật cảm ơn tất cả bạn bè gần xa đã góp sức trong việc dịch thuật, in ấn và phát hành sách này.

Nguyện hồi hướng tất cả công đức về cho pháp giới chúng sinh. Nguyện cầu tất cả độc giả cũng như tất cả chúng sinh đều bước lên đường tu đến giác ngộ viên mãn.

NGUYỄN VĂN ĐIỂU & ĐỖ THIẾT LẬP

LỜI NÓI ĐẦU

Đây thực sự là một cuốn sách rất ấn tượng. Từ các trang sách hiện ra trí tuệ dịu dàng đến như thế, ánh sáng chữa lành bệnh tràn ngập đến như thế - như thể thầy đang có ở đó, với từng lời, từng lời dạy của thầy, một trong những vị thầy cao cả nhất của thế giới này. Đây là một cuốn sách tập trung tiêu điểm vào sự điều trị tâm linh cho những ai đang đau khổ; một cuốn sách hướng sự chú ý của tâm vào trí tuệ đặc biệt chữa lành bệnh, chính trí tuệ này khiến cho sự điều trị luôn hiện diện, trở nên thường hằng; đích thị đây là cuốn sách dành cho những người đau ốm, người bị thương tật, người bất hạnh.

"Điều trị bệnh tận gốc" không chỉ là một cuốn sách với những lời cầu nguyện cho bệnh tật cơ thể được giảm bớt. Nội dung của cuốn sách này còn chứa đựng nhiều hơn thế nữa. Các phần lý thuyết và thực hành chứa đựng trong sách này có tác dụng dẫn dắt tâm chúng ta đến chỗ thấu hiểu sâu xa hơn về sự sống và chết, về vô thường và khổ đau. Sự thấu hiểu sâu sắc như thế sẽ cho phép chúng ta bắt đầu nhìn ngắm cơn đau và bệnh tật bằng một tầm nhìn bao quát hơn. Với tầm nhìn này thì khái niệm về nghiệp quả, về tái sinh và về phẩm chất của sự tái sinh, tất cả những khái niệm đó sẽ mang những ý nghĩa mới có năng lực làm dịu cơn đau và chữa lành tận gốc các căn bệnh của chúng ta.

Lama Zopa Rinpoche là một vị thầy tâm linh với các đức tính bi mẫn, từ ái và khiêm nhường vượt bậc; đạo hạnh của

7

thầy đã là một huyền thoại thấm đượm trong lòng hàng ngàn đệ tử và những người theo học trên khắp thế giới. Vào lúc bốn tuổi, ngài được thừa nhận là tái sinh của một vị thánh, và là một thiền sư kiếp trước đã sống trong vùng *Lawudo* trên dãy Hy Mã Lạp Sơn thuộc *Nepal*.

Tôi có được cơ may lớn lao nhất đã gặp *Rinpoche* ở Ấn Độ vào tháng Hai năm 1997. Cuộc diện kiến này làm thay đổi mãi mãi nhân sinh quan của tôi. Trước đó, hành trang của tôi là một cuộc sống bề ngoài giả tạo và chỉ biết quan tâm đến mình và thân tôi luôn làm dáng làm điệu; tôi đã mang hành trang bất thiện này đến gặp thầy. Hồi đó tôi hút thuốc như ống khói - phì phò hai gói mỗi ngày rất dễ. Tôi đã hút thuốc như thế trong suốt thời gian ba mươi năm. Khi đến Ấn Độ, người ta đã lịch sự yêu cầu tôi đừng hút thuốc trước mặt vị thầy cao cả như thế. Tôi nhớ lại, lúc đó cứ cách vài giờ tôi lại lẻn ra phía sau nhà liều mạng đốt một điếu thuốc. Tôi cảm thấy mình thật ngớ ngẩn, nhưng theo như cách giải thích của hết thảy những người nghiện thuốc là: chúng tôi không thể làm khác được! Với một đời nghiện thuốc thì việc cai bỏ thật không dễ.

Ấy thế mà, điều tuyệt vời này đã xảy ra: Từ Ấn Độ trở về nhà, tôi đã không hề đụng tới một điếu thuốc, và từ đó đến giờ tôi đã bỏ hút thuốc luôn. Nhớ lại khi trở về được bảy tám tháng, tôi mới nhận biết việc tôi cai được thuốc có liên quan đến việc tôi gặp ngài. Trước đó, mọi nỗ lực cai nghiện của tôi đều thất bại, nhưng chính việc *Rinpoche* chú nguyện gia trì đã giúp tôi. Tuy nhiên, khi tôi cố tìm cách để cảm ơn thì *Rinpoche* thậm chí không thừa nhận đã làm gì cho tôi. Ngài hoàn toàn phớt lờ đi khi tôi nhắc đến việc đó. Ngài khiêm nhường đến mức như thế!

Những cách thực hành được chỉ dẫn trong cuốn sách này có lợi ích sống còn cho những ai đang đau đớn vì những căn bệnh hiểm nghèo. Thực hành pháp Đức Phật Dược Sư có năng lực đặc biệt mãnh liệt vì chữa lành bệnh một cách mầu nhiệm cho chúng ta và cho cả những ai bị bệnh mạn tính. Lòng từ bi của *Lama Zopa Rinpoche* thật là vô lượng khi truyền trao tri thức và giáo pháp này cho đời.

Vì thế, chúng ta hãy sẵn sàng để được chữa lành bệnh; nhưng mặt khác chúng ta đồng thời cũng phải nỗ lực xuyên thủng bức màn vô minh và phiền não đã ngăn cản tâm chúng ta không chịu chấp nhận khi bệnh không chữa lành được. Xin hãy đâm thủng bức màn vô minh nghiệp chướng bằng cách quán chiếu những lời dạy này, thực hiện những pháp quán tưởng và trì tụng mật chú. *Rinpoche* chỉ cho chúng ta thấy rằng, bằng sự thấu hiểu bản chất chân thật của thực tại, chúng ta có thể thấy là mọi khổ đau đều có chứa đựng hạt giống hạnh phúc. Đây chính là trí tuệ ưu đẳng của cuốn sách tuyệt vời này.

Cầu mong sao những ai đọc được lời dạy của thầy tôi sẽ có hạnh phúc mãi mãi. Cầu mong đau khổ của họ được dịu bớt, được tiêu dần, và cầu mong cho tất cả những cơn đau, những bệnh tật của họ được chữa lành ngay tức thì.

Lillian Too
Tháng Bảy năm 2001

DẪN NHẬP

(Lời giới thiệu của người biên tập Anh ngữ)

Lama *Zopa Rinpoche*, vị lãnh đạo tinh thần của *Tổ chức Bảo tồn Truyền thống Phật giáo Đại thừa* (*Foundation for the Preservation of the Mahayana Tradation* - FPMT) đã và đang giúp đỡ những người có vấn đề về sức khỏe trong hơn hai mươi năm qua, bắt đầu từ khi ngài quyết định mở khóa giảng đầu tiên về việc điều trị bệnh, được tổ chức tại Viện *Tara* (*Tara Institute*), Trung tâm FPMT ở *Melbourne*, nước Úc. Trước đó, ngoài những cách thức chữa bệnh bằng cây cỏ theo truyền thống Tây Tạng, *Lama Zopa* đã chỉ dẫn cho hàng ngàn người các phương thuốc chữa bệnh bằng thiền định, trì tụng mật chú và nhiều cách thực hành chữa bệnh khác nữa theo Phật giáo Tây Tạng. Vì cảm thấy ngày càng có nhiều người cần sự giúp đỡ và thấy rằng Phật giáo Tây Tạng có quá nhiều điều cung cấp cho họ, nhất là những người bị bệnh nan y, nên *Rinpoche* đã tổ chức một khóa học trong một tuần lễ dạy về cách chữa bệnh.

Khóa tu tập đó, được phổ biến như là "*Các phương pháp và thiền định giúp điều trị thân tâm*", đã không đưa ra hứa hẹn nào về những cách chữa bệnh kỳ diệu. *Lama Zopa Rinpoche* đã nhấn mạnh rằng những ai bị bệnh hiểm nghèo mới được phép tham dự khóa học và kết quả là chỉ có sáu người được chấp nhận theo học. Trong số đó, bốn người bị bệnh ung thư, một người có HIV dương tính, và người còn lại bị bệnh xơ cứng đa phương (*multiple sclerosis*). Thêm vào đó, khóa học còn có sự tham dự của sáu người được chọn lựa để lo việc tổ chức khóa học hoặc để điều hành các khóa học chữa bệnh trong tương lai.

Vào buổi sáng ngày 28 tháng 8 năm 1991, các học viên gặp nhau trong phòng thiền của Viện *Tara* cho buổi học đầu tiên. Không áp dụng cách thức giảng Pháp theo truyền thống là vị thầy sẽ ngồi trên một ngai cao, *Lama Zopa* đã ngồi trong một ghế bành thoải mái ngay trước mặt sáu học trò, và cả sáu người này cũng ngồi trong ghế bành. *Rinpoche* mở lời chào mừng các học trò như sau: "Tôi muốn nói lời cảm ơn tất cả các bạn đã đến đây. Chúng ta sẽ cùng giúp đỡ nhau để phát triển tâm và lòng tốt của chúng ta - chính lòng tốt này là điều quan trọng nhất trong cuộc sống. Được như vậy, chúng ta có thể làm lợi lạc các chúng sinh hữu tình khác tốt hơn, chu đáo hơn. Tôi muốn cảm ơn các bạn rất nhiều vì đã tạo ra cơ hội này."

Sau đó, tất cả mọi người trong nhóm, kể cả *Rinpoche,* đều tự giới thiệu vắn tắt về mình và nói đôi lời về những gì họ mong đợi có được khi tham gia khóa học. Sau này, *Rinpoche* cho biết rằng, lúc đầu ngài dự định khóa học sẽ chú tâm vào việc thực hành thiền định, nhưng khi nghe các học viên nói ra những mong đợi của từng người thì ngài ngạc nhiên thấy rằng họ rất quan tâm đến việc tìm kiếm sự bình an trong tâm hơn là chữa bệnh. Chính điều này khiến *Rinpoche* đã đi sâu hơn vào triết lý Phật giáo trong các bài giảng.

Trong suốt bảy ngày của khóa học, *Rinpoche* dạy hai lần mỗi ngày, sáng và chiều, thường là những tiết học ngắn bởi vì các học viên có sức khỏe không tốt. Ngài cẩn thận tránh dùng từ tiếng Phạn (*Sanskrit*), thay vào đó ngài sử dụng những từ ngữ phổ thông dễ hiểu hơn. Kèm theo các buổi học còn có tiết tập thể dục nhẹ vào buổi sáng, thời thiền định có hướng dẫn và tiết thảo luận nhóm. *Rinpoche* giới thiệu triết lý Phật giáo cơ bản, nhấn mạnh đặc biệt về sự chuyển hóa tâm; ngài tặng mỗi người một cuốn sách "Transforming Problems into Happiness" (*Chuyển họa thành phúc*) với chữ ký đề tặng của ngài. Ngài lưu ý rằng cuốn sách đó chứa đựng những chủ để chính sẽ được thảo luận trong khóa học chữa bệnh này. *Rinpoche* cũng hướng dẫn các pháp thiền định chữa bệnh bằng ánh sáng trắng, hướng dẫn tụng các mật chú và thiền định Bổn tôn, đặc biệt là mật chú của Bổn tôn *Logyưnma*; hướng dẫn đi nhiễu quanh các [thánh vật linh thiêng như] bảo tháp, *xá-lợi*, kinh điển; và hướng dẫn việc chú nguyện vào nước, rồi học viên được cho uống nước đã chú nguyện này vào lúc bắt đầu và kết thúc mỗi buổi học. Cuối khóa *Rinpoche* gặp gỡ từng người để trao đổi về tình trạng riêng của họ và đưa ra những lời khuyên cho sự thực hành của mỗi người. Trong phòng riêng, *Rinpoche* cũng thực hiện các lễ *puja* cầu nguyện cho họ.

Có một nữ học viên trẻ phải rời khóa học sau ngày thứ hai vì cần thêm thuốc giảm đau, những người còn lại đều nhận xét rằng khi đến cuối khóa họ cảm thấy khỏe hơn nhiều, cơn đau giảm bớt và sự bình an trong tâm phát triển hơn.

Kết thúc khóa học, *Rinpoche* đã ban pháp *jenang*, tức là sự cho phép thực hành các pháp Đức Phật Dược Sư, *Singhanada* và *Sitatapatra*. Ngài cũng soạn ra chương "*Thực hành tịnh hóa cho người bị ung thư hay AIDS*" (xem trang 446) và dịch ra tiếng Anh một pháp thực hành điều trị bệnh ngắn gọn do Đức Liên Hoa Sinh soạn (xem phần "*Đức Phật Dược Sư*" trang 353). Ngài ban cho từng người các pháp cần thực hành tu tập sau khóa học. Sau này, ngài có giải thích rằng, ngài muốn những người đang bị bệnh hiểm nghèo tiếp tục thực hành tu tập tâm linh như vậy sẽ tiến gần đến chỗ chấm dứt trọn vẹn khổ đau và nhân khổ đau, hơn là chỉ thực hành để khỏi bệnh rồi sau đó không tiếp tục thực hành tu tập tâm linh nữa. [Vì nếu vậy,] họ có thể có sức khỏe tốt nhưng đang sống lãng phí cả cuộc đời.

Mặc dù khóa học ở Viện *Tara* là khóa học duy nhất về chữa bệnh do *Lama Zopa* giảng dạy, nhưng vào tháng Hai năm 1993, *Rinpoche* còn có ba lần thuyết giảng về "*Chữa lành bệnh tâm và thân*" ở *Auckland* thuộc New Zealand. Ngài mang đến các buổi giảng một cuốn sổ tay trong đó ngài phác họa những chủ đề cho các khóa học về chữa bệnh mà ngài cho là "*tinh túy nhất của sự chữa lành bệnh tật*". Vì không thể giảng hết các chủ đề tại *Auckland*, *Rinpoche* đã tiếp tục hoàn tất chúng trong các buổi giảng kế tiếp ở Trung tâm *Mahamudra*, cũng ở *New Zealand*. Mặc dù bản phác họa các chủ đề đó không được đề cập đến trong khóa học ở viện *Tara*, nhưng rõ ràng các chủ đề đó đã là dàn bài của khóa học này.

Các chủ đề đó cũng tạo nên dàn bài của Phần Một sách này. Chủ đề đầu tiên bao gồm hai chương đầu, nhằm thúc đẩy người đọc có lòng tin vào những lợi ích của các kỹ thuật thiền định thông qua các câu chuyện nói về những người đã khỏi bệnh nhờ sự thực hành này. Chương ba phát triển chủ đề thứ hai, tức là sự cần thiết phải phá vỡ những khái niệm cố hữu về sự thường hằng. Điều này có nghĩa là ta chấp nhận rằng dù người ta có mắc bệnh hiểm nghèo hay không cũng đều là như nhau trước sự kiện cái chết có thể xảy ra cho bất kỳ ai và bất cứ lúc nào.

Chủ đề thứ ba được giảng giải trong chương bốn, đề cập đến việc xem xét mục đích tối hậu của cuộc đời, vốn không chỉ là khỏe mạnh, sống lâu, mà còn là cứu giúp mọi chúng sinh hữu tình thoát khỏi khổ đau và mang hạnh phúc đến cho họ. Chủ đề này được giảng giải cặn kẽ hơn trong ba chương kế tiếp.

Chủ đề thứ tư được chia thành hai phần, chỉ rõ rằng mọi sự đều do tâm. Phần đầu tiên liên quan đến tiến trình gán đặt tên gọi lên sự vật (định danh) của tâm, được đề cập trong hai chương tám và chín, và phần thứ hai nói về nghiệp (*karma*) được thảo luận trong chương mười.

Kế tiếp là chủ đề then chốt, sự chuyển hóa tư tưởng, trong đó các vấn đề bất ổn được chuyển hóa thành hạnh phúc bằng cách nghĩ đến những khía cạnh có lợi của chúng. Chủ đề này được đề cập trong ba chương tiếp theo.

Chủ đề cuối cùng là pháp thiền định cho và nhận (Tiếng Tây Tạng là *tong-len*), được giảng giải trong chương mười bốn.

Phần Hai chứa đựng nhiều cách thức thiền định và thực hành chữa bệnh, nhiều pháp trong đó được chính *Lama Zopa Rinpoche* biên soạn hay phiên dịch. Chương mười lăm cung cấp các cách thiền định về chữa bệnh bằng ánh sáng trắng, về tâm bi mẫn, và về pháp cho và nhận. Chương mười sáu giải thích những lợi ích của pháp thực hành Đức Phật Dược Sư, chương này có hai bản văn về pháp thực hành Đức Phật Dược Sư do Đức Liên Hoa Sanh biên soạn và *Lama Zopa* dịch sang tiếng Anh.

Tiếp theo, có hai chương bàn về cách phóng sinh. Chương đầu giải thích lợi ích của việc đi nhiễu quanh bảo tháp, việc trì tụng mật chú và chú nguyện vào nước (đây là các thực hành chính liên quan đến việc phóng sinh), chương kế tiếp dạy cách thức thực hiện lễ phóng sinh cụ thể do *Lama Zopa* biên soạn.

Chương mười chín trình bày ba kỹ thuật được áp dụng vào việc chữa bệnh trầm cảm. Chương hai mươi mở đầu với một giới thiệu ngắn về phương thuốc bốn năng lực, kế tiếp là một pháp thực hành tịnh hóa đơn giản được nêu ra ở cuối khóa chữa bệnh đầu tiên do *Lama Zopa Rinpoche* biên soạn. Hai chương kế tiếp cung cấp một pháp thiền định ngắn gọn về Đức Quán Thế Âm để có nước được chú nguyện và cung cấp một hiểu biết sơ lược liên quan đến việc đối phó với bệnh do loài rồng và sinh linh ma quỷ - các loài phi nhân liên can đến việc gây bệnh.

Chương 23 giới thiệu một nỗ lực của *Rinpoche* để tìm ra một phương thuốc thảo mộc chữa bệnh AIDS, và chương 24 là bản dịch một lời cầu nguyện rất nổi tiếng mà *Rinpoche* khuyến khích áp dụng trì tụng trong suốt các khóa học chữa bệnh.

Chương cuối cùng chứa đựng ba lời cầu nguyện hồi hướng mà *Rinpoche* đã trì tụng vào cuối các bài giảng và sau các thời thiền định trong suốt khóa học ở Viện *Tara*.

Việc xây dựng cấu trúc cho sách "*Điều trị bệnh tận gốc*" tương đối đơn giản vì *Lama Zopa* đã cung cấp dàn bài chính cho cuốn sách rồi, nhưng chúng tôi cần phải đưa ra nhiều quyết định trong việc chọn lựa các phần tài liệu thích đáng từ hơn 600 trang bản thảo chưa biên tập, ghi lại các bài giảng đề cập việc chữa bệnh của *Rinpoche*. Ngoài 3 bài giảng chính đã được nêu ra, còn có hơn 30 bài giảng khác có mức độ dài ngắn khác nhau, và những phân đoạn trích dẫn từ những lời khuyên cho từng cá nhân, các học trò mà ngài đã ban dạy trong các năm 1998 và 1999.[1] Mặc dù phần lớn các bài giảng được đưa ra trong những năm đầu thập niên 90, nhưng cũng có các bài giảng nằm rải rác trong suốt khoảng thời gian từ đầu năm 1981 đến giữa năm 1999.

Trong suốt khóa học ở Viện *Tara*, *Lama Zopa Rinpoche* đã linh kiến và chọn vị Bổn tôn chữa bệnh là *Logyưnma*, một Bổn tôn nữ thường được thực hành để chữa bệnh lây nhiễm. Thay vì cố đưa vào sách này toàn bộ các pháp thực hành Bổn tôn chữa bệnh, tôi chọn cách tập trung duy nhất vào Đức

---

[1] Ba bài giảng chính hình thành quyển sách này là: Bài giảng tại khóa tu điều trị bệnh ở Viện Tara Institute vào tháng 8 năm 1991 (tư liệu số 874 trong kho tư liệu Lama Yeshe Wisdom Archive - LYWA) và hai bài giảng tại Auckland và Mahamudra Centre, New Zealand, vào tháng 2 năm 1993 (Các bản tư liệu mang số 885 và 886 theo thứ tự vừa kể, LYWA). Ngoài ra còn sử dụng thêm các bản tư liệu cũng của LYWA, mang số 144, 151, 293, 303, 351, 444, 536, 652, 729, 754, 786, 808, 836, 847, 865, 873, 875, 894, 938, 962, 977, 1047, 1051, 1055, 1061, 1062, 1070 và 1072. Thêm vào đó, một số tư liệu khác cũng được chọn dùng từ các lời khuyên dạy trực tiếp của Lama Zopa dành cho các học trò ngài trong những năm 1998 và 1999.

Phật Dược Sư, chủ yếu là vì pháp này có sự nối kết trực tiếp với sự chữa bệnh và cũng vì nó có thể được thực hành để đem lại sự thành công tổng quát. Nếu bạn bị bệnh, cách tốt nhất là nhờ một vị *Lama* đạo hạnh tìm xem vị Bổn tôn nào có một mối liên hệ nghiệp mạnh mẽ với bạn, và rồi áp dụng pháp thực hành vị Bổn tôn đó. Nếu muốn biết thêm thông tin về các pháp thực hành chữa bệnh, xin liên lạc với Bộ phận Phụ trách Giáo dục của Tổ chức FPMT.[1]

Mặc dù có một số pháp thực hành trong sách này có thể áp dụng cho cả những người không phải là Phật tử, nhưng đa số các pháp thực hành được mặc nhiên xem như người áp dụng đã qui y Tam Bảo rồi. Đặc biệt đối với các pháp thực hành về Bổn tôn, tốt nhất là bạn nên có sự tu tập đầu tiên về các thiền định sơ đẳng của Con đường tu từng bước đến giác ngộ, hay *Lam rim*, trước khi nỗ lực quán tưởng và trì tụng mật chú. Một lần nữa, sự hướng dẫn từ một vị thầy đạo hạnh là cách lý tưởng nhất để bạn có thể đạt được tối đa những lợi lạc từ các phương pháp đó.

Các pháp thực hành này không có gì là thần thông hay kỳ bí, mà đúng hơn là một sự nhẫn nại vun trồng những nhân duyên nội tại chân chính dẫn đến sức khỏe và hạnh phúc [trong tương lai]. Cũng như với sự tu tập phổ biến hơn trong Phật giáo thì kết quả mỗi người có được luôn tùy theo nghiệp đã tạo trong quá khứ và các điều kiện (duyên) hiện tại. Chẳng hạn như, *Rinpoche* nhiều lần giải thích về những lợi ích tuyệt vời của việc trì tụng nhiều mật chú khác nhau, đôi khi còn nói rằng việc trì tụng một mật chú chỉ một lần cũng có thể dứt bỏ nguy cơ bị tái sinh vào các cảnh giới thấp. Sự giải thích về các lợi lạc không thể nghĩ bàn như vậy sẽ thúc đẩy lòng tin và sự kiên trì. Tuy nhiên, ngài cũng lưu ý rằng: "Lợi lạc mà bạn nhận được tùy thuộc vào cách mà bạn

---

[1] FPMT Education Services, 125B La Posta Road, Taos, New Mexico 87571, USA. Tel: 1 (505) 758-7766.

trì tụng mật chú hoàn hảo như thế nào, và mức độ hoàn hảo này được xác định bởi động cơ bạn khởi lên và phẩm chất của tâm bạn."

Tôi chân thành cảm ơn tất cả những người đã góp công sức cho cuốn sách này. Tôi đặc biệt bày tỏ sự thọ ơn *Lama Zopa Rinpoche* vì tâm từ ái và lòng kiên nhẫn vô lượng của ngài; cảm ơn cô *Claire Atkins* vì sự giúp đỡ rộng rãi về tài chánh; Ni sư *Robina Courtin* về rất nhiều những ý kiến chỉ dạy; *Nick Ribush* ở tổ chức *Lama Yeshe Wisdom Archive* (LYWA) vì sự hỗ trợ, *Wendy Cook* ở LYWA đã nhanh chóng cung cấp các băng đĩa và bản ghi chép; Ni sư *Connie Miller* ở Bộ phận Phụ trách Giáo dục của FPMT vì đã cung cấp dồi dào các tài liệu và cho những lời khuyên; *Ven. Lhundrup Damchư* về việc cung cấp tài liệu; *Ven. Thupten Gyatso, Ven. Pende Hawter* và *Murray Wright* về những công lao đóng góp trong việc chuyển sửa biên tập sơ khởi; và xin cảm ơn rất nhiều người đã giúp việc ghi chép từ các băng đĩa gồm có *Ven. Wendy Finster, Ven. Yeshe Chodron, Ven. Kaye Miner, Ven. Thubten Wongmo, Chris Naylor, Katarina Hallonblad, Tracy Ho, Sally Baraud, Su Hung, Julia Hengst, Gareth Robinson, Segen Speer-Senner, Diana Velez* và *Inta McKimm* đã quá cố.

Cầu mong cho tất cả những ai đọc cuốn *Điều trị bệnh tận gốc* này đều sẽ được giải thoát tức thì mọi bệnh tật, mọi thương tổn tinh thần, mọi nghiệp chướng xấu ác và nhanh chóng đạt được hạnh phúc vô song của giác ngộ viên mãn. Mong sao cuốn sách này trở thành linh dược cho tất cả chúng sinh hữu tình, không chỉ tạm thời chữa lành sự đau đớn thân thể, mà còn chữa lành tận gốc thân và tâm họ, để họ không bao giờ phải bị đau khổ nữa.

Người biên tập
AILSA CAMERON

PHẦN MỘT
TÂM LÝ ĐIỀU TRỊ BỆNH

1.

NĂNG LỰC CHỮA LÀNH CỦA TÂM

Bản chất của tâm

Bệnh tật được chữa lành chủ yếu là do tâm chứ không phải do thân, cho nên việc hiểu biết về bản chất của tâm vô cùng quan trọng. Bản chất tự nhiên của tâm là thanh tịnh, trong ý nghĩa là nó không đồng nhất với những lỗi lầm của tâm, với những vọng tưởng rối rắm và chướng ngại. Tất cả các sai lầm của tâm ta - sự ích kỷ, vô minh, sân hận, tham đắm, tội lỗi và những tư tưởng rối rắm khác - đều chỉ là tạm thời, không thường hằng vĩnh cửu. Và vì nguyên nhân khổ đau của ta - những vọng tưởng rối rắm và chướng ngại - là tạm thời, nên khổ đau cũng là tạm thời.

Tâm cũng là rỗng không về mặt thực hữu, hay sự hiện hữu riêng biệt tự nó [không phụ thuộc vào gì khác bên ngoài]. Phẩm tính này của tâm còn được gọi là *Phật tánh*, cho phép chúng ta có khả năng tự mình giải thoát hoàn toàn mọi khổ đau, kể cả bệnh tật, cùng với nguyên nhân của khổ đau và đồng thời đạt tới bất kỳ hạnh phúc nào mà chúng ta muốn, kể cả hạnh phúc tối thượng của sự giác ngộ. Vì tâm có trọn vẹn tiềm năng này nên chúng ta không cần phải cảm thấy tuyệt vọng chán nản. Chúng ta không mãi mãi gánh chịu các vấn đề bất ổn. Chúng ta có sự tự do kỳ diệu để phát triển tâm mình theo bất cứ cách nào mà chúng ta muốn. Vấn đề chỉ đơn giản là làm sao tìm ra cách thức đúng đắn để sử dụng tiềm năng này của tâm.

Thân và tâm là hai hiện tượng khác biệt. Tâm được xác định là phần sáng suốt và nhận biết các đối tượng. Giống như các hình chiếu xuất hiện trong một tấm gương, các đối tượng cũng hiện ra rõ ràng trong tâm, và tâm có khả năng nhận ra chúng. Thân là vật chất, còn tâm thì không hình tướng, không có màu sắc hay dạng thể. Thân bị tan rã sau khi chết, còn tâm thì tiếp nối từ đời này sang đời khác. Chúng ta thường nghe nói về những người ở phương Đông cũng như phương Tây có khả năng nhớ lại các kiếp trước hay thấy trước tương lai, không chỉ của bản thân họ mà cả của những người khác. Một số người có khả năng này do bẩm sinh, nhưng một số khác phát triển qua thiền định. Một số người có thể nhớ lại những kiếp sống cách đây hàng trăm hay thậm chí hàng nghìn năm. Khi *Lama Yeshe*, người thầy của tôi trong nhiều năm, đến viếng các Kim tự tháp Ai Cập, ngài có thể nhớ lại rằng ngài đã từng sống ở đó trong một kiếp quá khứ.

Vấn đề ở đây là, dù cho nhiều người không tin có kiếp trước, kiếp sau, nhưng không ai thực sự chứng minh được rằng không có những kiếp sống đó. Trong khi đó, có nhiều người nhận biết là có các kiếp trước bởi họ nhớ lại rất rõ như thể chúng ta nhớ lại những việc mới làm hôm qua. Họ nhận biết rằng sự tái sanh là có thật bởi vì tâm của họ có khả năng thấy được những kiếp sống quá khứ và tương lai.

Kiến thức về bản chất của tâm là một chủ đề mênh mông hơn, quan trọng hơn nhiều so với kiến thức về bản chất của các hiện tượng bên ngoài tâm. Và nếu bạn không hiểu được bản chất của tâm thì bạn không có cách nào hiểu đúng được bản chất của các hiện tượng khác về cả hai phương diện tương đối (theo quy ước) và tuyệt đối. Và ngay cả trong phương diện thế tục, chỉ thông qua sự hiểu biết về tâm chúng ta mới có thể hiểu và xác định được chính xác các hiện tượng bên ngoài tâm hiện hữu như thế nào.

Một cách tổng quát, sự phát triển hiểu biết về tâm là giải pháp thực tiễn đối với các vấn đề bất ổn của chúng ta. Trước tiên chúng ta phải xác định nguồn gốc phát sinh các vấn đề, vì chỉ khi đó ta mới có khả năng chấm dứt được chúng và bảo đảm rằng chúng không phát sinh trở lại. Chúng ta cũng phải nhận biết các vấn đề bất ổn một cách toàn diện, vì nếu chỉ nhận biết một phần của chúng, thì khái niệm về sự giải thoát của ta sẽ bị giới hạn.

Điều trị tâm

Việc điều trị tâm là thiết yếu, vì nếu không thì các vấn đề bất ổn của chúng ta, vốn không có điểm khởi đầu, sẽ không bao giờ chấm dứt. Chúng ta có thể dùng thuốc hay các phương cách bên ngoài khác để chữa lành một căn bệnh nào đó, nhưng bệnh sẽ tái phát nếu chúng ta không điều trị tâm. Nếu không điều trị tâm thì luôn luôn có nguy cơ là ta sẽ lại tạo ra nguyên nhân của bệnh, chúng ta sẽ tái diễn các hành vi mà trước đây đã khiến cho cơ thể chúng ta bị đau ốm. Và rồi chúng ta sẽ bị cùng căn bệnh đó trong các kiếp sau, hay thậm chí ngay trong kiếp này.

Chữa bệnh bằng các phương cách ngoài tâm không phải là giải pháp tốt nhất vì nguyên nhân của bệnh không ở bên ngoài. Vi trùng, vi-rút hay ma quỉ... có thể tác động như các điều kiện bên ngoài (duyên) gây bệnh, nhưng bản thân căn bệnh không có nguyên nhân từ bên ngoài. Tuy nhiên, người phương Tây thường cho rằng các điều kiện bên ngoài gây ra một căn bệnh nào đó chính là nguyên nhân của bệnh. Nhưng nguyên nhân của bệnh không ở bên ngoài; nó ở trong tâm - hay cũng có thể nói nó chính là tâm. Bệnh tật gây ra bởi tâm ích kỷ, vô minh, sân hận, tham luyến, các phiền não khác, và bởi các hành vi bất thiện xuất phát từ các tâm niệm bất thiện này. Các tư tưởng và hành vi bất thiện của ta để lại dấu ấn tạo thành chủng tử trong tâm, và các chủng tử đó thể hiện ra thành bệnh hay các vấn đề bất ổn khác. Các chủng tử đó cũng tạo điều kiện cho các vọng tưởng và các hành vi bất thiện tiếp tục sinh khởi.

Một dấu hiệu thực thể cần phải có nguyên nhân vật thể, nhưng nguyên nhân vật thể lại sinh khởi từ nguyên nhân nội tại - tức là các chủng tử do các tư tưởng và hành vi bất thiện để lại trong tâm. Để hiểu về bệnh một cách đầy đủ, chúng ta phải hiểu được nguyên nhân nội tại này, vốn là nguyên nhân thực sự của bệnh tật và cũng tạo ra các điều kiện vật thể gây bệnh. Nếu chúng ta không đếm xỉa gì đến nguyên nhân nội tại của bệnh thì ta sẽ không thực sự chữa lành được bệnh. Chúng ta phải nghiên cứu sự phát triển của bệnh và nhận ra rằng *nguyên nhân của bệnh là ở trong tâm*. Một khi chúng ta nhận biết được như vậy, tự nhiên chúng ta hiểu được rằng việc chữa trị bệnh phải bắt đầu từ tâm.

Những gì tôi vừa giải thích không chỉ phù hợp với giáo lý đạo Phật mà còn phù hợp với cả những kinh nghiệm sống của chúng ta. Nghiên cứu cho thấy rằng sức khỏe của một người liên quan rất nhiều đến thái độ ứng xử hằng ngày và khả năng duy trì tâm tích cực. Lấy ví dụ, trong sách "*The Uncommon Wisdom*", tác giả *Fritjof Capra* đã phỏng vấn các bác sĩ và các nhà tâm lý học nổi tiếng về nguyên nhân của bệnh ung thư. Dựa vào các nghiên cứu, họ đã kết luận rằng, bệnh ung thư bắt nguồn từ các thái độ bi quan tiêu cực và nó có thể được chữa trị bằng việc phát triển các thái độ lạc quan tích cực.[1] Quan điểm khoa học này đang tiến đến gần hơn với giáo lý Đức Phật.

---

[1] Xem sách The Search for Balance của các tác giả Carl Simonton và Margaret Lock, chương 5.

Mỗi vấn đề bất ổn là một sự tạo tác cụ thể của tâm. Nếu nguyên nhân của một vấn đề bất ổn đang hiện hữu trong tâm, thì bất ổn đó chắc chắn sẽ thể hiện ra, trừ phi ta thanh tịnh hóa được nguyên nhân đó. Nếu nguyên nhân nội tại của một vấn đề bất ổn đang hiện hữu thì các điều kiện bên ngoài liên quan đến bất ổn đó cũng sẽ hiện hữu, vì chúng được tạo ra từ nguyên nhân nội tại. Nói cách khác, các chướng ngại bên ngoài bắt nguồn từ các chướng ngại bên trong. Ngay cả các điều kiện bên ngoài của một vấn đề bất ổn cũng được tạo ra bởi tâm ta. Các yếu tố bên ngoài trở thành điều kiện của một vấn đề bất ổn là vì có nguyên nhân nội tại trong tâm ta; nếu không có nguyên nhân nội tại thì dù các yếu tố bên ngoài đang hiện hữu, chúng cũng không thể trở thành các điều kiện gây bất ổn. Nếu không có các chướng ngại bên trong, sẽ không có các chướng ngại bên ngoài.

Lấy thí dụ về bệnh ung thư da. Người ta thường cho rằng nguyên nhân của bệnh này là do phơi trần tắm nắng quá lâu. Tuy nhiên, nếu nguyên nhân chính là ánh nắng của mặt trời thì bất cứ ai tắm nắng cũng mắc phải bệnh này. Thực tế là không phải bất kỳ ai tắm nắng cũng bị bệnh, do đó ánh nắng mặt trời không phải là nguyên nhân chính. Phơi trần dưới nắng là một điều kiện gây bệnh ung thư da, nhưng đó không phải nguyên nhân chính của bệnh. Nguyên nhân chính của bệnh ung thư da là ở bên trong, không phải bên ngoài. Nguyên nhân chính là tâm. Đối với những ai có sẵn nguyên nhân ung thư da ở trong tâm thì việc phơi da trần dưới ánh nắng là điều kiện để ung thư da phát triển. Với những người không có nguyên nhân ung thư da ở trong tâm thì việc phơi trần lâu dưới ánh nắng sẽ không trở thành điều kiện cho bệnh đó phát sinh.

Như tôi đã nêu ở trước, nguồn gốc những bất ổn của chúng ta nằm ở trong tâm. Đó là những cách suy nghĩ không khéo léo. Chúng ta phải nhận biết [phân biệt] được những cách suy nghĩ đúng đắn, vốn mang lại hạnh phúc, và những cách suy nghĩ sai trái, vốn dẫn tới đau khổ. Có những cách suy nghĩ làm phát sinh vấn đề bất ổn, có những cách suy nghĩ khác không gây bất ổn. Nói cách khác, hạnh phúc hay khổ đau đều từ tâm ta mà ra. Tâm chúng ta tạo ra cuộc đời ta.

Thiền định là dược phẩm

Các dược phẩm bên ngoài có thể được dùng để chữa trị một căn bệnh thể xác; trong khi đó, dược phẩm bên trong cần được dùng để chữa trị nguyên nhân của bệnh và bảo đảm là bệnh không bao giờ tái phát.

Vậy dược phẩm bên trong là gì? Đó là thiền định. Thiền định là dùng tâm của mình, các thái độ sống tích cực của mình, để chữa trị cho chính mình. Và định nghĩa này không chỉ giới hạn trong việc chữa trị một bệnh nào đó, mà còn áp dụng rộng hơn, bao gồm việc điều trị tất cả mọi vấn đề bất ổn cùng với nguyên nhân của chúng. Bệnh tật và tất cả mọi vấn đề bất ổn khác đều được tạo ra bởi các chủng tử bất thiện đang tồn tại trong tâm, cho nên việc loại bỏ nguyên nhân của các bất ổn cũng phải được thực hiện từ tâm. "Thiền định" là tên gọi đơn giản của tất cả những gì mà chúng ta làm với tâm, và đó là cách chữa trị tốt nhất vì nó không gây ra phản ứng phụ.

Thiền định là chìa khóa chính để chữa trị đau khổ, vì đau khổ cũng như hạnh phúc đều do tâm mà ra. Thiền định là cách duy nhất để dập tắt nguyên nhân của đau khổ và tạo ra nguyên nhân của hạnh phúc. Các phương tiện bên ngoài không thể làm được như vậy. Chỉ nhờ vào tâm chúng ta mới làm được. Nếu chỉ dùng thuốc, hay chỉ dùng một pháp quán tưởng đơn giản mà thôi, thì có thể điều trị được một bệnh nào đó, nhưng không đủ để điều trị tâm. Ngoài thiền định ra, sẽ không còn cách nào khác hơn để chữa trị bệnh cùng với nguyên nhân của bệnh.

Trong thiền định, các thái độ tích cực hiền thiện của ta sẽ trở thành dược phẩm bên trong để điều trị tâm và giải quyết nguyên nhân của mọi vấn đề bất ổn. Khi chúng ta phát triển được các phẩm tính tốt đẹp của tâm thì sự chữa trị mới thành công. Những suy nghĩ như thế này sẽ mang đến sự an lạc và chữa lành bệnh tật; trong khi đó, những suy nghĩ như thế kia sẽ mang đến rối loạn và gây tác hại. Bệnh tật và tất cả những vấn đề khác nữa trong cuộc sống chúng ta đều bị những tâm không lành mạnh gây ra. Một tâm không lành mạnh hàm nghĩa là bất cứ hoạt động tâm thức nào quấy nhiễu chúng ta và làm cho ta mất hạnh phúc, và một thân thể không lành mạnh phát sinh từ một tâm không lành mạnh.

Thiền định không chỉ chữa lành bệnh tật mà còn mang sự bình an lớn lao đến cho tâm. Bản chất của các suy nghĩ tích cực là làm cho chúng ta cảm thấy thoải mái và thanh thản. Những suy nghĩ tích cực tốt nhất là các tâm từ ái và bi mẫn. Tâm từ ái là tâm ao ước người khác có được hạnh phúc và nguyên nhân hạnh phúc; tâm đại từ là tự mình nhận lấy trách nhiệm mang hạnh phúc và nguyên nhân hạnh phúc đến cho người khác. Tâm bi mẫn là ước muốn cho những người khác được thoát khỏi khổ đau và nguyên nhân khổ đau; tâm đại bi là tự mình nhận lấy trách nhiệm làm cho người khác thoát khỏi khổ đau và nguyên nhân của khổ đau. Việc phát sinh các thái độ hiền thiện này có năng lực giúp điều trị được bệnh.

Tâm bi mẫn là người thầy thuốc giỏi nhất. Năng lực chữa bệnh mạnh nhất đến từ việc phát sinh tâm bi mẫn đối với tất cả chúng sinh, không phân biệt nòi giống, quốc tịch, tín ngưỡng hay họ hàng thân thích. Chúng ta cần có lòng bi mẫn đối với tất cả chúng sinh hữu tình, bất kỳ ai cũng mong muốn được hạnh phúc và không muốn phải chịu khổ đau. Chúng ta cần phát triển không chỉ tâm bi - ước muốn giải thoát cho tất cả chúng sinh khỏi mọi khổ đau - mà còn cả tâm đại bi - tự mình nhận lấy trách nhiệm làm việc đó. Điều này sẽ mang đến năng lực điều trị bệnh một cách mãnh liệt và triệt để.

Tâm từ và tâm bi đều có bản chất bình an và lành mạnh, hoàn toàn khác với bản chất của các tâm sân hận, vô minh, tham lam, kiêu căng hay ganh tị. Cho dù một người có tâm bi mẫn sẽ chân thành quan tâm đến người khác và cảm thấy như không thể chịu đựng nổi khi thấy bất kỳ ai đó đang đau khổ, nhưng bản chất cốt lõi của tâm họ vẫn là sự bình an.

Ngược lại, loại tâm khởi lên từ ý xấu ác, muốn hãm hại người khác, không thể thư thái bình an; nó giống như một cái gai sắc nhọn đâm vào tim ta. Sự tham ái cũng có nỗi đau đớn riêng của nó; chúng ta như thể bị cột chặt, bị vắt ép và rất đau đớn khi phải chia cách với đối tượng ta thèm khát. Sự tham ái cũng che mờ tâm thức chúng ta, tạo ra một bức tường ngăn cách chúng ta với thực tại. Khi chúng ta tham luyến một người nào đó, hay thậm chí chỉ là một con vật, chúng ta không thể thấy được thực tiễn đau khổ của đối tượng đó hay phát khởi được lòng bi mẫn từ trái tim ta, vì tham ái đã che mờ tâm ta. Tham ái ngập đầy tâm ta, không còn chỗ để lòng bi mẫn phát sinh. Ngay cả khi ta giúp đỡ đối tượng ấy, ta cũng luôn chờ đợi sự đền đáp. Chúng ta không giúp đỡ chỉ vì đối tượng ấy đang đau ốm hay bị nguy hiểm, mà là với sự mong chờ sẽ được đền đáp trong tương lai theo một cách nào đó.

Khi sự tham ái choán đầy tâm ta, thật khó để sinh lòng bi mẫn. Nếu suy xét kỹ, ta sẽ thấy rằng khi tâm ta ngập tràn sự tham ái mãnh liệt, ta chỉ còn quan tâm duy nhất đến những gì ta muốn. Mục đích chính của ta là hạnh phúc của riêng mình. Thậm chí nếu ta có giúp người khác cũng chỉ vì ta muốn nhận lại được một điều gì đó. Tâm ta bị rối loạn và che chướng. Đối với người mà ta tham luyến mãnh liệt, ta không thể thấy được rằng ít nhất họ cũng quan trọng như ta; chúng ta không thể yêu thương và chân thành giúp đỡ họ.

Dùng tâm đại bi để điều trị tâm, chúng ta sẽ có thể giải quyết các vấn đề bất ổn của chính mình và cả của những người khác. Ý niệm tích cực của tâm bi mẫn không chỉ giúp ta khỏi bệnh mà còn mang đến cho ta sự bình an, hạnh phúc và toại nguyện. Nó giúp ta có khả năng vui hưởng cuộc sống. Nó cũng sẽ mang bình an và hạnh phúc đến cho gia đình và bạn bè, những người quanh ta. Vì chúng ta không có những tư tưởng xấu ác [gây hại] nhắm vào họ, nên những người - hay thậm chí cả loài vật - tiếp xúc với ta đều sẽ cảm thấy hạnh phúc. Khi chúng ta có lòng tốt và tâm từ bi, mối quan tâm chính của ta sẽ luôn là việc tránh không làm tổn hại người khác, và điều này tự nó đã là một sự điều trị bệnh. Người có tâm bi mẫn là người có năng lực chữa trị mạnh mẽ nhất, không chỉ đối với những bệnh tật và bất ổn của riêng họ, mà với cả những bệnh tật và bất ổn của người khác nữa. Một người có tâm từ bi có thể chữa lành bệnh cho người khác chỉ đơn giản bằng sự có mặt của mình.

Điều trị bệnh tận gốc

Mỗi khi thiền định về lòng bi mẫn đối với tất cả chúng sinh, chúng ta tích tụ được vô lượng công đức, là nhân của tất cả những thành công và hạnh phúc; mỗi lần chúng ta tu tập thiền định vì lợi ích của tất cả chúng sinh, chúng ta thực hiện việc điều trị bệnh tận gốc rễ.

Việc phát triển lòng bi mẫn cũng giúp chúng ta phát triển trí tuệ, đặc biệt là trí tuệ thực chứng *tánh Không*, bản chất rốt ráo của cái tôi, của tâm và của tất cả các hiện tượng khác.

Trí tuệ này từng bước làm mỏng dần các đám mây che mà đang lúc này tạm thời phủ tối tâm ta, cho đến khi tâm ta được trong sáng như bầu trời xanh trong suốt tràn ngập ánh sáng. Trí tuệ này trực tiếp thanh tịnh hóa tâm ta. Nó giúp cho tâm thoát khỏi vô minh, sân hận, tham lam và mọi suy nghĩ quấy nhiễu khác nữa; nó giải thoát tâm ta khỏi các mầm mống của các suy nghĩ phiền não này, và thậm chí kể cả những chủng tử của chúng. Tất cả những che chướng, kể cả những che chướng vi tế nhất, đều hoàn toàn được thanh tịnh hóa bởi trí tuệ này.

Với sự phát triển đầy đủ trí tuệ và từ bi, tâm ta sẽ được giải thoát trọn vẹn khỏi các thứ che chướng từ thô đến vi tế. Vào lúc đó, tâm đạt được sự toàn giác hay biết được tất cả. Một tâm toàn giác có khả năng trực tiếp thấy được quá khứ, hiện tại và vị lai; có khả năng thấy biết được tâm của tất cả chúng sinh hữu tình và rõ biết phương pháp để giải thoát họ khỏi các vấn đề bất ổn và mang đến cho họ hạnh phúc, kể cả hạnh phúc tối thượng của sự giác ngộ viên mãn.

Hiện nay sự hiểu biết của chúng ta rất giới hạn. Thậm chí để biết được tình trạng sức khỏe của chính mình, chúng ta cũng phải dựa vào các bác sĩ, máy móc, xét nghiệm máu, vân vân... Ngay cả trong lãnh vực nhỏ hẹp của việc điều trị bằng thuốc men, chúng ta cũng không thể hiểu được các vấn đề bất ổn của người khác cũng như nguyên nhân và cách chữa trị thích hợp. Hiểu biết của chúng ta rất giới hạn, khả năng giúp người khác của chúng ta cũng thế. Khả năng thấy biết tương lai của ta cũng rất giới hạn. Chúng ta không thể nói trước được những gì sẽ xảy ra vào năm tới, tháng tới hay tuần tới, thậm chí vào ngày mai, nói gì đến những việc của kiếp sau!

Năng lực thân, khẩu và ý của chúng ta bị giới hạn là vì những che chướng tâm thức. Tuy nhiên, khi chúng ta giải thoát được dòng tâm thức tương tục của chúng ta khỏi những che chướng thô và vi tế đó, thì sẽ không có gì hạn chế năng lực của chúng ta. Tâm ta không chỉ có khả năng thấy biết trực tiếp tất cả quá khứ, hiện tại và vị lai, mà còn tràn ngập khắp cả mọi nơi. Tâm ta sẽ có khả năng tiếp cận tức thì bất kỳ đối tượng nào được ta nghĩ tới, không một chút chướng ngại. Lúc tâm chúng ta được toàn giác, có nghĩa là giải thoát tất cả các che chướng thô và vi tế, chúng ta sẽ hoàn toàn thoát khỏi tâm thô lậu và thân thô lậu. Vào lúc ấy, chúng ta sẽ không bị giới hạn bởi bất cứ cái gì. Đây là sự tự do tối thượng.

Khi mặt trời mọc lên, ánh sáng sẽ tức thời được phản chiếu khắp nơi. Ánh sáng được phản chiếu ở khắp những vùng nước không bị che khuất trên mặt đất - khắp các đại dương, dòng suối và ngay cả trên giọt sương mai. Cùng một cách thức như vậy, vì mọi che chướng thô và vi tế đã được loại bỏ, tâm toàn giác tự nhiên tràn ngập khắp mọi nơi. Bất cứ khi nào chủng tử hiền thiện của một chúng sinh hữu tình đạt đến sự chín mùi, tâm toàn giác lập tức thể hiện ở dạng thích hợp với mức độ tâm của chúng sinh đó. Nếu họ có tâm thanh tịnh, tâm toàn giác sẽ thể hiện ở dạng thanh tịnh để dẫn dắt họ; nếu tâm họ chưa thanh tịnh, nó thể hiện ở dạng không thanh tịnh. Bởi vì tâm toàn giác thấy được sự hiện hữu trọn vẹn ở mọi thời khắc, nên khi chủng tử hiền thiện chín mùi trong tâm một chúng sinh thì tâm toàn giác tức thì hiển lộ để dẫn dắt chúng sinh đó đi từ hạnh phúc này đến hạnh phúc khác, cho tới hạnh phúc vô thượng của giác ngộ viên mãn. Đây là ý nghĩa của năng lực toàn hảo.

Tuy nhiên, kiến thức và năng lực không thôi thì chưa đủ. Cần có lòng từ bi. Mặc dù tâm toàn giác thấy biết mọi sự, nhưng động lực cứu giúp người khác chính là lòng từ bi. Chẳng hạn, một người có khả năng hiểu biết, nhưng không có nghĩa là họ sẽ dùng kiến thức của họ để giúp đỡ người khác. Kiến thức và năng lực có thể trở thành chướng ngại nếu không có lòng từ bi. Cho dù họ biết cách giúp bạn và họ có năng lực để làm, nhưng rất có thể họ không giúp bạn, ngay cả khi bạn yêu cầu. Ngược lại, người có lòng từ bi thì lúc nào cũng sẵn sàng ra tay giúp đỡ khi bạn nhờ đến.

Chính lòng từ bi giúp ta hoàn thiện trí tuệ và năng lực. Lòng từ bi thúc giục ta phát triển tâm vì lợi lạc của người khác. Chúng ta cần phát khởi và hoàn thiện tâm từ bi, cũng như phát triển lòng từ bi vì lợi lạc cho tất cả chúng sinh hữu tình, để nhờ đó ta có thể phát triển hơn nữa tất cả các phẩm tính tốt đẹp khác. Khi có được lòng từ bi hoàn thiện cùng với kiến thức và năng lực, ta mới có thể thực sự giúp người khác.

Sự chuyển hóa này của tâm chính là sự điều trị tận gốc rễ. Tôi chỉ là người nói ra tất cả những điều này, nhưng việc điều trị thực sự phải đến từ chính bạn, từ tâm thức bạn. Việc điều trị sẽ có được thông qua sự tu tập thiền định của bạn, thông qua những suy nghĩ tích cực, mà về cơ bản có nghĩa là thông qua trí tuệ và lòng từ bi của chính bạn. Sự thiền định về tánh Không, về tâm từ, tâm bi giúp chấm dứt nhu cầu điều trị, vì thông qua sự điều trị tận gốc rễ này, bạn sẽ không bao giờ còn bị đau ốm nữa.

2.

CÁC TRƯỜNG HỢP
ĐIỀU TRỊ THÀNH CÔNG

Vì có một số bệnh là nan y, không có thuốc chữa, nên con người ngày nay đang sử dụng rất nhiều những phương pháp chữa bệnh khác nhau, đặc biệt là những phương pháp liên quan đến năng lực của tâm. Việc thoát khỏi ung thư và nhiều căn bệnh khác nhờ thiền định giờ đây cũng phổ biến giống như việc nhờ vào phương pháp điều trị chuẩn mực. Như tôi đã có giải thích, cách tốt nhất để tự chữa bệnh cho mình là thiền định, sử dụng tâm của mình. Như vậy, chúng ta trở thành bác sĩ, nhà tâm lý học và vị thầy dẫn dắt cho chính mình.

Theo như tôi biết, những ai chân thành dốc tâm tu tập thiền định, cuối cùng đều sẽ đạt kết quả; dù không chữa khỏi hẳn thì ít nhất họ cũng kéo dài hơn tuổi thọ. Điều này chứng minh rằng sức khỏe của ta có liên quan đến tâm, liên quan đến các cách suy nghĩ của ta. Sau đây, tôi muốn giới thiệu một số câu chuyện về những người đã tự chữa bệnh thành công bằng thiền định.

Alice

Bản thân tôi được biết người đầu tiên dùng thiền định chữa lành bệnh ung thư là cô Alice,[1] một nhà tư vấn thời trang nổi tiếng. Khi Alice biết mình bị ung thư, cô ta nhờ một người bạn đang tu tập ở Tu viện *Vajrapani (Vajrapani Institute)* ở bang *California* nước Mỹ hỏi xin tôi chỉ dạy về tu

---

[1] Tất cả các tên thật của bệnh nhân nêu trong sách này đều đã được thay đổi để bảo vệ các thông tin thuộc về đời tư của họ.

tập thiền định. Tôi đề nghị cô ta hãy thiền định về *Vajrapani*, một hiện thân hung nộ của Phật rất có hiệu lực trong việc điều trị ung thư. Một cách vắn tắt, tôi bảo cô ta quán tưởng đức *Vajrapani* trên đỉnh đầu cô, tỏa ra các tia nước cam lồ để tịnh hóa cho cô. Tôi cũng khuyên cô mua các động vật sắp bị giết rồi đem phóng sinh ở nơi an toàn để chúng có thể sống lâu hơn.

Alice nhận được lời chỉ dạy của tôi về hai pháp thực hành căn bản này khi cô đang ở bệnh viện. Cô ta trình bày với các bác sĩ là cô muốn rời bệnh viện để thực hành hai việc này; họ khuyên cô nên ở lại bệnh viện nhưng cũng nói rằng nếu cô thực sự tin vào hai phép chữa bệnh bằng tâm linh đó thì cô có thể về nhà. Cô liền quyết định rời bệnh viện.

Alice đã phóng sinh rất nhiều động vật mua lại từ các tiệm ăn và các nơi khác nữa, khi chúng sắp bị giết. Tôi đã khuyên cô ta phóng sinh số lượng động vật [ít nhất là] bằng số tuổi của cô, nhưng Alice đã thực sự phóng sinh tới hai hay ba ngàn con vật, chủ yếu là gà, cá và giun đất. Cô ta chăm sóc các con gà được phóng sinh ở một nông trại, thả cá ra ao hồ. Cô ta mua một hay hai ngàn con giun đất và thả ra khu vườn quanh nhà. Giun đất rất dễ mua và rẻ. Phóng sinh giun đất là một ý hay vì khi được thả ra chúng chui thẳng vào đất. Vì không có động vật ăn thịt nào bắt chúng, nên chúng có thể sống lâu hơn. Những con vật khác được phóng sinh ở trong rừng hoặc trên biển, ao hồ... ít có khả năng sống lâu hơn vì có nhiều loài ăn thịt ở đó.

Khi Alice trở lại bệnh viện để kiểm tra sức khỏe sau một thời gian thực hành những điều nói trên, các bác sĩ đã không tìm thấy dấu hiệu ung thư. Họ rất ngạc nhiên. Đó là trường hợp đầu tiên họ thấy có bệnh nhân ung thư được chữa lành bằng thiền định. Họ muốn viết một cuốn sách về trường hợp này vì đối với họ, sự chữa khỏi bệnh ung thư của Alice là một hiện tượng mới mẻ và rất lạ thường, nhưng cô ta bảo họ là cô sẽ tự mình viết cuốn sách đó.

Sau đó Alice đi Nepal để trực tiếp bày tỏ sự biết ơn tôi; cô ta nói rằng tôi đã cho cô ta một quà tặng, đó là phần đời còn lại của cô ta.

Mặc dù bệnh ung thư đã được chữa khỏi, nhưng tôi tò mò muốn biết xem bệnh có tái phát hay không nên tôi thỉnh thoảng vẫn hỏi thăm tình trạng sức khỏe của cô ta. Cô ta khỏe mạnh được 5 năm, sau đó khi nhiễm phải một loại bệnh vi rút thì bệnh ung thư tái phát. Cô ta bảo tôi rằng bệnh tái phát có thể vì cuộc sống quá rối loạn, cô ta không còn tự chủ được. Trong một thời gian dài cô ta đã duy trì được giới hạnh trong sự tu tập tâm linh, nhưng vào lúc đó cô ta ngưng việc tu tập, và rồi cuộc sống bị đảo lộn.

Kinh nghiệm của Alice cho thấy rằng điều trị tâm quan trọng hơn điều trị thân. Bệnh ung thư của cô ta tái phát vì cô ta ngưng tu tập, ngưng rèn luyện tâm. Cô ta đã không bảo vệ tâm mình bằng thiền định. Rèn luyện cuộc sống tức là tu luyện tâm. Alice tu tập trở lại, thiền định về *Vajrapani*, phóng sinh động vật, thọ trì tám giới Đại thừa, thực hành giới nguyện trong một ngày không phạm tám điều bất thiện.[1]

Một thời gian sau, cô ta đi kiểm tra sức khỏe, bác sĩ bảo rằng bệnh ung thư hoàn toàn biến mất. Sau khi hồi phục, Alice đã được phỏng vấn nhiều lần trên truyền hình về kinh nghiệm chữa lành bệnh ung thư bằng thiền định.

Chúng ta có thể chữa lành bệnh qua thiền định; nhưng sau đó nếu chúng ta không bảo vệ được tâm mình thì cuộc sống của chúng ta bị đảo lộn trở lại, và rồi các vấn đề sẽ tái phát. Nếu chúng ta bỏ mặc cho bản thân mình chạy theo

---

[1] Tám điều bất thiện phải tránh là: sát hại, tà dâm, trộm cấp, nói dối, uống rượu, ngồi nằm trên giường ghế cao đẹp, êm ái, ăn sai bữa và hát múa hay dùng nước hoa.

những điều xấu như chỉ biết chăm lo bản thân (vị kỷ), tham lam và các vọng tưởng khác nữa, như vậy tâm không được bảo vệ, và chúng ta tạo ra nguyên nhân để các vấn đề tái diễn.

Alan

Tôi đã gặp nhiều trường hợp khi bệnh nhân không tiếp tục tu tập thiền định thì đời sống bị đảo lộn và tình trạng sức khỏe bị giảm sút nhiều. Ông Alan là một ví dụ. Ông ta đã chết mấy năm về trước vì bệnh AIDS. Khi còn sống ở Tu viện Quán Thế Âm (*Chenrizig Institute*), một trung tâm thiền tập ở nước Úc, ông đã hành trì rất nghiêm túc cũng như tu tập nhiều phép thiền định khác nhau khi được chỉ dẫn. Tôi nghĩ cũng chẳng có nhiều chọn lựa trong một môi trường như thế - chẳng có việc gì khác để làm.

Alan tham dự các khóa thiền mỗi ngày, chủ yếu tập trung vào thiền định đức Phật Dược Sư và còn tu tập các Bổn tôn khác. Năng lực của các Bổn tôn đó rất mạnh, mật chú của các vị rất linh thiêng, cho nên thiền định về các Bổn tôn rất hiệu nghiệm. Chắc chắn sự tu tập đã tạo được cảm ứng và làm cho tâm ông ta thấy khỏe lên. Sắc diện thể hiện cái tâm, Alan trông người rất tươi sáng, thoải mái vì có được tâm đang khỏe. Khi tâm sung sướng nhờ thiền định và nếp sống theo khuôn khổ tốt thì kết quả này cũng phô bày ra trên gương mặt và thân thể mình. Sau thời gian hoàn tất việc tu tập thiền định, Alan trông như thể không còn bị bệnh và đủ sức làm các việc giúp cho Tu viện.

Lẽ ra Alan nên ở lại Tu viện thêm ít tháng hay ít tuần nữa, nhưng ông ta muốn về thành phố để có thể giúp đỡ những người bị bệnh AIDS. Vấn đề ở chỗ là khi trở về thành phố ông ta không thể tiếp tục tu tập, cuộc sống bị đảo lộn và rồi tình trạng sức khỏe bị sa sút. Ông ta đã quá bận rộn khi ở thành phố, nhưng tôi cho rằng sức khỏe bị sa sút nhiều không phải vì bận rộn mà vì ông ta không tiếp tục tu tập thiền định được. Sau đó ông ta trở lại Tu viện tu tập để cố lấy lại sức khỏe và tìm lại nguồn cảm ứng. Tuy nhiên, mỗi khi sức khỏe được phục hồi, Alan lại trở về thành phố để giúp những người khác, và cái chu kỳ như thế cứ tiếp tục, ông ta đi lui đi tới Tu viện *Chenrizig* rất nhiều lần.

Dĩ nhiên, việc giúp đỡ người khác là một ý tưởng quí báu. Dù vậy, tôi chưa thấy những người bị bệnh ung thư quan tâm giúp đỡ nhau nhiều như những người bị bệnh AIDS. Sự đau khổ mà tự bản thân phải chịu đựng khiến cho họ thông cảm sâu sắc với những người cũng đang chịu đựng như họ. Nên dù đang đau ốm, họ như có sự thôi thúc tự nhiên muốn đi giúp người đồng cảnh ngộ. Không nghi ngờ gì nữa, đây là một thái độ đáng quí và có được cách cư xử cao đẹp này là điều đáng ca tụng. Tuy nhiên, điều cần quan tâm là, sức khỏe của họ thường sa sút vì họ không thể duy trì được mức độ cần phải có cho một nếp sống khuôn khổ và tu tập.

Vào lần cuối trước khi chết, Alan có gặp tôi, và tôi thấy ông ta rất yếu, phải có hai người bạn dìu mới bước đi được. Ông ta ngồi trên ghế, lắng nghe tôi giảng trong khoảng hơn một giờ đồng hồ về việc ông ta có thể chuyển hóa suy nghĩ để thấy được rằng việc bị bệnh nan y như thế này là điều tốt và có ý nghĩa chứ không phải điều tệ hại và tuyệt vọng. Tôi nói với ông ta rằng bị bệnh AIDS là việc may mắn cho ông ta, vì nhờ vậy ông ta mới có được một cơ hội vô cùng hy hữu để đưa cuộc đời hướng theo con đường tâm linh, theo con đường dẫn tới giác ngộ. Bệnh nan y đã mở cánh cửa đi tới giác ngộ và sự hạnh phúc trọn vẹn.

Tôi đã nói với ông ta về lợi lạc của việc bị bệnh AIDS. Chẳng hạn như, nhờ bị bệnh AIDS mới có được phương pháp nhanh chóng và mãnh liệt để phát triển tâm từ bi, vì khi bị bệnh bạn mới dễ dàng cảm thấy bi mẫn xót thương những người cùng hoàn cảnh hay những người bị các bệnh nan y khác. Nương vào bệnh tật để phát triển tâm từ bi, như vậy sẽ mang lại sự tịnh hóa nghiệp rất hiệu lực.

Tôi không thể nhớ từng lời mà tôi đã nói với Alan, nhưng chủ yếu là: bệnh tật đã mang ông ta nhanh chóng đến giác ngộ. Tôi muốn ông ta thấy được các khía cạnh tích cực khi mắc phải bệnh AIDS, tôi muốn ông ta thấy được một cơ hội hy hữu mà ông ta đang nắm giữ trong lúc này.

Chúng ta cần chuyển hóa suy nghĩ, vì cách thức suy nghĩ có liên quan mật thiết với việc chữa lành bệnh. Chúng ta phải biết rằng đau ốm là một sự kiện rất cần có, chứ không phải một vấn đề không cần có, không muốn có. Chúng ta phải nhận diện bệnh tật như một sự phô bày hiển lộ đau khổ của tất cả chúng sinh hữu tình. Chúng ta đừng xem bệnh tật là chướng nạn, mà nên sử dụng nó để phát triển từ bi và trí tuệ.

Cũng giống như sử dụng chất độc làm dược phẩm, chúng ta nên sử dụng bệnh tật như con đường dẫn tới hạnh phúc. Thông qua việc chuyển hóa tâm, chúng ta làm cho kinh nghiệm đau ốm trở nên có ý nghĩa, không chỉ cho bản thân mà còn cho những người khác. Bệnh giúp ta phát triển được các phẩm chất quí báu của con người là lòng từ ái, bi mẫn, và chính điều này giúp ta có thể mang hạnh phúc và bình an đến cho từng chúng sinh hữu tình.

Dù gì thì ta cũng đã bị bệnh, ta nên biến nó thành việc có lợi lạc bằng cách sử dụng nó để mang hạnh phúc tạm thời cũng như vĩnh cửu đến cho bản thân và cho mọi chúng sinh hữu tình. Đây là kế sách hay nhất để vượt qua bệnh tật.

Sau khi nghe tôi giảng về việc chuyển hóa tâm theo cách này, Alan cảm thấy như được khỏe hơn. Trước lúc nói chuyện, ông ta ngồi sụm người trên ghế, nhưng khi kết thúc câu chuyện, ông ta đã có thể tự đứng dậy và bước đi mà không cần người giúp. Ông ta rất ngạc nhiên về sự phục hồi sức khỏe bất ngờ như thế. Ông ta quơ tay, nói: "Ồ, xem kìa! Bây giờ tôi có thể tự đứng lên được!"

Alan đã có được sự phục hồi tức thì, nhưng dĩ nhiên, có được trạng thái tâm phấn chấn như thế vào lúc đó là chưa đủ, ông ta phải tiếp tục duy trì tâm luôn luôn trong trạng thái đó thì mới có thể giúp ông ta sống lâu hơn.

Từ câu chuyện này bạn có thể thấy được vì sao thể trạng có liên quan mật thiết với tâm trạng. Điều này đặc biệt chính xác với trường hợp bệnh AIDS. Nếu những người bị bệnh AIDS có được tâm khỏe mạnh, họ có thể sống lâu hơn và cơ thể cũng sẽ khỏe mạnh hơn, bất chấp là bệnh tật vẫn còn đó.

Lucy

Nhiều năm về trước, Lucy - một sinh viên người Úc - có nói với tôi rằng cô ta bị bệnh ung thư. Tôi đã đề nghị cô ta thực hành nhiều lần phép *nyung-n*. Đó là một phép thực hành tịnh hóa nghiệp nhờ vào đức Quán Thế Âm Bồ Tát, vị Phật Đại bi. Mỗi lần nhập thất kéo dài hai ngày. Hành giả thực hành lễ lạy sám hối và nhịn ăn uống. Vào ngày đầu, hành giả chỉ ăn một bữa, nhưng vào ngày thứ hai sẽ không ăn uống gì cả. Việc nhịn ăn uống thực chất không có gì đặc biệt, chỉ là sự hành xác. Tuy nhiên, bạn thực hành việc nhịn ăn uống với một động cơ đặc biệt là lòng bi mẫn, trong đó bạn tự mình nhận lấy trách nhiệm làm sao cho tất cả chúng sinh hữu tình thoát khỏi khổ đau và hưởng được hạnh phúc.

Lucy đã thực hành một số lần nhập thất hành trì pháp *nyung-n* tại Bồ-đề Đạo tràng, một thánh tích ở Ấn Độ, nơi Đức Phật Thích-ca Mâu-ni thành đạo.

Tôi cũng dạy Lucy chú nguyện vào nước uống bằng cách

niệm hết ba chuỗi hạt (108 hạt) mật chú Quán Thế Âm bản có độ dài trung bình[1] rồi thổi vào nước. Sau đó Lucy dùng nước đã chú nguyện này để uống nhiều lần trong ngày. Cô ta cũng tiếp tục thực hành phép chú nguyện vào nước uống như vậy ngay cả sau khi rời Ấn Độ trở về Úc.

Sau đó mấy năm, tôi có gặp lại Lucy ở Luân Đôn trong một kỳ giảng, cô ta trông tươi tắn khỏe mạnh. Mới gần đây, tôi đã gặp cô ta ở Úc, cô ta vẫn khỏe mạnh. Mỗi lần gặp tôi, Lucy đều nhắc lại rằng chính nhờ vào việc thực hành trì chú Quán Thế Âm mà cô ta đã chữa lành bệnh ung thư.

Luke

Khi Luke, một sinh viên người Hoa ở Singapore, đến bệnh viện kiểm tra sức khỏe tổng quát định kỳ, bác sĩ cho biết anh ta bị bệnh AIDS. Là người rất sùng tín, Luke liền viết thư gửi đến thầy mình là ngài *Rato Rinpoche*, một vị Lama cao cấp ở Dharamsala, Ấn Độ. Vị này đến nay đã qua đời.

Luke đã có đủ nghiệp lành để nhận được những chỉ dạy thiền định từ thầy mình. Mặc dù vào lúc đó chính ngài *Rato Rinpoche* cũng đang thị hiện tướng bệnh, nhưng ngài đã ưu ái gửi cho Luke những hướng dẫn pháp thiền định đặc biệt về tâm từ bi, được gọi là pháp *"cho và nhận"*, tiếng Tây Tạng là *tong-len*.

Trong pháp thiền định *cho và nhận*, để rèn luyện tâm bi, chúng ta nhận về mình tất cả khổ đau, kể cả bệnh tật của chúng sinh hữu tình và sử dụng khổ đau đó để phá trừ tâm

---

[1] Mật chú Quán Thế Âm (Chenrezig mantra) có độ dài trung bình, cũng được gọi là [Đại Bi] tâm chú (essence mantra), được trình bày như sau: OM / DHARA DHARA / DHIRI DHIRI / DHURU DHURU / ITTI VATTE / CHALE CHALE / PRACHALE PRACHALE / KUSUME / KUSUME VARE / ILI MILI / CHITI JVALAM / APANAYE SVAHA.

vị kỷ của ta, vốn là nguồn gốc của mọi khổ đau. Pháp tu tập thiền định này trực tiếp đối trị mong muốn thông thường của ta là "không nhận lãnh bệnh tật của người khác". Tiếp theo, để rèn luyện tâm từ, chúng ta nguyện dâng hiến thân thể, các vật sở hữu, hạnh phúc và thiện hạnh của mình cho mọi chúng sinh hữu tình khác.

Pháp tu tập thiền định này không phải là bí mật hay hiếm thấy. Đây là một pháp thiền định thông thường có trong giáo pháp của "Con đường tu tập từng bước đưa tới giác ngộ" (tiếng Tạng là *Lam rim*).

Sau khi nhận được chỉ dạy từ Rato Rinpoche, Luke đã hành trì thiền định chỉ trong bốn ngày. Rồi anh ta đến bệnh viện kiểm tra lại sức khỏe, và các bác sĩ đã không tìm thấy bất kỳ dấu hiệu nào của vi-rút HIV. Khi tôi hỏi anh ta đã thiền định trong bao lâu, tôi đã hết sức kinh ngạc khi anh ta trả lời rằng chỉ thiền định trong khoảng ba hay bốn phút mỗi ngày. Tôi tưởng rằng anh ta hẳn đã phải thiền định trong nhiều giờ.

Điểm quan trọng cần phải hiểu là: mấy phút thiền định của anh ta đã cực kỳ mãnh liệt. Trong suốt thời gian thiền định, anh ta không nghĩ gì về bản thân, về bệnh tình của mình, như thể vấn đề của anh ta không hề tồn tại. Anh ta hoàn toàn chỉ nghĩ đến khổ đau của những người khác, đặc biệt là khổ đau của những người mắc bệnh AIDS, và sinh khởi tâm bi mẫn mãnh liệt. Nước mắt trào ra trên gương mặt mỗi lần anh ta thiền định, không phải vì nghĩ đến căn bệnh của mình mà vì quá xót thương những người khác đang bị bệnh AIDS và cả những bệnh khác nữa. Anh ta quan tâm đến những người ấy hơn là chính bản thân mình. Anh ta đã có sự chân thành sùng mộ mãnh liệt và trong suốt các thời thiền định luôn cảm nhận được rằng vị thầy (Rato Rinpoche) đang ở bên cạnh và đang dẫn dắt anh ta.

Chữa lành một bệnh nặng cần thời gian lâu nếu bạn sử dụng loại thuốc yếu với liều nhẹ; nhưng sự phục hồi sẽ nhanh hơn nếu bạn sử dụng thuốc mạnh, cho dù bạn dùng ít thuốc, ít lần trong một ngày. Sự chữa bệnh của Luke đã thành công nhanh chóng nhờ vào năng lực tâm của anh ta, nhờ vào uy lực vô cùng mãnh liệt của tâm từ bi mà anh ta có được cho dù các thời thiền định không kéo dài. Anh ta nhanh chóng khỏi bệnh nhờ làm nảy sinh được tâm bi mẫn rất mãnh liệt giúp tịnh hóa được rất nhiều nghiệp bất thiện cùng với các che chướng mê lầm, vốn là nhân của bệnh AIDS.

Luke đã trở lại bệnh viện nhiều lần để kiểm tra sức khỏe tổng quát, anh ta vẫn khỏe mạnh. Theo chỗ tôi biết được, đây là trường hợp duy nhất áp dụng thiền định chữa lành hoàn toàn bệnh AIDS.

Tôi đã yêu cầu Luke cho tôi một ghi chép chính xác về việc thiền định của anh ta để tôi có bằng chứng nói cho người khác biết về câu chuyện này (Xem thêm ở chương 15, phân đoạn Pháp thiền định cho và nhận)

Pháp thiền định *Tong-len* là tâm điểm của việc chữa lành bệnh. Một khi hiểu được pháp thiền này, ta có thể mang ra áp dụng với mọi vấn đề bất ổn trong cuộc sống và chuyển hóa tất cả thành hạnh phúc. Vấn đề chỉ đơn giản là bạn có thực hành thiền định hay không mà thôi. Trong khi thiền định chúng ta không thể có cảm giác chán nản, vì vấn đề bất ổn của chúng ta đã được chuyển hóa ngay lập tức thành hạnh phúc.

Pháp thiền định đặc biệt này là phương thuốc chữa bệnh tốt nhất, nhưng lợi lạc quan trọng nhất của nó không phải việc chữa bệnh mà là giúp ta phát triển tâm từ, tâm bi và *Bồ-đề tâm*, vốn là nhân chính đưa tới giác ngộ. Bồ-đề tâm là tâm nguyện vị tha, khao khát đạt đến giác ngộ để giải thoát cho tất cả chúng sinh hữu tình khỏi khổ đau và nguyên nhân của khổ đau, dẫn dắt họ đến sự giác ngộ viên mãn. Thực hành thiền *Tong-len* có thể chữa bệnh và chuyển hóa các vấn đề bất ổn thành hạnh phúc, nhưng quan trọng nhất là nó giúp chúng ta phát triển sự thực chứng Bồ-đề tâm. Những niệm tưởng từ bi và thương yêu của Bồ-đề tâm là phương thuốc hữu hiệu nhất cho cả tâm và thân.

Ông Lee

Ông Lee, một doanh nhân người Hoa ở Singapore, đã thiền định để tự chữa bệnh ung thư dạ dày. Lần đầu tôi gặp ông ta ở một buổi giảng, trong hành lang một phòng thi đấu môn *bowling* ở Singapore. Hôm đó trông ông ta rất gầy yếu, phải tựa vào bà vợ để bước đi. Bác sĩ bảo ông ta chỉ có thể sống thêm ít tháng nữa. Ở Singapore, Hong Kong và Đài Loan, các bệnh nhân thường đến nghe pháp và ngay sau buổi giảng họ đến gặp và yêu cầu tôi thảo luận về bệnh của họ hay cho họ vài lời khuyên.

Tôi đã khuyên ông Lee thiền định về *Tara* và đặc biệt trì tụng bài *"Hai mươi mốt câu xưng tán hồng danh đức Tara"*. Mặc dù là một thương gia bận rộn đi khắp thế giới, nhưng ông Lee đã tận tụy hết mình trong việc cầu nguyện Tara và mau chóng chữa khỏi hoàn toàn bệnh ung thư bao tử.

Sau đó ít lâu, khi tham dự khóa thiền định một tháng ở Tu viện Kopan tại Nepal, ông Lee nói với tôi rằng, không chỉ tự chữa lành bệnh ung thư bao tử của mình, ông ta còn chữa lành căn bệnh tim trầm trọng của con trai ông. Trong một giấc mơ, ông nhìn thấy một bánh xe đang quay nơi tim của người con trai, và rồi con trai ông khỏi bệnh...

(... ... ...)

... Với khả năng chữa bệnh như vậy, ông ta trở nên rất bận rộn vì có nhiều người hằng ngày đến chờ ông ta đi làm về để chữa bệnh. Tôi cũng đã yêu cầu ông ta mở lớp dạy chữa bệnh ở trung tâm Phật giáo *Amitabha (Amitabha Buddhist Center)* thuộc Tổ chức FPMT ở Singapore, sao cho các huynh đệ ở trung tâm đó, dù là người đang khỏe mạnh, có thể cùng nhau cầu nguyện để chữa trị cho những bệnh nhân. Năng lực chữa bệnh sẽ mạnh mẽ hơn khi có một nhóm người cùng nhau trì tụng cầu nguyện.

Điểm quan trọng cần phải hiểu là nguồn năng lực chữa bệnh của ông Lee. Mặc dầu có vẻ như khả năng tự chữa bệnh cho mình và người khác của ông Lee đến từ một đối tượng bên ngoài, đức Tara, nhưng thực ra khả năng đó chủ yếu có được nhờ vào thái độ tích cực của chính bản thân ông ta. Năng lực chữa bệnh của ông ta là kết quả của tâm sùng mộ mãnh liệt đối với đức Tara và đạo đức thanh tịnh của chính bản thân ông ta.

Điểm cốt lõi là tất cả chúng ta ai cũng có tiềm năng chữa bệnh. Bằng việc phát huy năng lực các hành vi hiền thiện của mình, chúng ta có thể chữa lành bệnh ung thư, bệnh AIDS và nhiều bệnh khác cho chính mình và người khác. Tuy nhiên, điều quan trọng hơn nhiều là phải loại bỏ những nguyên nhân gây bệnh, nếu không thì mọi sự ngăn chặn đều chỉ là tạm thời. Ngay cả khi ta chữa lành bệnh cho một người, ta cũng chỉ là tạm thời giải quyết một vấn đề bất ổn trong cuộc sống của họ, và nếu nguyên nhân vẫn còn thì vấn đề đó sẽ quay trở lại.

Nói chung, thiền định có thể chữa bệnh, nhưng nếu chỉ thiền định về Bổn tôn và trì tụng mật chú không thôi thì chưa đủ. Chúng ta cần thay đổi thái độ sống và hành vi của chúng ta nữa. Nếu chúng ta không giảm dần những hành vi bất thiện gây hại cho bản thân và người khác, thì một khi được khỏi bệnh chúng ta lại tiếp tục tạo ra nguyên nhân bệnh. Điểm thiết yếu nhất là ngừng hẳn việc tạo ra nguyên nhân của bệnh.

3.

PHÁ VỠ ĐỊNH KIẾN

Một số khái niệm thông thường của chúng ta là không phù hợp với thực tại. Chúng ta có khuynh hướng nghĩ rằng ta chỉ chết sớm nếu như mắc phải các bệnh ung thư, AIDS hoặc các bệnh hiểm nghèo khác, và nếu không bị những bệnh nan y như thế thì chúng ta sẽ được sống lâu.

Chúng ta liên kết cái chết với những bệnh tật này và kết quả là không tự mình cảm nhận được mối quan hệ giữa chính ta với cái chết. Điều trước tiên chúng ta phải làm là từ bỏ định kiến rằng ta chỉ chết sớm nếu như mắc phải những bệnh hiểm nghèo, và nếu không bị bệnh hiểm nghèo thì ta sẽ được sống lâu. Điều này hoàn toàn sai lầm. Có nhiều người khoẻ mạnh sẽ chết trong hôm nay. Thật ra, mỗi ngày có nhiều người khoẻ mạnh chết đi hơn so với số người bị bệnh tật. Mỗi ngày có hàng trăm ngàn người khoẻ mạnh, không hề mắc bệnh ung thư hay AIDS, đã chết vì những tai nạn xe hơi, vì chiến tranh và vì nhiều tình huống khác. Sự thật là những bệnh ung thư, AIDS không phải nguyên nhân duy nhất dẫn đến cái chết; có quá nhiều cách chết!

Quan niệm rằng mình sẽ không thể chết yểu vì không có bệnh hiểm nghèo là sai lầm. Và cũng sai lầm nếu bạn thật sự mắc phải bệnh ung thư hay AIDS và nghĩ rằng mình sẽ chết sớm chỉ vì mắc bệnh, nếu không thì sẽ được sống lâu. Định kiến này sẽ hành hạ bạn bằng cách làm cho bạn âu lo và sợ hãi. Bạn cần phải phá vỡ khái niệm sai lầm này bằng cách nhớ lại rằng ngay cả nếu không bị ung thư hay AID, nhiều nguyên nhân khác cũng có thể đưa bạn tới cái chết. Biết được như thế, bạn sẽ có được sự yên tĩnh thanh thản trong tâm. Và nhờ vậy mà việc mắc bệnh ung thư hay AIDS sẽ bớt phần đáng sợ, bớt làm cho bạn hoảng loạn. Một khi thấy rằng có nhiều điều kiện khác cũng có thể gây ra cái chết, bạn sẽ thấy rằng việc mắc bệnh ung thư hay AIDS cũng không có gì là khác thường. Điều đó sẽ không làm cho bạn quá lo âu.

Trong đời sống hằng ngày chúng ta cần nhận thức về sự vô thường và cái chết. Chết là một hiện tượng tự nhiên. Có sinh ra thì sẽ có chết đi, cũng giống như cây cỏ mọc lên rồi lụi tàn. Việc cố gắng lờ đi sự thực này của cuộc sống chỉ làm phát sinh nhiều cảm xúc tiêu cực, bao gồm cả bệnh trầm cảm. Vì cái chết là một điều mà tất cả chúng ta đều phải trải qua nên chúng ta cần ý thức về cái chết và chuẩn bị cho nó.

Chúng ta phải trừ bỏ khái niệm về sự thường hằng của riêng mình, vốn đang đánh lừa chúng ta; và hãy mở rộng tâm để chấp nhận ý tưởng rằng dù có hay không có bệnh nan y thì cũng như nhau, vì cái chết có thể xảy ra cho bất kỳ ai trong chúng ta vào bất cứ lúc nào. Dù có khoẻ mạnh hay không thì chúng ta vẫn có thể chết vào bất kỳ lúc nào. Việc chấp nhận điều này sẽ ngay lập tức đem lại sự bình an, vì việc tự mình thoát khỏi khái niệm về sự thường hằng của riêng mình giúp ta được thoải mái, bớt căng thẳng. Sự thay đổi thái độ này là nền tảng của việc điều trị bệnh, vì nó làm giảm bớt lo lắng và sợ hãi. Tất nhiên là điều này cũng quan trọng đối với tất cả mọi người chứ không riêng gì những người đang mắc bệnh nan y.

Chúng ta phải chấp nhận rằng cái chết là một thực tế, rằng ta có thể chết bất kỳ lúc nào và có nhiều điều kiện khác ngoài bệnh tật có thể làm cho ta chết sớm. Nhất là khi đầu óc chúng ta tràn ngập sự lo âu sợ hãi hay vướng mắc trong những khao khát không được thỏa mãn, chúng ta cần nhớ rằng ta có thể chết bất kỳ lúc nào - có thể trong tháng này, tuần này, hoặc thậm chí là ngay hôm nay.

Vì tâm vị kỷ và sự tham đắm đối với cuộc đời này khiến

chúng ta phát sinh nhiều ham muốn được sung sướng, giàu có, quyền lực, tiếng tăm và rồi chúng ta phải gánh chịu nỗi lo lắng, sợ hãi khi những ham muốn này không được thỏa mãn. Việc nhớ lại rằng chúng ta có thể chết ngay hôm nay, thậm chí chỉ trong giờ tới, sẽ giúp chúng ta loại bỏ ngay lập tức tất cả vọng tưởng mê lầm và ham muốn. Việc nhớ đến cái chết giúp chúng ta có khả năng thấy rõ rằng mọi vọng tưởng ham muốn đều không có ý nghĩa gì cả. Ngay khi chúng ta nhớ đến sự vô thường và cái chết, lập tức chúng ta tìm thấy sự bình yên, hạnh phúc và thanh thản, vì chúng ta đã loại bỏ được tất cả những ham muốn không cần thiết, vốn chỉ đem lại cho ta những bất ổn.

Chúng ta cần tỉnh táo nhận biết về bản chất thật sự của cuộc sống ta, thân thể ta, gia đình và bạn bè ta cũng như những vật sở hữu của ta. Tất cả đều chỉ là những hiện tượng duyên sinh, nghĩa là có bản chất giả tạm. Chúng ta cần tỉnh táo nhận biết về bản chất thật sự của chúng và không để bị đánh lừa bởi khái niệm thường hằng, nhìn thấy một cách sai lầm rằng chúng thường hằng và mong muốn chúng được thường hằng. Và rồi chúng ta bám víu vào những thứ giả tạm này và bực tức khi nghĩ đến cái chết, khi ta phải xa lìa chúng. Điều này chỉ có nghĩa là ta đang bực tức với bản chất tự nhiên của các hiện tượng, và sự từ chối chấp nhận bản chất của sự vật càng làm cho cái chết của ta trở nên khủng khiếp hơn.

Chết không phải là vấn đề, khái niệm của chúng ta về cái chết mới là vấn đề. Tự thân cái chết không đáng sợ; nhưng tâm ý của ta làm cho cái chết trở nên đáng sợ và khó chấp nhận. Tâm tham đắm của chúng ta bám chặt vào những hiện tượng bên ngoài của cuộc sống này - thân xác ta, gia đình bạn bè ta, những vật sở hữu của ta. Nhưng như vậy cũng giống như bám luyến vào những gì hiện ra trong giấc mơ, vì tâm tham đắm của ta dựa trên một khái niệm huyễn ảo.

Chúng ta nhìn thấy những thứ đó như là có thật và tồn tại độc lập, có tự tánh tự hữu, cho dù tất cả chỉ là do tâm gán đặt tên gọi. Chúng ta không nhận thức được rằng chúng phụ thuộc vào những thành phần tạo ra chúng, phụ thuộc vào nhân và duyên (điều kiện), hay phụ thuộc vào tâm, vào khái niệm tên gọi và thực thể. Tất cả những thứ đó hiện ra trước mắt ta như thể chúng có tự tánh tự hữu, và chúng ta tin vào sự trình hiện giả dối này như là có thật.

Trên căn bản của khái niệm ảo tưởng này, chúng ta cường điệu những phẩm chất tốt đẹp của thân thể ta, gia đình, bạn bè ta và những gì ta sở hữu, và rồi bám chặt vào những phóng tưởng của mình. Thí dụ, chúng ta tham đắm một đối tượng xinh đẹp, như thể cái đẹp của đối tượng đó là tự có, khách quan, không liên quan gì đến tâm của chúng ta; và sự tham luyến này ngăn cản không cho ta chấp nhận thực tại của cuộc sống, chấp nhận sự vô thường và cái chết. Sự tham đắm cuộc đời này đã không cho phép chúng ta chấp nhận cái chết, thay vào đó nó khiến ta thấy cái chết thật đáng sợ và thậm chí là khó nghĩ đến.

Tuy nhiên, cái chết tự nó không thật có, cái chết tự nó không đáng sợ. Cái chết là sự sáng tạo của chính tâm thức ta. Vì thế, tâm ta cũng có thể làm cho cái chết trở nên thú vị; chúng ta có thể sử dụng tâm để chuyển hóa cái chết trở thành một kinh nghiệm hạnh phúc, phấn khởi. Vì chúng ta sẵn có khả năng chuyển hóa cái chết từ một sự việc đáng sợ thành một sự việc thú vị, nên ta có thể sử dụng cái chết của chính mình để phát triển tâm thức, để kinh nghiệm về cái chết trở nên lợi lạc cho chính ta và cho tất cả chúng sinh hữu tình.

Một pháp thiền định thiết yếu và thực tiễn sẽ giúp ta hiểu rõ việc những khái niệm của ta đã tạo ra các vấn đề bất ổn cho ta như thế nào, kể cả sự lo sợ về cái chết, và tôi sẽ trở lại thảo luận sâu hơn về điều này.

Tất cả chúng ta đều giống nhau về căn bản. Khi dạ dày trống rỗng, chúng ta đều thấy đói và muốn ăn. Nhưng vào lúc bạn không thấy đói, một người khác có thể đang đói; và vào lúc khác có thể bạn thấy đói trong khi một người khác không đói. Bệnh tật cũng giống như vậy. Bạn có thể đã kiểm tra sức khoẻ tổng quát gần đây và tin rằng bạn không bị mắc bệnh, nhưng thực ra đó chỉ là vấn đề thời gian. Điều đó chắc chắn không có nghĩa là trước đây bạn chưa từng mắc phải những căn bệnh mà những người khác đang mắc phải vào lúc này; và cũng không có nghĩa là trong tương lai bạn sẽ không bao giờ mắc phải những bệnh đó. Trong vô số kiếp quá khứ, bạn đã vô số lần trải qua tất cả những bệnh tật có thể có trên trái đất này cũng như mọi vấn đề bất ổn khác. Chẳng có bệnh tật hay bất ổn nào là mới mẻ cả. Có những lúc bạn vượt qua được bệnh tật và có những lúc khác thì không. Tuy nhiên, khi bạn bỏ lại thể xác này, bạn cũng bỏ lại bệnh tật. Tâm thức bạn tương tục, nhưng vì tâm không mang theo bệnh tật của thể xác nên bạn không tái sanh với căn bệnh đó.

Mặc dù theo quan điểm của phương Tây thì một số căn bệnh nào đó có thể được xem như mới phát sinh, nhưng theo quan điểm của Phật giáo nó không có gì mới cả. Theo giải thích của Phật giáo về tâm thức và về toàn bộ sự trải nghiệm trong luân hồi, mỗi chúng ta đã trải qua mọi kinh nghiệm trong vô số lần. Điều đó hoàn toàn tự nhiên, giống như mầm cây mọc ra từ hạt giống. Điểm cần phải hiểu là, nếu chúng ta không làm điều gì đó ngay từ bây giờ để hoàn thiện tâm thức mình, chúng ta sẽ tiếp tục trải qua những kinh nghiệm này vô số lần nữa.

Chúng ta nên cảm thấy hạnh phúc rằng mình đã có thể sống được đến lúc này và đặc biệt vui mừng vì có được cơ hội để phát triển tâm thức và chuyển hóa tất cả kinh nghiệm thành hạnh phúc. Cho dù chúng ta có mắc phải điều mà các bác sĩ gọi là bệnh tật, chúng ta vẫn còn có cơ hội vô cùng to lớn để làm nên sự tiến bộ tâm linh, phát triển trí tuệ, tâm bi mẫn cùng với những phẩm tính hiền thiện khác. Chúng ta có cơ hội sử dụng bệnh tật của mình để đi từ hạnh phúc này đến hạnh phúc khác, cho tới hạnh phúc tối thượng của sự giác ngộ viên mãn, tức là vĩnh viễn thoát khỏi mọi vấn đề bất ổn cùng với nguyên nhân của chúng.

Tâm chúng ta có thể đưa ta tới chỗ kết thúc sinh tử, kết thúc mọi khổ đau. Trong thời gian hiện nay, khi ta đang phát triển tâm thức hướng tới mục tiêu đó, chúng ta cần làm cho bệnh tật và tất cả các kinh nghiệm khác của ta đều trở thành có giá trị, không chỉ cho chính ta mà còn là cho tất cả chúng sinh hữu tình khác đang khổ đau. Chúng ta nên sử dụng bệnh tật của chính mình để giải thoát tất cả những chúng sinh khác khỏi khổ đau, đem lại cho họ hạnh phúc tạm thời và đặc biệt là hạnh phúc tối thượng.

Bởi vì chúng ta đang có một cơ hội quí báu lạ thường như thế để phát triển tâm thức và đem lại hạnh phúc cho những chúng sinh khác, nên điều hết sức quan trọng là đừng lãng phí những năm tháng, ngày giờ hoặc thậm chí là từng phút giây quý giá còn lại của đời ta. Chính thái độ của ta sẽ quyết định cuộc đời ta là có ý nghĩa hay vô nghĩa. Nếu thái độ của ta không lành mạnh, chúng ta lãng phí thời gian và sống một cuộc sống vô nghĩa. Nếu thái độ của chúng ta lành mạnh, nếu mong ước của ta là đem lại sự bình an và hạnh phúc cho các chúng sinh hữu tình khác, chúng ta sẽ làm cho cuộc sống của mình trở nên có ý nghĩa nhất.

4.

MỤC ĐÍCH CỦA CUỘC ĐỜI

Mục đích của cuộc đời chúng ta không chỉ đơn giản là được khỏe mạnh, sống lâu, trở nên giàu sang, có học vị hoặc có nhiều bạn bè. Với những mục đích như thế thì chẳng có cái nào là mục đích tối thượng của cuộc đời. Dù có được khỏe mạnh hay không, giàu hay nghèo, có học vị hay không... mục tiêu tối thượng của ta chính là đem lại lợi ích cho những chúng sinh khác. Mục đích của con người đang sống này, của hợp thể thân và tâm này, là đem lại lợi ích cho người khác, sử dụng thân, khẩu, ý của mình để đem hạnh phúc đến cho những người khác.

Tất cả những hạnh phúc của quá khứ, hiện tại và tương lai của chúng ta có được là nhờ lòng tử tế của những chúng sinh hữu tình khác. Và tâm vị kỷ là nguồn gốc tất cả các vấn đề bất ổn của chúng ta, kể cả bệnh tật. Cho nên, thay vì bỏ mặc người khác để chăm lo bản thân, chúng ta cần chăm lo người khác và phớt lờ đi bản thân mình. Thay vì làm [điều gì đó] vì mình và cho bản thân mình, chúng ta phải sống và chỉ sống để [làm điều gì đó] mang hạnh phúc đến cho người khác. Sự hoán đổi mình cho người khác là tâm lý căn bản để nhổ bỏ tận gốc rễ tất cả những vấn đề bất ổn của chúng ta. Đó cũng là cội nguồn của sự điều trị bệnh tật.

Sự yêu thương chăm lo các chúng sinh hữu tình khác sẽ chữa trị tâm bệnh của chúng ta ngay lập tức, vì nó giúp loại bỏ tâm vị kỷ - nhân tố chính tạo ra các vấn đề bất ổn của ta. Yêu thương chăm lo cho người khác cũng chữa lành bệnh tật cho ta bằng cách chuyển hóa tâm tham luyến của ta đối với cuộc sống này, cùng với các tâm si mê, sân hận, ganh tị, kiêu mạn và các tư tưởng không lành mạnh khác, vốn là nguyên nhân không chỉ tạo ra bệnh tật mà còn là tất cả các vấn đề bất ổn của chúng ta. Những tư tưởng không lành mạnh này làm cho tâm chúng ta bất an. Ngay khi chúng ta phát Bồ-đề tâm - tâm lành mạnh nhất - ta sẽ tìm thấy sự mãn nguyện và sự bình an của tâm. Khi đó chúng ta chuyển hóa tâm mình từ chỗ tạo ra khổ đau trở thành nhân tố tạo ra hạnh phúc.

Mục đích cuộc sống không chỉ là giải quyết những vấn đề bất ổn của riêng ta và tìm hạnh phúc cho chính mình, mà còn là giải thoát tất cả chúng sinh hữu tình khỏi đau khổ và nguyên nhân gây đau khổ, đem lại cho họ không những hạnh phúc tạm thời mà còn là hạnh phúc tối thượng. Và để đạt hạnh phúc tối thượng, chúng ta cần dẫn dắt người khác không chỉ đến sự giải thoát mà còn là đạt được hạnh phúc tối thượng của giác ngộ viên mãn. Mục đích của chúng ta trong từng hơi thở mỗi ngày, mỗi giờ, mỗi phút giây cũng rộng lớn như hư không vô tận, vì chúng sinh hữu tình nhiều vô số và mục đích cuộc sống chúng ta là đem hạnh phúc tới cho mỗi một chúng sinh trong số đó.

Với mục tiêu này duy trì không gián đoạn trong tâm, mọi sự buồn chán và bất ổn sẽ chấm dứt, hạnh phúc và sự mãn nguyện đến một cách tự nhiên. Hạnh phúc thật sự trong cuộc sống sẽ đến khi chúng ta hiến dâng cuộc đời mình cho lợi lạc của các chúng sinh hữu tình khác. Làm lợi lạc cho những người khác sẽ đem lại cho ta sự bình yên thực sự trong tâm và sự mãn nguyện. Đó là cách tốt nhất để vui hưởng cuộc sống.

Chúng ta trải qua nhiều thất vọng chán nản trong cuộc sống căn bản là vì chúng ta đã không chịu thay đổi sang một thái độ sống vì người khác. Sự chuyển đổi mục tiêu tìm kiếm hạnh phúc cho chính mình thành mục tiêu mang hạnh phúc đến cho người khác sẽ lập tức làm giảm thiểu những vấn đề bất ổn trong cuộc sống chúng ta. Thái độ mới này sẽ chuyển hóa tất cả những điều không mong muốn trong cuộc sống trở thành niềm hạnh phúc. Thay vì xem các vấn đề như là tác nhân gây phiền não, ta có thể thấy chúng trở nên có lợi ích.

Nhiều vấn đề bất ổn của ta có liên quan mật thiết đến những mong ước thuộc về mục đích đời sống. Sức khỏe, tiền bạc, học vấn, tiếng tăm và quyền lực là những mục tiêu rất giới hạn. Đang khi mang bệnh thì mục tiêu của mình không gì hơn là được khỏe mạnh trở lại. Mục tiêu như vậy không có gì đặc biệt. Sự mong muốn giới hạn này thực sự tạo ra những vấn đề bất ổn qua việc làm cho ta âu lo, sợ hãi và thất vọng, bởi vì nếu mục đích của ta chỉ đơn giản là được khỏe mạnh thì một khi bị bệnh chúng ta sẽ trở nên âu lo và sợ hãi.

Được khỏe mạnh không phải là điều quan tâm chính. Điều quan tâm chính là làm sao để mọi chuyện xảy ra cho chúng ta sẽ trở thành lợi lạc cho các chúng sinh hữu tình khác. Nếu được khỏe mạnh, chúng ta nên sử dụng sức khỏe đó để đem lại lợi lạc cho những người khác; và nếu bị đau ốm, chúng ta vẫn sử dụng kinh nghiệm bị bệnh đó để làm lợi lạc cho người khác.

Khi chúng ta tập trung nỗ lực vào mục tiêu đích thật của cuộc đời - làm lợi lạc cho chúng sinh hữu tình - thì việc được khỏe mạnh chỉ là thứ yếu. Thậm chí việc mắc phải ung thư hay AIDS cũng không còn khiến ta bận tâm nữa, vì ta có thể chịu đựng bệnh tật thay cho tất cả chúng sinh hữu tình. Dù khỏe mạnh hay bệnh tật, giàu hoặc nghèo, còn sống hay sắp chết, mục tiêu chính của ta là đem lại lợi lạc cho các chúng sinh hữu tình khác. Đó chính là cội nguồn thiết yếu của hạnh phúc trong cuộc đời. Với thái độ sống này chúng ta sẽ vui hưởng mọi điều xảy ra trong cuộc sống. Với thái độ này chúng ta sẽ làm cho cuộc sống của chúng ta trở nên có ý nghĩa trong suốt hai mươi bốn giờ của mỗi ngày.

Nền văn hóa phương Tây nhấn mạnh vào sự thành công vật chất như là cội nguồn của hạnh phúc. Hạnh phúc được cho là đến từ sự giàu có, sống trong những ngôi nhà lộng lẫy xa hoa, sở hữu nhiều tài sản v.v... Tuy nhiên, chỉ riêng sự giàu có [như thế] không thể đem lại hạnh phúc và sự mãn nguyện. Dù cho có trở thành triệu phú với tiền bạc đủ sống đến năm mươi đời, sự giàu có đó vẫn không thể đem lại cho ta sự bình yên trong tâm. Và dù có nhiều bè bạn đến đâu, họ cũng không đem lại cho ta sự bình yên trong tâm. Sự thành công trên con đường học vấn cũng không phải là nguồn hạnh phúc. Trong thực tế nó còn có thể mang đến cho ta sự bất mãn triền miên, sân hận, kiêu mạn v.v... Chẳng những không đem lại cho ta sự mãn nguyện và bình an trong tâm, tiền bạc, bạn bè và học vấn còn có thể thực sự trở thành những vấn đề bất ổn cho chúng ta.

Nếu xem sức khỏe, tiền bạc, học vấn, tiếng tăm hoặc quyền lực như là mục tiêu của mình, chúng ta sẽ hoàn toàn bám víu vào cái hạnh phúc và sự hưởng thụ tiện nghi thoải mái của cuộc đời này. Ngay cả khi đạt được mục tiêu này, chúng ta cũng sẽ không bao giờ thấy thỏa mãn, vì thái độ của chúng ta là thái độ tham đắm cuộc sống này. Chúng ta đã theo đuổi sự tham đắm này suốt từ vô thỉ cho tới ngày nay và chưa bao giờ có được sự mãn nguyện. Dù ta theo đuổi sự ham muốn đến bao lâu đi chăng nữa, ta cũng không bao giờ có thể tìm thấy sự thỏa mãn, và thực sự không bao giờ chấm dứt được phiền não. Theo đuổi ham muốn không phải là cách để chấm dứt sự bất toại nguyện.

Tuy nhiên, nếu mục tiêu của chúng ta là đem lại lợi lạc

cho người khác, thì việc được giàu có sẽ trở nên có giá trị, bởi vì chúng ta có thể sử dụng sự giàu có để giúp đỡ người khác. Cũng với thái độ tích cực đó, nếu có càng nhiều quyền lực và tiếng tăm, chúng ta sẽ đem lại càng nhiều lợi lạc cho người khác.Với mục đích như vậy trong cuộc sống, tất cả mọi việc chúng ta làm sẽ trở nên lợi lạc cho người khác, và khi ta đem lại lợi lạc cho người khác thì rõ ràng là ta cũng làm lợi lạc cho chính mình.

Khỏe mạnh hay không khỏe mạnh cũng đều như nhau đối với chúng ta nếu ta sử dụng tất cả những gì mình trải qua để làm lợi lạc cho các chúng sinh hữu tình khác. Khi ta có những vấn đề bất ổn, ta sử dụng chính những bất ổn đó để đem lại lợi lạc cho người khác. Điều này đem lại ý nghĩa cho cuộc sống của chúng ta. Ngay cả khi ta không gặp bất ổn nào, ta vẫn làm cho cuộc sống của mình trở nên có ích cho người khác.

Những suy nghĩ không lành mạnh, chẳng hạn như vị kỷ và tham luyến... là nguồn gốc mọi vấn đề bất ổn, ta cần thay đổi chúng, chuyển hóa chúng thành những suy nghĩ lành mạnh, chẳng hạn như ý nguyện đem lại hạnh phúc cho người khác.

Sự chuyển hóa, hay chữa trị tâm, là giải pháp chung cho mọi vấn đề bất ổn trong cuộc sống. Chẳng hạn, nó sẽ giúp giảm ngay tức thì nỗi lo sợ khi có kết quả chẩn đoán xác định bị ung thư hay AIDS. Với thái độ này, không một vấn đề bất ổn nào có thể làm ta bối rối, và ta có thể sử dụng bất kỳ vấn đề bất ổn nào để đem lại lợi lạc cho người khác.

Việc xác định rõ ràng mục tiêu cuối cùng của cuộc đời ta là cực kỳ quan trọng. Nếu xem sự chữa khỏi một căn bệnh nào đó là mục tiêu cuối cùng, đó là ta đã hiểu sai vấn đề, bởi vì ngay cả khi ta đã khỏi bệnh thì cũng không có gì thay đổi cả. Chúng ta vẫn giữ thái độ sống như cũ và thực hiện những hành vi như trước. Chúng ta sẽ tiếp tục tạo nhân cho những vấn đề bất ổn, bởi vì các hành vi của ta sẽ tạo nghiệp bất thiện. Nói cách khác, chúng ta lại tiếp tục tạo ra nhân của bệnh.

Việc thay đổi thái độ sống thực sự quan trọng hơn nhiều so với việc chữa trị bệnh tật. Nếu mục tiêu tối thượng của ta là đem lại lợi ích cho người khác, thái độ tích cực này sẽ ngăn cản việc tạo thêm các nghiệp bất thiện, vốn là nhân của bệnh tật, và giúp chúng ta có khả năng tạo ra những nghiệp thiện, là nhân của hạnh phúc.

Khi ước nguyện sử dụng cuộc sống của mình để đem lại hạnh phúc cho các chúng sinh hữu tình khác, lẽ tự nhiên là ta chắc chắn sẽ không làm tổn hại người khác. Khi hạnh phúc của người khác là mục tiêu tối thượng của ta, chúng ta sẽ đạt được thành công ngoài sức tưởng tượng, vì thái độ sống này đem lại tất cả hạnh phúc, bao gồm cả hạnh phúc vô song của sự giác ngộ, và chấm dứt mọi khổ đau. Định nghĩa chân chính nhất của sự thành công trong cuộc sống là có khả năng làm lợi ích cho người khác.

Ngay cả khi ta không thể chữa lành bệnh của mình bằng thuốc men hay thiền định, chúng ta vẫn đạt được sự chữa trị sâu sắc nhất nếu ta chuyển hóa được quan niệm sống của mình thành nguyện ước trong sáng là làm lợi lạc người khác. Điều này đem lại sự chữa trị sâu sắc bởi vì nó tạo nhân cho thân tâm lành mạnh bằng cách loại bỏ những quan niệm sai lầm vốn là nguyên nhân gây bệnh tật và tạo ra những thái độ hiền thiện vốn là nguyên nhân của hạnh phúc.

Khi phân tích những lợi lạc có được từ nguyện ước giúp đỡ người khác, ta sẽ thấy việc không chữa lành được bệnh của mình không phải là một thất bại lớn. Mặt khác, việc phục hồi bệnh một cách thần kỳ cũng chưa chắc đã có ý nghĩa gì lớn lao, nếu ta không thay đổi được quan niệm sống của mình, vì một khi vẫn còn đó những quan niệm sai lầm, chúng ta sẽ lại tạo ra nhân của bệnh. Dù có thể đứng dậy sau hai mươi năm ngồi trên xe lăn cũng không có mấy ý nghĩa nếu không có sự thay đổi về thái độ tinh thần. Phép lạ thật sự là khi một người có thể chấm dứt nhân của khổ đau và tạo ra nhân của hạnh phúc bằng cách nhận biết được tâm thức là cội nguồn của hạnh phúc cũng như khổ đau. Phép lạ thật sự là phải chuyển hóa tâm mình, vì sự chuyển hóa này sẽ bảo vệ chúng ta trong nhiều kiếp sống. Thái độ tích cực sẽ giúp ta chấm dứt việc tạo ra nhân của các vấn đề bất ổn, nhờ đó sẽ đảm bảo hạnh phúc không chỉ trong đời này mà còn cho hàng trăm, thậm chí đến hàng ngàn kiếp sống tương lai, cho tới khi đạt được giác ngộ. Đây mới là sự thành công vĩ đại nhất.

Tại sao chúng ta cần giác ngộ?

Để hoàn tất sự nghiệp lớn lao là mang hạnh phúc đến cho tất cả chúng sinh hữu tình, đặc biệt là hạnh phúc vô song của giác ngộ viên mãn, chúng ta cần phải giác ngộ. Để dẫn dắt các người khác một cách hoàn hảo, ta cần phát triển các phẩm chất bên trong tâm mình, đặc biệt là trí tuệ toàn giác, tâm bi mẫn với tất cả chúng sinh hữu tình và năng lực hoàn thiện để đưa ra được những phương pháp thích hợp giúp đỡ người khác. Các phẩm chất này là vô cùng thiết yếu trong việc chữa lành bệnh cho chính mình và tất cả chúng sinh hữu tình.

Giác ngộ có nghĩa là chấm dứt vô minh, sân hận, tham lam và tất cả các suy nghĩ bất tịnh khác, cũng như dứt trừ cả những tập khí vi tế và chứng ngộ hoàn toàn. Sự giác ngộ đạt được thông qua phát triển tâm linh. Chúng ta cần phát triển cả từ bi và trí tuệ. Chúng ta không chỉ phát triển trí tuệ nhận biết thực tại tương đối (theo quy ước), đặc biệt là những nguyên nhân của hạnh phúc và khổ đau, mà còn phải phát triển trí tuệ nhận biết thực tại tối hậu, vì chỉ với trí tuệ này chúng ta mới loại bỏ được vô minh, vốn là cội gốc của tất cả khổ đau và nguyên nhân khổ đau, và thành tựu giải thoát.

Thông thường, trước khi có thể dạy người khác văn chương, triết học, khoa học hay các nghề thủ công mỹ nghệ, bản thân chúng ta cần có đủ năng lực trình độ chuyên môn để dạy. Chẳng hạn, trước khi các giáo sư bác sĩ giảng dạy cho các sinh viên y khoa, họ phải có kiến thức và kỹ năng chữa bệnh cần thiết để chẩn đoán cả những căn bệnh khó phát hiện. Tương tự như vậy, chúng ta không thể dẫn dắt tất cả chúng sinh hữu tình đến được bến bờ giác ngộ viên mãn trừ phi bản thân ta có năng lực trình độ hoàn hảo thông qua sự phát triển các phẩm chất tích cực của tâm, đặc biệt là tâm bi mẫn và trí tuệ. Chỉ khi đó ta mới thực sự giúp được người khác.

Mục đích cuộc đời ta là giúp cho thân tâm của mỗi một chúng sinh hữu tình thoát khỏi mọi khổ đau và nguyên nhân khổ đau, và đưa tất cả chúng sinh đến với hạnh phúc tối thượng vĩnh viễn của giác ngộ viên mãn. Phát triển các phẩm chất nội tại của trí tuệ và bi mẫn là phương pháp chữa lành thân tâm của chúng ta, và thông qua điều này, chúng ta sẽ có khả năng chữa lành bệnh cho người khác.

Hãy làm cho mỗi ngày trở nên có ý nghĩa

Buổi sáng, việc đầu tiên ngay khi thức dậy là bạn hãy nhớ đến mục đích cuộc đời bạn, đó là giải thoát tất cả chúng sinh hữu tình khỏi mọi khổ đau và mang hạnh phúc đến cho họ. Chúng ta phải thấy rằng hạnh phúc của tất cả chúng sinh hữu tình là trách nhiệm cá nhân của ta. Để có khả năng giúp đỡ người khác, chúng ta phải khỏe mạnh và sống lâu, và chính vì lý do này mà chúng ta làm vệ sinh cá nhân, ăn uống và làm những việc hằng ngày khác nữa. Mỗi khi ăn uống trong ngày, chúng ta luôn nhớ đến mục đích của cuộc đời mình. Và khi đi ngủ cũng vậy. Để hoàn thành trách nhiệm lớn lao phổ quát của mình, chúng ta cần có sức khỏe tốt và sống lâu, và vì lý do này mà chúng ta ngủ. Bằng cách này, chúng ta đã dùng tất cả hoạt động hằng ngày của mình để phụng sự tất cả chúng sinh hữu tình.

Trước khi đi làm, một lần nữa chúng ta nên nhớ đến mục đích của cuộc đời, đó là trách nhiệm mang hạnh phúc đến cho tất cả chúng sinh hữu tình. Đơn giản chỉ là việc chúng ta thay đổi thái độ, trước đây chúng ta đi làm là để tìm kiếm hạnh phúc cho bản thân, nay ta đi làm là để tìm kiếm hạnh phúc cho người khác. Thậm chí, nếu không thể nói đến hạnh phúc của tất cả chúng sinh hữu tình thì ít nhất chúng ta cũng phải lưu ý tới hạnh phúc của những người chủ thuê, những người cần đến người khác để làm công việc cho họ. Qua việc thực hiện công việc của mình, chúng ta phục vụ những người chủ thuê một cách thiết thực, mang đến cho họ lợi nhuận và hạnh phúc mà họ mong đợi. Ít nhất chúng ta nên nhớ rằng, thông qua những nỗ lực của chúng ta mà các người chủ được thỏa nguyện. Chúng ta đang hiến tặng những người chủ thuê tất cả những lợi tức, tiện nghi thoải mái và hạnh phúc mà họ có được nhờ vào việc làm của chúng ta.

Trong khi làm việc, chúng ta nên nhớ đến mục đích cuộc đời chúng ta trong mối quan hệ với tất cả những người xung quanh, ngay cả với súc vật. Chúng ta có mặt ở đó là để phục vụ cho mọi người, kể cả những người xa lạ; sự tồn tại của chúng ta là vì lợi ích của tất cả chúng sinh hữu tình. Việc nhớ đến mục đích của cuộc đời sẽ tức thời mang đến cho chúng ta hạnh phúc. Ngay khi chúng ta thay đổi thái độ sống, chúng ta sẽ có được sự bình an và mãn nguyện. Và chúng ta đột nhiên thấy rằng mình đang vui thích tận hưởng cả cuộc sống và công việc.

Một khi chỉ biết nghĩ đến riêng mình, chúng ta sẽ trở nên căng thẳng, và sự căng thẳng kéo dài càng gây căng thẳng. Chúng ta trở nên thất vọng chán nản với các vấn đề bất ổn của mình và ý nghĩ này luôn quanh quẩn trong đầu ta: "Tôi gặp bất ổn này. Tôi bị rắc rối kia... Biết bao giờ tôi mới được sung sướng?" Biểu hiện vật lý của tâm vị kỷ là gương mặt luôn căng thẳng và đau khổ.

Tuy nhiên, sự căng thẳng của ta sẽ giảm nhẹ ngay khi ta chấm dứt thái độ chỉ nghĩ đến bản thân mình và bắt đầu quan tâm đến người khác. Chúng ta hãy suy đi nghĩ lại thật nhiều lần giống như tụng niệm thần chú, rằng: "Tôi ở đây là để phụng sự người khác. Tôi ở đây là để phụng sự người khác..." Hoặc là: "Tôi đến đây để mang hạnh phúc cho người khác. Tôi đến đây để mang hạnh phúc cho người khác..." Những câu thần chú mạnh mẽ này sẽ làm cho ta hạnh phúc và giúp ta thấy được cuộc đời ta tràn đầy ý nghĩa. Hãy ngồi một nơi nào đó và tụng đọc những câu trên trong khoảng mười phút, hay thậm chí trong một giờ. Pháp thiền định này sẽ lập tức làm giảm nhẹ căng thẳng trong lòng ta và mang hạnh phúc đến cho cuộc đời ta.

Chúng ta tự giam mình trong ngục tù của tâm vị kỷ, nhưng sự quan tâm chăm sóc người khác sẽ là chiếc chìa khóa giải thoát chúng ta. Chúng ta có thể tức thì cảm nhận được sự tự do. Tâm chúng ta sẽ không còn bén nhọn dễ gây thương tích như một cây gai hay thô nhám và cứng rắn như đá, nhưng sẽ mềm mại, ngọt mát như kem. Tâm ta sẽ rộng mở và thênh thang, và chúng ta tức thì trải nghiệm được bình yên và hạnh phúc. Đây là kết quả có được từ sự quan tâm chăm sóc người khác.

Có được thái độ sống này, tất cả những gì ta làm trong

suốt một ngày làm việc sẽ trở nên tốt đẹp, tích cực, là nhân tạo thành hạnh phúc, vì động cơ làm việc của chúng ta không bị ô nhiễm bởi tâm vị kỷ. Với thái độ sống tích cực này, tất cả các hành vi hằng ngày của chúng ta như làm việc, đi lại, đứng ngồi, ăn ngủ... đều trở thành nguyên nhân tạo ra thành công và hạnh phúc, và không có hành vi nào của ta là nhân tạo ra khổ đau. Hành vi của chúng ta cũng sẽ trở thành nhân đưa đến hạnh phúc tối thượng của giác ngộ viên mãn.

Từ lúc thức dậy vào buổi sáng cho đến khi đi ngủ, chúng ta nên làm tất cả mọi việc vì người khác. Với một nếp sống vì người khác, chúng ta trở nên hạnh phúc, và niềm hạnh phúc vui sướng này không là sự phấn khởi nhất thời mà là sự bình an sâu thẳm trong tâm. Cách tốt nhất để tận hưởng cuộc sống là tự nguyện hiến dâng cuộc đời cho người khác, không phải vì bị ai ép buộc, mà vì tâm từ bi và trí tuệ đã ban cho chúng ta sự tự do tự nguyện. Hạnh phúc và ý nghĩa cuộc sống bất ngờ có được. Cuộc đời thật đáng sống. Chúng ta có sự tự do lạ thường [trong việc] sử dụng tâm ta để chấm dứt các vấn đề bất ổn và đạt được hạnh phúc. Bất cứ việc gì xảy ra cho chúng ta, ta đều có khả năng làm cho chúng có ý nghĩa, và ta không lãng phí thân người quí báu này. Nếu không, thì cho dù chúng ta có sức khỏe và sống đến hàng ngàn năm, đó cũng chỉ là một cuộc sống vô nghĩa, trống rỗng.

Khi mục đích cuộc đời chúng ta là mang hạnh phúc đến cho người khác, điều đó sẽ tạo ra một sự thay đổi lớn, vì khi ấy thì việc có bệnh hay khỏe mạnh đều không còn quan trọng đối với ta. Ngay cả cho dù ta có bị bệnh ung thư, vì sức khỏe không phải là mục tiêu chính của đời ta nên chúng ta chỉ quan tâm đến việc sử dụng kinh nghiệm bị ung thư để mang hạnh phúc đến cho người khác. Điều này tạo ra sự khác biệt rất lớn về phương diện tâm lý và mang đến cho ta nhiều hạnh phúc.

Sự hy sinh bản thân để mang lại điều gì đó cho người khác thay vì lúc nào cũng lấy mất của người khác điều gì đó và dùng họ cho hạnh phúc của riêng mình sẽ mang lại ý nghĩa lớn lao cho cuộc đời ta. Cách suy nghĩ mới này sẽ chuyển hóa cuộc đời chúng ta.

Dù bản thân ta đang hạnh phúc hay đau khổ, khỏe mạnh hay đau ốm... ta nên vận dụng bất cứ kinh nghiệm nào mình đang trải qua để làm lợi lạc cho người khác. Ngay cả khi sắp chết, ta cũng nên làm cho kinh nghiệm về cái chết của ta trở nên lợi ích cho tất cả chúng sinh hữu tình.

5.

BẢN CHẤT CỦA TÂM BI MẪN

Tâm bi là nguồn gốc của hạnh phúc trong cuộc sống. Nó là phương tiện thiết yếu đảm bảo cho hạnh phúc của riêng ta cũng như hạnh phúc của xã hội. Nếu không có tâm từ và tâm bi thì sẽ không có được sự bình yên và hạnh phúc trong gia đình, xã hội, quốc gia hay cả thế giới. Tâm bi cũng là nguồn gốc của một tinh thần minh mẫn và một thân thể tráng kiện. Phát triển tâm bi là phương pháp mạnh mẽ nhất để chữa lành bệnh cho chính mình và các chúng sinh hữu tình khác.

Tâm bi mẫn hết sức quan trọng, vì nó là nhân của hạnh phúc, thành công, mãn nguyện và an vui trong cuộc sống. Thực hành tâm bi có nghĩa là không làm tổn hại mà chỉ luôn giúp đỡ người khác, và việc giúp người là nhân đưa đến sự thành công của chúng ta. Khi ta sống với tâm từ bi, ta mang hạnh phúc đến cho người khác, như vậy sẽ khiến cho cuộc sống của ta có ý nghĩa. Chúng ta sẽ hạnh phúc khi thấy mình đang làm cho người khác vui sướng. Đức Dalai Lama thường nói rằng, nếu muốn chăm lo cho bản thân, chúng ta nên hành xử với một thái độ khôn ngoan và chăm lo cho bản thân một cách khôn ngoan bằng việc chăm lo cho người khác, cho chúng sinh hữu tình khác. Và dù chẳng mong cầu gì cho mình, nhưng bằng cách mang hạnh phúc và thành công đến cho người khác, tự nhiên ta có được kết quả là hạnh phúc và thành công sẽ đến với ta.

Tâm bi sẽ khiến cho người khác trở thành bạn bè ta. Khi ta có tâm từ bi, ta xem mọi người đều như anh em bạn bè của mình, ta cảm thấy gần gũi họ, mặc dù trên thực tế họ ở xa chúng ta. Nếu ta không có tâm từ bi, ta không cảm thấy gần gũi mọi người cho dù họ đang sống trong cùng căn hộ với ta. Nếu ta thiếu tâm bi thì sẽ thấy khó kết bạn, và khi ta cố gắng tìm một người bạn, không chóng thì chầy họ cũng sẽ trở thành kẻ thù của ta. Ngay cả bà con họ hàng cũng có thể trở thành kẻ thù của chúng ta.

Cuộc sống mà không có tâm bi thì thật sự khốn khổ. Những người cả ngày chỉ biết quan tâm đến mình, trong lòng trống vắng sự yêu thương xót xa trước khổ đau của người khác, sẽ không có được sự bình yên và hạnh phúc đích thực. Nếu không có tâm từ bi thì dù cho giàu có bao nhiêu, có quyền lực hay học thức bao nhiêu, có bạn bè nhiều bao nhiêu, chúng ta cũng không thể có bình yên và hạnh phúc, chúng ta không thể hưởng thụ được cuộc sống. Thiếu tâm từ bi, ta sẽ phải trải qua sự cô đơn, chán nản, và chịu đựng nhiều vấn đề khác nữa.

Trong một cuộc phỏng vấn, khi được hỏi về bệnh trầm cảm, đức Dalai Lama trả lời rằng, bệnh trầm cảm về cơ bản xuất phát từ sự không yêu thương người khác. Nhận xét này thật có ý nghĩa, vì thái độ chỉ biết quan tâm đến riêng bản thân mình sẽ mang lại sự lo âu và sợ hãi.

Nếu chúng ta không có tâm bi, cho dù có bao nhiêu bạn bè, cho dù giàu có bao nhiêu, chúng ta cũng không thể có sự bình yên và toại nguyện thực sự trong cuộc sống. Cho dù chúng ta là người giàu nhất trên thế giới, tiền bạc sẽ không mang đến cho chúng ta bất kỳ sự thỏa mãn nào nếu ta thiếu mất các phẩm tính quí giá của con người là tâm từ và tâm bi. Chúng ta sẽ không thể tận hưởng cuộc sống, lòng ta sẽ như một sa mạc nóng bỏng và khô cằn. Nếu chúng ta thiếu các phẩm tính quí báu này, và với thái độ sống ích kỷ, sự giàu có sẽ đưa tới cho chúng ta rất nhiều lo âu, sợ hãi và thất vọng. Điều này đặc biệt đúng nếu chúng ta thành công trong việc có được tất cả những tiện nghi vật chất sung túc mà ta mong muốn, vì khi ấy ta vẫn không bao giờ có thể tìm thấy sự thỏa mãn, toại nguyện. Chúng ta sẽ lo sợ đối thủ cạnh tranh trở nên giàu có hơn ta. Tài sản tiền bạc thậm chí còn tạo ra các vấn đề bất ổn trong cuộc sống, mang đến với ta những kẻ thù và làm cuộc sống ta bị đe dọa.

Việc ôm lòng vị kỷ và không có tâm từ bi sẽ làm cho cuộc sống của những người giàu trở nên bất hạnh, bất toại nguyện. Họ còn bất hạnh hơn cả những người hành khất đi xin ăn từng bữa, vì mặc dù họ có mọi thứ tiện nghi vật chất nhưng họ vẫn không thấy thỏa mãn. Điều này làm cho các vấn đề tinh thần trở nên trầm trọng hơn và họ phải chịu đựng nhiều thất vọng, nhiều sự bất mãn trong cuộc sống.

Ngược lại, nhiều người sống trong những điều kiện sơ khai thiếu thốn tiện nghi vật chất, nhưng nhờ có tâm bi mẫn, có lòng thương người nên họ sống rất hạnh phúc và toại nguyện. Lấy ví dụ về dân làng Solu Khumbu vùng Hy Mã Lạp Sơn nơi tôi đã sinh ra. Nếu so sánh với những người phương Tây thì dân làng tôi chẳng có gì cả; họ sống trong những căn nhà đá trơ trọi, có một hay hai bộ quần áo để thay, vài cái nồi nhỏ và thực phẩm thì chỉ đủ để sống qua ngày. Tuy nhiên, bất chấp các điều kiện sống giản dị và sơ khai, những người dân này luôn rất hạnh phúc và an vui nhờ vào tấm lòng ấm áp tử tế của họ.

Thêm nữa, cho dù tri thức và học vấn nhiều đến bao nhiêu, chúng ta cũng không thể có sự bình yên trong lòng nếu ta thiếu tâm từ bi. Ngay cả khi dành hết cả cuộc đời để học hỏi nghiên cứu, thì vốn kiến thức đó cũng chỉ tạo ra các vấn đề bất ổn nếu ta bị thúc đẩy bởi tâm ích kỷ chỉ biết chăm lo cho bản thân mình. Đáng lẽ ra học vấn sẽ mang đến hạnh phúc và toại nguyện, đằng này ngược lại, nó tạo ra nhân của kiêu căng, sân hận và làm cho những tư tưởng bất tịnh khác nữa nổi lên. Chúng ta sẽ không tận hưởng được cuộc sống, ta sẽ không tìm thấy ý nghĩa của cuộc sống. Nếu ta không có tâm từ bi thì có nguy cơ là ta sẽ dùng kiến thức và học vấn để làm tổn hại người khác, thậm chí tự hủy hoại mình và hủy hoại cả thế giới. Thí dụ, bom nguyên tử có thể bị sử dụng với tính cách hủy hoại nếu thiếu động lực từ bi. Nhưng với tâm từ bi, chúng ta sẽ dùng kiến thức và học vấn để mang hạnh phúc đến cho người khác, đây đích thị là cách tốt nhất để tìm thấy hạnh phúc cho chính bản thân mình.

Vì sao người khác cần đến tâm bi của chúng ta

Tâm bi mẫn của chúng ta là cội nguồn của bình an và hạnh phúc trong cuộc sống bản thân và cuộc sống của những người khác. Nó là nguồn hạnh phúc cho bất kỳ chúng sinh hữu tình nào, bắt đầu từ những người và động vật quanh ta.

Chúng ta có thể hiểu được điều này bằng cách quán xét xem hạnh phúc của ta phụ thuộc như thế nào vào những người và cả những động vật quanh ta trong cuộc sống hằng ngày. Chúng ta chịu ảnh hưởng bởi cách thức, mức độ mà những người khác suy nghĩ về ta, cư xử với ta. Những điều đó có thể làm cho ta vui sướng hoặc thất vọng. Chúng ta hoan hỉ khi một ai đó, thậm chí là một người xa lạ, mỉm cười với ta một cách trìu mến hay cư xử tử tế với ta. Ngược lại, ta cảm thấy không vui khi một ai đó khó chịu hay cư xử tệ bạc với ta. Thậm chí một người hoàn toàn xa lạ đang đi trên đường mải miết suy tư về bản thân và về các vấn đề bất ổn, hình ảnh đó cũng sẽ làm chạnh lòng ta. Tâm họ quá ư bận rộn miên man và toàn bộ cơ thể họ căng thẳng.

Tương tự như vậy, cách thức mà chúng ta suy nghĩ và cư xử sẽ gây ảnh hưởng đến những người và động vật quanh ta. Người và động vật quanh ta sẽ cảm thấy thoải mái khi biết rằng ta không có ý định gây tổn hại. Ngay cả loài chuột cũng cảm nhận được sự tử tế tốt bụng. Lần đầu tiên khi con chuột thấy ta, nó do dự không biết có nên tin ta hay không, nhưng sau khi nó nhận biết rằng ta không có ý định hại nó, nó tỏ ra yên tâm, thư thả đi lại quanh ta. Thậm chí ta có thể thấy được một ít thay đổi nơi vẻ ngoài của nó, trông thoải mái điềm tĩnh.

Tôi có nhiều duyên nghiệp với loài chuột. Ngay cả nếu một nơi nào trước đó không có chuột nhưng khi tôi đến ở thì chúng xuất hiện. Khi tôi đang nhập thất ẩn tu ở Adelaide, Úc châu, nhiều con chuột đã xuất hiện vào lúc nửa khuya. Chúng leo lên gần tôi trên giường, chúng khum người xuống sau chiếc gối như thể chúng muốn làm tổ ở chỗ ấm áp đó. Vào một đêm, một con chuột sau nhiều lần thất bại cuối cùng leo được lên bàn tôi chỉ một lần. Dĩ nhiên, con chuột trèo lên không phải vì tôi tử tế với nó, nhưng vì nó cảm nhận được rằng tôi không có ý định quấy rối nó. Con chuột nhỏ nhắn đó ngồi xuống, ngước lên nhìn vào mặt tôi, gương mặt của nó trông rất thoải mái và có vẻ hạnh phúc. Sau một lúc nó bỏ đi.

Mặc dầu con chuột đó đã không thể trèo được lên bàn thờ trong phòng nhập thất của tôi, nhưng nó trèo lên được bàn thờ trong phòng kế cận. Nó đã trèo lên khoảng vài lần, uống nước trong các chén nước cúng và gặm một ít bánh cúng. Tôi đã lấy một cái chén, đổ đầy hạt đậu và tsampa vào đó, rồi để cạnh chỗ con chuột trèo lên, ấy thế mà nó lại không ăn nhiều - có lẽ tôi không đủ phước. Nó chỉ ăn một ít rồi bỏ đi.

Có một đêm, toàn bộ những khối *tsa-tsa* bằng thạch cao trên bàn thờ bị đổ sụp xuống, lật ngược ra phía sau. Tôi đoán chừng con chuột có thể bị kẹt giữa hai khối *tsa-tsa* lớn khi rơi xuống. Nó phải loay hoay một lúc mới thoát ra được; trông bộ dạng của nó, tôi đoán nó phát sợ, thất vọng, như thể bị đánh đau lắm. Khi tôi làm một tiếng động nhỏ, nó liền nhảy xuống sàn và chạy đi mất. Từ đó về sau, nó không bao giờ trở lại chỗ bàn thờ nữa.

Điều mà tôi cố gắng nêu ra ở đây là, hạnh phúc của những người và động vật ở quanh ta tùy thuộc vào chúng ta, tùy thuộc việc chúng ta suy nghĩ và cư xử như thế nào với họ. Mỗi người trong chúng ta đều có trách nhiệm đối với hạnh phúc không chỉ riêng của tất cả những người quanh ta hằng ngày, mà còn là của vô số chúng sinh hữu tình; hạnh phúc đó tùy thuộc vào tấm lòng ta, tùy thuộc vào tâm từ bi của ta. Hạnh phúc này hoàn toàn ở trong tầm tay. Chúng ta có mang bình yên và hạnh phúc đến cho người khác hay không là tùy thuộc việc chúng ta làm được gì với tâm ta. Chúng ta hoàn toàn chịu trách nhiệm về điều đó.

Nếu chúng ta không tu tập tâm từ bi thì với tư tưởng vị kỷ cùng với các vọng tưởng khác nữa, chúng ta sẽ làm hại vô số chúng sinh hữu tình một cách trực tiếp hay gián tiếp, đời này tiếp nối đời khác. Và vì đời sống cùng với hạnh phúc hay khổ đau của những người khác đều tùy thuộc vào chúng ta, nên chúng ta có thể gây nguy hại cho chúng sinh hữu tình. Nếu không có tâm từ bi, một người có thể sử dụng năng lực và ảnh hưởng của mình để gây nguy hại cho cả thế giới.

Lịch sử thế giới đã cho thấy nhiều lần, trong quá khứ xa xưa và ngay cả mới gần đây, hàng triệu người - và cả động vật, sâu bọ - đã bị sát hại chỉ vì một người có quyền lực đã không hành động từ bi. Nếu người nắm giữ quyền lực đó có tâm bi mẫn thì hàng triệu người đã không bị hành hạ và giết hại, cũng như vô số động vật và sâu bọ đã không phải chịu đựng khổ đau. Trong một cuộc chiến tranh hay trong một vụ nổ bom nguyên tử, người ta chỉ thống kê số người chết, còn động vật và sâu bọ thì không được đếm xỉa tới. Người nắm giữ quyền lực đó không cần phải làm gì đặc biệt để giúp người khác mà chỉ cần đừng ra lệnh giết hại thì tất cả vô số chúng sinh ấy đã được sống, được hạnh phúc bình yên. Nhưng thay vì như vậy, họ đã bị hãm hại thật đáng sợ; và thậm chí nhiều năm sau đó nỗi kinh hoàng vẫn còn trong lòng họ.

Ngược lại, nhờ có lòng bi mẫn, những người như đức Dalai Lama và Mahatma Gandhi đã là suối nguồn chính yếu của hòa bình thế giới. Các sách vở và những bài nói chuyện trước công chúng của đức Dalai Lama đã mang lại sự bình yên cho hàng triệu người qua việc giảng dạy cho họ về từ bi và trí tuệ. Nếu những người có quyền lực có tâm từ bi, họ sẽ sử dụng quyền lực để mang hạnh phúc đến cho hàng triệu người; nhưng nếu thiếu tâm từ bi, họ có thể dùng quyền lực đó để gây nguy hại cho cả thế giới...

... ... Một người có tâm bi mẫn thì dù có bao nhiêu vũ khí cũng không là mối nguy hại cho người khác. Ngược lại, một người không có tâm bi có thể gây nguy hại cho người khác ngay cả khi họ không có vũ khí; vì họ luôn tìm cách để làm hại người khác bằng thân, khẩu và ý của họ.

Như trên vừa nêu, chúng ta đã thấy được rằng một người có quyền lực có thể gánh trách nhiệm lớn lao đối với cuộc sống của nhiều chúng sinh hữu tình; bình yên và hạnh phúc của hàng triệu chúng sinh có thể tùy thuộc vào tâm và mức độ bi mẫn của chỉ một con người này. Và cá nhân mỗi chúng ta cũng giống hệt như vậy. Từng thành viên chúng ta đều có trách nhiệm đối với hạnh phúc của mỗi chúng sinh hữu tình khác, cho dù mắt ta có trông thấy chúng sinh đó hay không.

Chúng ta có trách nhiệm đối với hạnh phúc của từng con người, từng con vật, từng côn trùng bé nhỏ, từng sinh linh... Bất kỳ chúng sinh nào cũng giống nhau ở một điểm là mong muốn được hạnh phúc sung sướng và không muốn chịu đau khổ, và chúng ta có trách nhiệm đối với bất kỳ chúng sinh nào, không chỉ là bạn bè thân quyến, mà kể cả những người xa lạ và kẻ thù ta nữa.

Khi ta thực hành tâm từ bi, việc trước nhất là ta ngưng làm hại các chúng sinh, bắt đầu từ những người và động vật quanh ta. Khi ta làm như vậy, các chúng sinh đó nhận được sự bình yên từ chúng ta. Không gây hại tức là tạo ra sự bình yên. Ví dụ, hôm qua chúng ta bị đau đầu, hôm nay tuy rằng cơn đau đầu chưa biến mất nhưng đã bớt nhiều, chúng ta nói với người khác "Hôm nay tôi cảm thấy khỏe hơn!" Chúng ta thấy vui sướng vì cơn đau gia tăng như hôm qua đã không còn, và vì vậy chúng ta tự cho là "khỏe hơn".

Một ví dụ khác, có người đe dọa bắn chết ta. Nhờ vào sự thuyết phục có lý có tình, ta đã khiến họ thay đổi ý định và không bắn ta. Như vậy họ đã mang bình yên và hạnh phúc đến cho chúng ta. Bằng sự thay đổi ý định, họ đã giải thoát cho ta khỏi sự sợ hãi và sự hiểm nguy bị bắn, và họ đã cho ta được sống lâu hơn. Thực tế là, người đó đã giúp chúng ta vì họ đã tự kiềm chế, ngưng làm hại chúng ta. Tương tự như vậy, khi chúng ta thực hành tâm từ bi, chúng ta giúp người khác khi ta tự kiềm chế việc gây hại. Khi chúng ta không gây hại như vậy, vô số chúng sinh khác nhận được sự bình yên và hạnh phúc từ chúng ta.

Nhưng trên hết, khi chúng ta có tâm bi mẫn, chúng ta cảm thấy có sự cởi mở rộng lượng, sự cảm thông với người khác, nên chúng ta cố gắng giúp họ. Khi chúng ta có tâm bi mẫn mãnh liệt đối với một chúng sinh, chẳng hạn một con người hay một động vật, chúng ta không chỉ không hãm hại mà còn giúp đỡ chúng sinh đó. Phản ứng tự nhiên là chúng ta đáp ứng yêu cầu giúp đỡ của người đang bị đau ốm, người nghèo khổ, cho dù đó là người xa lạ, hoặc một con vật đang bị thương. Chúng ta sẽ giúp đỡ tùy theo khả năng của ta và cũng tùy theo việc ta nhận biết tình huống như thế nào. Việc không làm hại chúng sinh, và hơn thế nữa, mang đến lợi lạc cho mọi chúng sinh, chính là đã bao gồm được toàn bộ giáo lý của đạo Phật.

Chúng sinh được giúp đỡ hay bị hãm hại là tùy thuộc việc chúng ta có tâm từ bi hay không. Rõ ràng, một khi chúng ta có tâm từ bi, chúng ta sẽ giúp đỡ người khác; nếu không giúp được thì ít nhất chúng ta cũng không làm hại họ. Tâm từ bi càng mãnh liệt, chúng ta càng hiến dâng cuộc đời nhiều hơn cho việc làm lợi ích chúng sinh. Và rồi tất cả chúng sinh sẽ nhận được sự bình yên và hạnh phúc từ chúng ta, trực tiếp hoặc gián tiếp. Các chúng sinh khác có nhận được lợi lạc từ chúng ta hay không là tùy thuộc việc ta có thực hành tâm từ bi hay không. Mỗi một chúng ta có trách nhiệm đối với hạnh phúc và sự bình yên của từng chúng sinh hữu tình là như thế đó. Hạnh phúc của tất cả chúng sinh tùy thuộc vào tâm của riêng ta, tùy thuộc việc ta có phát triển tâm bi mẫn hay không.

Nếu ta không sinh khởi tâm từ bi, nếu ta sống với tư tưởng chỉ biết quan tâm bản thân, thì sự tham lam, sân hận, ganh tị và các vọng tưởng khác nữa sẽ nổi lên nhanh chóng và quyết liệt. Các tư tưởng bất thiện này sẽ khiến chúng ta gây hại các chúng sinh khác, trực tiếp hay gián tiếp, đời này nối tiếp đời khác. Thiếu vắng tâm từ bi sẽ mang đến rất nhiều bất hạnh, rất nhiều vấn đề bất ổn cho cuộc sống của ta và của cả những chúng sinh khác.

Bạn chỉ là một con người

Chẳng có gì đáng nói nếu có ai đó tỏ vẻ thông cảm, thương xót bạn. Thậm chí, nếu có ai đó không thích bạn, hoặc hơn thế nữa, chửi mắng hay làm tổn thương bạn thì cũng chẳng có gì đáng phải buồn phiền, vì bạn chỉ là một người. Sự việc chẳng có gì đáng phải hoảng sợ, vì chỉ có một chúng sinh liên quan và chúng sinh đó chỉ là riêng bạn. Nếu bạn phải sinh vào địa ngục thì cũng chẳng có gì đáng tuyệt vọng, vì bạn chỉ là một chúng sinh. Và nếu bạn đạt giác ngộ thì cũng chẳng có gì quá phấn khởi, vì bạn cũng chỉ là một người.

Tuy nhiên, nếu một chúng sinh hữu tình như bạn không thực hành tâm từ bi, thì có nguy cơ là bạn có thể gây hại cho tất cả chúng sinh khác, trực tiếp hoặc gián tiếp, đời này sang đời khác. Như tôi đã nêu ra, ngay cả trong một đời này bạn cũng có khả năng gây hại đến hàng triệu người. Vì lý do này, việc phát khởi tâm từ bi phải là ưu tiên hàng đầu. Đó phải là việc đầu tiên mà bạn nghĩ tới và cố gắng thực hiện. Vô số chúng sinh hữu tình mong muốn bạn khởi tâm từ bi đối với họ, giúp đỡ họ và đừng làm hại họ. Dù cho bản thân bạn cũng muốn mọi người yêu thương và giúp đỡ, nhưng vì bạn chỉ có một mình, bạn hoàn toàn không đáng kể khi so sánh với vô số chúng sinh mà hạnh phúc của họ tùy thuộc vào tâm từ bi của bạn.

Nếu so sánh với việc những người khác tỏ lòng từ bi đối với bạn, một cá nhân mà thôi, thì việc bạn tỏ lòng từ bi đối với vô số chúng sinh khác là quan trọng hơn. Vì lý do này, bạn phải chủ động thực hành tâm từ bi, dù những người khác có cư xử tốt, có thương mến bạn hay không. Vì nếu bạn thực hành tâm từ bi, bạn sẽ đem lợi lạc đến cho vô số chúng sinh; và nếu bạn không thực hành tâm từ bi, bạn sẽ gây hại cho vô số chúng sinh. Và vì lý do đó, bạn vẫn nên thực hành tâm từ bi dù những người khác có thực hành tâm từ bi hay không.

Chúng ta thường nghĩ rằng: "Tại sao tôi phải thực hành tâm từ bi nếu những người khác không [thực hành tâm từ bi đối với tôi]?" Nhưng lập luận này xuất phát từ tâm vị kỷ chứ không phải từ trí tuệ. Lập luận này không dựa trên sự suy nghĩ thấu đáo, vì nó không tính đến ngay cả sự bình yên và hạnh phúc trong tâm ta. Tâm vị kỷ tranh biện theo cách này vì mong muốn được lợi lạc, nhưng trên thực tế nó chỉ đưa tới sự mất mát, vì nhận thức của nó về lợi lạc là không đúng.

Cách mà tâm vị kỷ nhận thức về lợi lạc là làm cho người khác bị thua thiệt và giành lấy phần lợi về cho mình; người khác phải bị thiệt thời để cho mình được có lợi, được sung sướng. Ngược lại, trí tuệ theo Chánh pháp hiểu được tiến trình đích thực của hạnh phúc và đau khổ, biết rằng cả hạnh phúc lẫn khổ đau đều đến từ tâm ta. Thái độ và hành động hiền thiện sẽ mang lại hạnh phúc; thái độ và hành động bất thiện mang lại khổ đau. Trí tuệ cũng biết rằng việc đánh bại người khác để giành lấy chiến thắng về mình trên thực tế chỉ đưa đến sự thiệt hại, mất mát, vì chúng ta đang tạo ra nhân để rồi sẽ phải chịu sự thiệt hại, mất mát trong đời này và có thể nối tiếp trong hàng ngàn đời sau.

Khi hãm hại người khác, chúng ta tạo ra những vấn đề bất ổn cho chính ta, dù ta có nhận biết điều đó hay không. Hạnh phúc và các vấn đề bất ổn đều có sự phát triển tự nhiên của chúng. Cũng giống như cây thuốc mọc lên từ hạt giống của cây thuốc, và cây có độc mọc lên từ hạt giống của cây có độc. Hạt giống của một cây thuốc không thể phát triển thành cây có độc, hay hạt giống cây có độc không thể mọc lên thành cây thuốc. Việc hãm hại người khác sẽ tạo ra nhân của các vấn đề bất ổn mà chính bản thân ta phải hứng chịu, và không làm hại người sẽ tạo ra nhân của hạnh phúc mà cũng chính ta sẽ được hưởng.

Tâm vị kỷ là tâm chỉ quan tâm đến hạnh phúc tức thời của mình, nhưng các phương pháp mà tâm này sử dụng để mang lại hạnh phúc là không khéo léo, không thiện xảo. Đánh bại người khác và giành lấy vinh quang lợi lộc cho mình là một điều thực sự ngây ngô, vì kết quả của nó sẽ ngược lại với mục đích. Cũng giống như chúng ta có ý muốn uống thuốc chữa bệnh nhưng hóa ra ta đang uống thuốc độc.

Khi chúng ta hành động với trí tuệ theo Chánh pháp, chúng ta nhường phần thắng cho người khác và nhận lấy phần thua thiệt về mình. Tuy nhiên, sự thua thiệt, mất mát chỉ là phần hiện ra bên ngoài, mà thực ra chúng ta được lợi lạc vô song từ hành động hiền thiện này, vì trong nhiều ngàn năm sau chúng ta vẫn có thể được tận hưởng vinh quang thắng lợi. Đó là lý do tại sao chúng ta nên tự mình thực hành tâm từ bi, bất kể là người khác có thực hành tâm từ bi hay không.

Vì sao chúng ta có thể phát sinh tâm bi mẫn

Tất cả chúng ta đều sẵn có ít nhiều tâm bi. Chúng ta có thể chưa xót thương bi mẫn đối với hết thảy chúng sinh hữu tình, nhưng chúng ta hẳn phải thật có tâm bi đối với ít nhất là một số người trong đó. Có những người khác có tâm từ bi rộng lớn hơn chúng ta. Thậm chí trên thế giới có những người có tâm xót thương bi mẫn với rất nhiều chúng sinh đang khổ đau. Và cứ lần theo dòng lập luận như vậy, chúng ta biết chắc là phải có những người mà tâm bi mẫn được phát triển trọn vẹn, bao trùm hết thảy mọi chúng sinh khổ đau.

Điều chủ yếu khiến ta có thể phát sinh tâm bi mẫn là bản chất của tâm ta. Như tôi đã giải thích trước đây, bản chất đích thực của tâm chúng ta là sáng suốt, thanh tịnh; nó không đồng nhất và cũng không pha trộn với các lỗi lầm của tâm. Vì bản chất đích thực của tâm là không đồng nhất với những vọng tưởng phiền não và những che chướng, nên một số người thậm chí gọi bản chất này của tâm là "Phật" và cho đó là giác ngộ viên mãn.

Bản chất thanh tịnh sáng suốt của tâm được gọi là tánh Phật, đã cho chúng ta khả năng phát triển tâm theo cách mà ta muốn; cho phép ta có khả năng làm sinh khởi và mở rộng tâm bi mẫn. Chúng ta có thể tu luyện tâm và phát triển trọn vẹn lòng bi mẫn xót thương đến tất cả chúng sinh hữu tình.

Tâm bi mẫn không phải là một hiện tượng độc lập. Nó không tự mình hiện hữu; không có tự tánh tự tồn. Những tư tưởng hiền thiện và an hòa, mong muốn mọi chúng sinh khác thoát khỏi khổ đau, được tâm chúng ta gán cho tên gọi là "tâm bi mẫn". Nói cách khác, tâm bi mẫn là một cái gì đó mà chúng ta dùng tâm mình tạo ra. Tâm bi là một hiện tượng duyên khởi; nó sinh khởi tùy thuộc vào các nguyên nhân và điều kiện. Ví dụ, tâm bi mẫn khởi lên trong sự tùy thuộc vào điều kiện chúng ta nhìn thấy sự đau khổ của một chúng sinh khác, như một em bé Ethiopia đói khổ hay một con thú bị thương, và mong muốn chúng sinh đó thoát được khổ đau. Chính bản chất của tâm đã giúp ta có thể sinh khởi và phát triển tâm bi. Tâm thức tự nó cũng là sự sinh khởi tương thuộc, nó hiện hữu trong sự phụ thuộc vào các nguyên nhân và điều kiện.

Dựa vào kinh nghiệm chúng ta biết rằng, khi ta cảm thấy dù chỉ đôi chút xót thương một người nào đó, ta cũng tự nhiên ước muốn cho người đó thoát khỏi những bất ổn, và ta sẽ làm những gì có thể được để giúp người đó. Khi tâm bi của ta mãnh liệt hơn, ta sẽ nhận lấy trách nhiệm cứu giúp ngày càng nhiều hơn những chúng sinh hữu tình để họ thoát khỏi khổ đau. Khi chúng ta phát triển trọn vẹn tâm bi, chúng ta sẽ hiến dâng cuộc sống của mình cho tất cả chúng sinh hữu tình. Chúng ta sống chỉ để giải thoát cho mỗi một chúng sinh khỏi khổ đau và nhân của khổ đau cũng như để mang hạnh phúc đến cho họ. Khi ấy, chúng ta đã không ngừng tích tụ công đức - là nhân của hạnh phúc và thành công - nhiều như không gian vô biên.

Làm sao phát khởi tâm bi mẫn?

Giờ đây, chúng ta thấy được rằng việc phát khởi tâm bi là điều quan trọng nhất đối với chúng ta và đặc biệt là cho tất cả chúng sinh hữu tình. Chúng ta cần phát triển tâm bi đối với từng chúng sinh hữu tình, giải phóng họ khỏi khổ đau và nguyên nhân khổ đau, dẫn dắt họ tới không chỉ hạnh phúc tạm thời mà còn là hạnh phúc vĩnh cửu của sự giác ngộ viên mãn.

Tuy nhiên, tâm từ bi không thể từ trên trời rơi xuống một cách thần kỳ hoặc chỉ đơn giản có được bằng cách lặp đi lặp lại rằng: "Tôi cần tâm bi, tôi cần tâm bi..." Cũng giống như ở trường học, chúng ta học từ môn học này sang môn học khác và tiến dần qua các lớp, chúng ta phải phát triển tâm bi từng bước một, bắt đầu với những đề mục thiền định sơ đẳng.[1] Nếu không làm như thế, tâm bi của ta sẽ không ổn định. Chúng ta có thể xót thương một người bạn đang hoạn nạn hay một con vật bị thương, nhưng sau vài ngày thì tâm bi của chúng ta sẽ biến mất.

Chúng ta cần phát triển tâm bi một cách trọn vẹn, tức là có tâm xót thương bi mẫn đối với từng chúng sinh hữu tình như người mẹ xót thương khi đứa con thân yêu đang bị nguy hiểm. Nếu đứa con bị rơi vào lửa, người mẹ chỉ có một suy nghĩ duy nhất là nhảy vào lửa để cứu con. Suy nghĩ của người mẹ nổi lên một cách mãnh liệt và tự nhiên, người mẹ lập tức ngừng ngay công việc đang làm và chạy đến cứu con. Khi chúng ta phát triển tâm bi trọn vẹn, chúng ta cảm thấy hoàn

---

[1] Chẳng hạn như trong pháp thiền phát sinh tâm bi qua Pháp tu tập bảy điểm nhân quả, hành giả thực hành thiền định về tâm xả, rồi tiếp tới xem tất cả là mẹ mình, rồi nhớ nghĩ đến sự tử tế của họ, mong muốn đền đáp sự tử tế đó, phát khởi tâm từ bi, phát khởi tâm vị tha, phát khởi Bồ-đề tâm.

toàn giống như người mẹ này đối với nỗi đau khổ của từng chúng sinh hữu tình, bất kể là bạn bè, kẻ thù hay người xa lạ.

Với một tâm bi mẫn vĩ đại, chúng ta không chỉ mong muốn từng chúng sinh thoát khỏi khổ đau, mà chúng ta còn tự mình hành động để giải thoát họ khỏi đau khổ. Đây gọi là tâm đại bi, vì chúng ta tự mình nhận lấy trách nhiệm giải thoát họ. Khi chúng ta có được tâm đại bi, chúng ta mang hạnh phúc và an lạc đến không chỉ cho bản thân mình mà còn là cho từng chúng sinh hữu tình. Điều đó làm cho cuộc đời ta có ý nghĩa sâu sắc. Chúng ta cần phát triển tâm bi này với tất cả chúng sinh hữu tình - mỗi một chúng sinh trong số đó đều chỉ muốn được sung sướng và không muốn khổ đau. Chúng ta cần có tâm bi không chỉ với những người đau ốm, hoạn nạn, mà còn cả với những người đang giàu sang, khỏe mạnh...

Để phát sinh tâm bi đối với từng chúng sinh hữu tình, chúng ta cần sự hiểu biết sâu sắc về tất cả các loại vấn đề bất ổn mà chúng sinh chịu đựng. Mỗi một vấn đề thuộc về cá nhân hay quốc gia, hay cả thế giới, đều là lý do khiến chúng ta phát sinh tâm bi. Mỗi người, mỗi động vật mà chúng ta nhìn thấy đang bị khổ đau, dù là thấy trên tivi, đều là lý do để chúng ta phát sinh tâm bi. Mỗi chúng sinh khổ đau đang khẩn cầu chúng ta phát sinh tâm bi. Chúng ta thấy các loài vật đang chịu khổ đau không thể tưởng tượng được, tràn ngập sự sợ hãi, sự tức giận, tham lam, vô minh. Chúng tấn công lẫn nhau mà không biết rằng, khi gây hại kẻ khác, chúng đang tạo ra nhân để nhận lại sự hãm hại cho chính mình về sau.

Nhiều động vật, đặc biệt là loài chim, không thể thoải mái được một giây phút nào, vì chúng sống trong nỗi sợ hãi triền miên. Khi chúng ăn, chúng không thể ăn trong tư thế thoải mái, vì chúng phải liên tục lắng nghe động tĩnh chung quanh và phải quan sát canh chừng mọi hướng. Cuộc sống không ổn định, không chắc chắn. Mọi con chim đều có kẻ thù có thể giết chúng bất kỳ lúc nào. Chúng luôn luôn sợ sệt, dù khi chúng đậu trên mặt đất hay khi bay trên bầu trời. Ngược lại chúng ta đã quen với sự an toàn đến nỗi chúng ta không ý thức về nó; và chúng ta được sống một cách thanh thản, thoải mái, tiện nghi. Khi rời nhà đi ra ngoài, chúng ta tin rằng chẳng có ai muốn hãm hại hay đe dọa giết chúng ta. Tuy nhiên, thực ra thì sự nguy hiểm có thể xảy ra một giây sau đó. Sự việc đơn giản tùy thuộc vào sự thay đổi thái độ của chỉ một con người. Chỉ cần có một người trở nên thô bạo là cuộc sống của chúng ta lập tức rơi vào nguy hiểm ngay. Như vậy, chúng ta thấy rằng ta tùy thuộc vào người khác như thế nào.

Ba loại khổ đau

Để có tâm bi mẫn với các chúng sinh hữu tình một cách trọn vẹn, chúng ta phải biết được ba loại khổ đau mà chúng sinh đang trải qua: *khổ khổ, hoại khổ* và *hành khổ*. Và để hiểu rõ khổ đau của chúng sinh, chúng ta trước hết phải biết rõ khổ đau của chính bản thân mình. Chúng ta phải nhận rõ rằng chúng ta đang phải trải qua ba loại khổ đau, từ đó có quyết tâm tự giải thoát mình ra khỏi *khổ khổ, hoại khổ* và *hành khổ*.

Ngược lại, nếu bản thân ta không nhận ra được tất cả khổ đau của mình, chúng ta sẽ không có khả năng nhận ra được các khổ đau của những người khác. Và khi hiểu biết của chúng ta về khổ đau bị giới hạn thì sự phát triển tâm từ bi của chúng ta cũng sẽ bị giới hạn. Lúc đó, chúng ta sẽ chỉ có tâm từ bi với những ai có khổ đau giống như khổ đau của chính ta. Ví dụ, chúng ta có thể chỉ nghĩ về khổ đau của một loại bệnh [ta đang mắc phải] mà thôi.

Nếu hiểu biết về khổ đau của chúng ta bị giới hạn thì ý tưởng giải thoát cũng bị giới hạn. Tuy nhiên, nếu chúng ta hiểu biết được rõ ràng về ba mức độ khổ đau, chúng ta sẽ có khả năng phát khởi tâm bi rộng lớn hơn, sâu sắc hơn, vì lúc đó tâm bi bao trùm tất cả mọi loài chúng sinh. Ngược lại, nếu không có được một sự hiểu biết tốt, tâm bi của ta chỉ giới hạn với những ai đang bị đau đớn.

Loại khổ thứ nhất là *"khổ khổ"*, rất dễ nhận diện. Nó liên quan đến sinh, lão, bệnh, tử và tất cả các vấn đề khác thuộc cơ thể và tinh thần. Giống như một nguyên tử đơn lẻ so sánh với tất cả nguyên tử có trên thế giới, bệnh tật chỉ là một trong hàng ngàn vấn đề thuộc loại *khổ khổ.*

Loại khổ thứ hai là *"hoại khổ"*, khó nhận biết hơn. Chúng ta chỉ có thể hiểu được loại khổ này qua sự lý luận phân tích. Sự khổ vì biến hoại, ám chỉ đến những niềm vui thích giả tạm mà chúng ta đang có, những vui thích này không tồn tại lâu, và khi chúng ta cố làm cho chúng được tồn tại lâu dài thì chúng chuyển thành [những khổ đau thuộc phạm trù] *khổ khổ.*

Với những vui thích tạm bợ mà chúng ta đang thụ hưởng, chúng ta gán tên gọi "vui thích" cho một cảm giác vốn thật sự là khổ đau. Vì bản chất khổ đau của cảm giác này không dễ nhận biết như những khổ đau dạng thô [thuộc phạm trù *khổ khổ*], nên chúng ta gán cho nó cái tên gọi là "vui thích" và nó liền xuất hiện trước mắt ta như thể là vui thích. Tuy nhiên, khi sự vui thích giảm xuống thì sự khổ đau tiềm ẩn bắt đầu hiển lộ. Sự tiếp tục một hành động - cho dù đó là ăn uống, đi lại, nằm ngồi hay ngủ nghỉ - chỉ càng làm tăng thêm nỗi khó chịu. Sự khổ đau càng trở nên dễ nhận biết hơn và ta cảm nhận ít hơn những gì ta đã gọi tên là "vui thích". Sự vui thích không hề tự có, chỉ có những gì mà ta đã gán cho tên gọi là "vui thích". Chúng ta đặt tên "sự vui thích" trên một nền tảng không thuần túy vui thích mà thực chất chỉ là sự khổ đau không được nhận biết.

Ví dụ, khi chúng ta bị đau, nếu hôm nay ta ít đau hơn hôm qua, ta nói rằng cảm thấy khỏe hơn, nhưng không có nghĩa là ta hoàn toàn không còn đau. Chỉ là cảm giác đau được giảm bớt. Chúng ta gán đặt tên gọi "hạnh phúc" cho cảm giác khó chịu đang được giảm bớt của bất kỳ vấn đề nào mà chúng ta đang phải đương đầu, nhưng nền tảng mà chúng ta dựa vào để gán đặt tên gọi "hạnh phúc" không phải hoàn toàn không có vấn đề. Chúng ta vẫn còn có bất ổn, nhưng đã giảm bớt đi. Những niềm vui thích giả tạm trong cõi luân hồi cũng giống hệt như vậy.

Khi ta ngồi, nếu ngồi càng lâu ta sẽ càng cảm thấy khó chịu hơn, mệt mỏi hơn. Sự khó chịu đó không bao lâu sẽ trở nên dễ dàng nhận biết, và đến khi nó trở nên không thể chịu đựng được nữa, ta đứng dậy. Vào lúc này, sự khó chịu không thể kham nổi vì ngồi lâu đó chấm dứt, vì hành động ngồi lâu gây ra nó đã chấm dứt. Nhưng ngay khi ta vừa đứng lên, hành động đứng cũng lập tức khởi sinh sự khó chịu của việc đứng. Mặc dù sự khó chịu của hành vi đứng đã bắt đầu ngay tức thì, nhưng ta không nhận thấy được vì nó còn quá nhỏ nhặt; nhưng khi ta tiếp tục đứng, sự khó chịu dần dần tăng lên. Sau một thời gian, sự khó chịu trở nên hiển nhiên, rõ ràng thì chúng ta bắt đầu nhận biết được nó. Vào lúc đó nó trở thành [sự khổ thuộc phạm trù] *khổ khổ*. Như vậy, khi vừa đứng lên chúng ta đã gán tên gọi "dễ chịu" lên một cảm giác khó chịu quá yếu ớt đến nỗi ta không nhận biết là khó chịu, và ta tiếp tục gọi nó là "dễ chịu" cho đến khi sự khó chịu ấy trở nên hiển nhiên rõ ràng.

Khi một cảm giác khổ đau dễ nhận biết trước đây vừa chấm dứt, chúng ta nói rằng ta đang kinh nghiệm sự dễ chịu, nhưng đó không phải là niềm hạnh phúc hoàn toàn hay rốt ráo. Ngay khi chúng ta nói là cảm thấy khỏe hơn khi bớt đau, chính là ta đang gán đặt tên gọi "vui thích" lên một cơ sở mà thực chất là đau khổ.[1] Và nó có vẻ như một sự vui thích chỉ vì ta đã gán đặt tên gọi "vui thích" lên nó, nhưng thực chất nó không phải là hạnh phúc đích thực. Chúng ta chỉ có thể gán tên "hạnh phúc đích thật" lên một cái gì thoát khỏi được toàn bộ ba loại khổ đau, không phải chỉ là *khổ khổ* và *hoại khổ*, mà cả *hành khổ* nữa.

Loại khổ thứ ba, *hành khổ*, là loại khổ vi tế nhất và quan trọng nhất cần phải hiểu rõ. Nó là loại khổ đau cơ bản, vì nếu không có nó thì chúng ta sẽ không phải trải qua *khổ khổ* và *hoại khổ*. Chúng ta cần có một quyết tâm mạnh mẽ để thoát khỏi loại khổ này.

Vậy *hành khổ* là gì? Đó chính là cõi luân hồi này, là sự kết hợp của thân và tâm này, vốn bị khống chế bởi nghiệp lực và những vọng tưởng phiền não, và bị ô nhiễm bởi những chủng tử của vọng tưởng phiền não. Tất cả chúng sinh trong Ba cõi - *Dục giới, Sắc giới* và *Vô sắc giới* - đều phải trải qua loại khổ thứ ba này. Tất cả chúng sinh ở địa ngục, ngạ quỷ, súc sinh, cõi người và chư thiên thuộc *Dục giới* đều phải trải qua cả ba loại khổ. Chư thiên ở *Sắc giới* không trải qua *khổ khổ* nhưng phải chịu *hoại khổ* và *hành khổ*. Chư thiên ở *Vô sắc giới* chỉ có tâm thức mà không có thân vật thể, không trải qua *hoại khổ* cũng như *khổ khổ*, nhưng vẫn phải chịu *hành khổ*, vì họ vẫn bị chi phối bởi nghiệp lực và vọng tưởng.

Vì những hạt giống vọng tưởng phiền não làm ô nhiễm trong tâm thức ta, nên ta phát sinh vọng tưởng phiền não khi tiếp xúc các đối tượng đẹp, xấu hay không đẹp không xấu.

---

[1] Tham khảo kinh Đại Bát Niết-bàn, quyển 13, phẩm Thánh hạnh thứ 7, phần 3, đức Phật dạy: "Thiện nam tử! Tất cả chúng sinh khi chịu ít khổ hơn liền sanh ra tư tưởng trái ngược cho là vui sướng." (Kinh Đại Bát Niết-bàn, Tập 3, trang 75, Nguyễn Minh Tiến Việt dịch và chú giải, NXB Tôn giáo - 2009) (- ND)

Các vọng tưởng phiền não này kích hoạt nghiệp, vốn đã để lại các chủng tử trong tâm thức, và sau đó chính các chủng tử này trở thành nhân của kiếp sống tương lai trong luân hồi, sự kết hợp thân và tâm trong kiếp sống tương lai của chúng ta - tái diễn sự trải qua đau khổ.

Mỗi một hành vi bị thúc đẩy bởi một vọng tưởng phiền não đều để lại chủng tử bất thiện trong tâm thức, và rồi giống như chồi mầm nảy sinh từ hạt giống, chủng tử đó sẽ hiển lộ thành các hợp thể (*uẩn*) cùng loại trong tương lai, có nghĩa là cùng thuộc về bản chất đau khổ. Như một cây bắp không sinh ra lần nữa, nhưng cây bắp non tương tự như nó sẽ mọc lên từ hạt của nó, các hợp thể (*uẩn*) cùng loại sẽ khởi sinh từ chủng tử, có nghĩa là các hợp thể (*uẩn*) mới cũng không thoát khỏi đau khổ. Mặc dù thân chúng ta không chuyển tiếp sang kiếp sau, nhưng tâm thức thì có. Nó kết hợp với một thân thể khác để trở thành các *uẩn* của kiếp sống tương lai, hay luân hồi. Các *uẩn* đời sau của chúng ta là sự tiếp nối của các *uẩn* đời này, đó là lý do vì sao chúng ta gọi là vòng luân hồi.

Loại khổ thứ ba này được gọi là "*bao trùm*" vì sự kết hợp thân và tâm bị chi phối cũng như vậy phủ bởi nghiệp lực và vọng tưởng phiền não, và "*cấu thành*" vì chủng tử [trong tâm thức] tạo thành các *uẩn* thuộc loại tương tự. Các *uẩn* hiện tại của ta cấu thành các *uẩn* tương lai thuộc loại tương tự, tái diễn sự trải qua ba loại khổ đau. Nói cách khác, các *uẩn* này cấu thành một hợp thể các *uẩn* khác, các *uẩn* của đời sống tương lai, vốn có cùng bản chất khổ đau, bằng sự cấu thành từ nhân của chúng, hay chủng tử. Đó là lý do vì sao các uẩn này được gọi là *hành khổ*.

Nếu chúng ta loại bỏ các hạt giống của vọng tưởng phiền não ra khỏi dòng tương tục tâm thức thì các vọng tưởng phiền não không thể khởi sinh, và không có vọng tưởng thì không có gì tạo ra các hành vi bất thiện, vốn là nguyên nhân để lại các chủng tử trong tâm ta và tạo ra sự luân hồi trong tương lai - cũng giống như không gì có thể mọc lên trên một thửa ruộng khi không có hạt giống được gieo xuống. Không có nhân sẽ không có quả. Đó là cách thức giúp ta có thể giải thoát hoàn toàn khỏi luân hồi.

Bằng sự chuyển hóa tâm qua việc tu tập thiền định, chúng ta có thể tịnh hóa chính mình, không còn các hạt giống của vọng tưởng phiền não và giải thoát hoàn toàn bản thân ta khỏi các nguyên nhân của đau khổ, và do đó giải thoát khỏi đau khổ. Khi đó chúng ta được giải thoát vĩnh viễn khỏi sinh tử và các vấn đề bất ổn trong cuộc sinh tử đó. Một khi tịnh hóa được tất cả các hạt giống vọng tưởng trong tâm, chúng ta sẽ vĩnh viễn thoát khỏi đau khổ. Đây là cách thức giúp chúng ta có thể tự mình hoàn toàn thoát khỏi loại khổ cơ bản thứ ba này: *hành khổ*.

Khi chúng ta tự mình giải thoát khỏi các *uẩn* - hay nói cách khác là thoát khỏi *hành khổ* - chúng ta cũng tự mình giải thoát khỏi *khổ khổ* và *hoại khổ*. Sự giải thoát rốt ráo là giải thoát hoàn toàn khỏi tất cả ba loại khổ đau. Vào lúc đó chúng ta không còn tái sinh với các uẩn đau khổ như vậy nữa. Hạnh phúc của giải thoát sẽ được vĩnh viễn bởi vì chúng ta sẽ không thể nào phải trải qua đau khổ lần nữa. Đây là sự giải thoát rốt ráo.

6.

NĂNG LỰC CHỮA LÀNH
CỦA TÂM BI MẪN

Một người có tâm từ bi có thể chữa lành cho người khác chỉ đơn giản bằng sự có mặt của mình. Bất cứ nơi nào họ có mặt, họ đều đang chữa bệnh, vì người có tâm từ bi sẽ làm tất cả những gì có thể để giúp đỡ người khác bằng thân, khẩu và ý của mình. Được ở gần người có tâm bi mẫn sẽ giúp ta chữa bệnh vì ta sẽ có được sự bình an và hạnh phúc.

Chỉ nhìn thấy được gương mặt của một người tử tế, nhiệt tình cũng đã khiến ta cảm thấy hạnh phúc. Ngay cả khi đang lo lắng phiền muộn vì một vấn đề nào đó nhưng chợt nhìn thấy được một người như thế cũng đủ làm cho ta hạnh phúc và bình an. Và chúng ta muốn đến nói chuyện với họ, muốn giúp họ. Chúng ta sẽ sung sướng khi được một người có lòng nhiệt tình, có tâm từ bi đến thăm chúng ta, vì con người đó mang niềm vui đến cho mọi người. Chúng ta vui khi thấy họ bước vào phòng. Thậm chí chỉ cần được nghe đến tên họ cũng đủ là ta vui thích.

Mẹ tôi giờ đã mất, nhưng khi còn sống đã là một người rất từ bi. Mọi người đều yêu thích và kính trọng bà, không phải vì bà là mẹ tôi, nhưng vì bà luôn quan tâm đến người khác. Bất cứ khi nào tôi có cơ hội gặp và nói chuyện với bà thì bà luôn nói về các vấn đề khó khăn của những người khác. Tôi hầu như không thể nhớ ra là bà đã có bao giờ nêu ra các vấn đề bất ổn của riêng mình. Khi bị bệnh đục nhãn cầu mắt, có một lần bà yêu cầu tôi trì chú và thổi vào mắt cho bà, nhưng thường thì bà chẳng bao giờ đề cập đến những nhu cầu của riêng mình.

Mẹ tôi thường không bao giờ để cho bất cứ ai rời khỏi nhà bà mà không nhận được gì. Suốt ngày bà luôn biếu tặng cho mọi người. Khi cùng ngồi trên xe với tôi trên đường, bà luôn tỏ vẻ bối rối khi thấy những người đi chân trần dọc hai bên đường; bà rất quan tâm đến việc họ không có giày dép để mang.

Có lần mẹ tôi được mời đến viếng thăm Trung tâm Ẩn tu Tushita ở Dharamsala, Ấn Độ. Ở đó, mỗi buổi sáng chúng tôi dùng bữa bằng bánh kếp. Mẹ tôi chỉ ăn một ít, rồi gói phần còn lại bỏ vào túi. Tu viện Tushita nằm trên núi cao, nhưng mỗi ngày bà luôn leo xuống để đến đi nhiều quanh nơi ở của đức Dalai Lama và ngôi đền gần đó, bà phân phát phần bánh kếp cho những người hành khất bị bệnh cùi đang ngồi dọc theo lối đi.

Trên nhiều vùng thuộc Hy Mã Lạp Sơn (*Himalayas*) ở Nepal, người ta phải đi bộ vì không có đường lớn, và các gia đình thường ngừng lại trên lối đi để nhóm lửa nấu ăn. Khi mẹ tôi đi hành hương với gia đình, sau khi thổi cơm bà thường đem thức ăn cho những người khác. Vì thế cả nhà chẳng còn gì để ăn, lại phải nấu nướng lần nữa.

Ở tu viện Kopal, khi các sư tăng trẻ mang thức ăn đến cho, bà thường nói với họ: "Tôi không xứng đáng để được họ phục vụ - vì dạ dày của tôi trống trơn." Bà không có ý nói "dạ dày trống trơn" theo nghĩa đen, bà muốn ám chỉ rằng tâm bà chẳng có chút chứng ngộ nào cả.

Bà luôn quan tâm đến những người khác, nghĩ đến những khó khăn của họ, và không chỉ riêng cho những người trong gia đình tôi. Nếu có ai đang giúp đỡ bà hay đang làm việc bên cạnh bà, bà luôn hết lòng quan tâm đến việc họ phải làm việc cực nhọc vì bà.

Vì mẹ tôi rất từ bi nên mọi người đều thấy hạnh phúc khi được gặp gỡ, trò chuyện với bà. Khi chúng ta thấy một ai đó có tâm rộng rãi, nhiệt tình thì dù không quen biết, chúng ta cũng muốn ngồi xuống bên cạnh và trò chuyện cùng họ. Đây là sự đáp ứng tự nhiên của chúng ta đối với những người có tâm bi mẫn, những người luôn quan tâm đến người khác hơn chính bản thân mình.

Trong kinh Phật có nhiều câu chuyện kể về các vị Bồ Tát (Bodhisattva) hay các bậc thánh nhân, những vị luôn hy sinh bản thân vì người khác. Theo thuật ngữ Sanskrit, Bodhisattva có thể được dịch như là *"vị anh hùng giác ngộ"*. Các vị Bồ Tát tuy chưa giác ngộ viên mãn, nhưng không hề tìm kiếm hạnh phúc cho riêng mình mà chỉ nghĩ đến việc chăm lo những người khác và làm việc bằng cả thân, khẩu, ý của mình vì lợi lạc cho chúng sinh hữu tình. Các ngài không chỉ mong ước người khác được hạnh phúc mà còn tự mình nhận lấy trách nhiệm giải thoát tất cả chúng sinh khỏi khổ đau và mang hạnh phúc đến cho họ. Các ngài thệ nguyện làm việc này mà không cần biết nó khó khăn như thế nào hay bao lâu sẽ hoàn thành. Với tâm đại từ đại bi, các ngài nhận lấy trách nhiệm tự mình và duy nhất chỉ riêng mình sẽ hoàn thành công việc. Đó là tư tưởng hiến dâng trọn vẹn với một trái tim dũng mãnh cực độ. Bất kỳ chúng sinh nào có được phẩm chất dũng mãnh này đều là một vị anh hùng đích thực.

Đức Phật Thích-ca Mâu-ni trước khi đạt giác ngộ viên mãn đã từng là một vị Bồ Tát trong hàng trăm đời sống, trải qua ba *a-tăng-kỳ* kiếp. Tuy nhiên, không chỉ các vị Phật, các vị Bồ Tát mới có được tâm thanh tịnh này, các vị thánh trong Thiên chúa giáo cũng có tâm như vậy, chẳng hạn như Thánh St. Francis ở Assisi, nước Ý, sống cùng thời với ngài Milarepa. Dù là thuộc tôn giáo nào, Hindu, Thiên chúa giáo hay Phật giáo, hễ ai có tâm quên mình để nghĩ đến việc giải thoát chúng sinh khỏi khổ đau và mang hạnh phúc đến cho họ thì đều là thánh nhân, là chúng sinh thiêng liêng. Ngay cả loài vật nếu có thái độ hoàn toàn vị tha như vậy cũng được xem là một chúng sinh thiêng liêng.

Trong suốt thời gian còn là vị Bồ Tát, đức Phật Thích-ca Mâu-ni đã hàng trăm lần hy sinh thân thiêng liêng của mình vì chúng sinh hữu tình. Trong hàng trăm kiếp, đức Phật đã dùng mắt của mình tặng cho những người mù, tặng cả tay chân cho những người cần đến. Có một lần, đức Phật đã để cho một gia đình cọp sắp chết đói ăn thân thể của mình. Và Ngài đã cầu nguyện rằng nhờ vào mối nhân duyên được ăn thịt thân Ngài mà các con cọp đó sẽ tái sinh làm người và trở thành đệ tử của Ngài. Ngài cũng cầu nguyện sẽ khai mở cho họ con đường đưa tới giác ngộ. Kết quả là, nhờ vào nhân duyên kết nối đó, các con cọp sau này đã tái sinh làm người, đã nghe giáo lý trực tiếp từ đức Phật và đã thực chứng được con đường giác ngộ.

Vào một kiếp khác trong quá khứ, khi còn là Bồ Tát, đức Phật đã để cho năm quỷ dạ-xoa - loài chúng sinh hút máu - hút máu của mình và cũng cầu nguyện là sẽ ban giáo lý giác ngộ cho họ trong các kiếp sau. Kết quả là, sau này năm quỷ dạ-xoa được tái sinh làm người và trở thành năm đệ tử đầu tiên của đức Phật, đã được nghe đức Phật giảng về Tứ Diệu Đế ở Sarnath, Ấn Độ.

Vào một kiếp khác nữa trong quá khứ, đức Phật Thích-ca Mâu-ni cùng với một chúng sinh địa ngục kéo một chiếc xe chở các cai ngục[1] đi trên một nền toàn bằng sắt nung chảy trong một địa ngục nóng. Ngài cảm thấy quá xót thương cho chúng sinh địa ngục đang cùng ngài kéo xe, đến nỗi Ngài hy sinh bằng cách tự kéo xe một mình. Ngài cũng cầu nguyện

---

[1] Cai ngục, người canh giữ nghiệp, là những sự hiển lộ các nghiệp bất thiện của mỗi chúng sinh, trong hình thể những cai ngục cực kỳ ghê sợ với nhiều hình thức tra tấn hành hạ khác nhau trong các cảnh giới địa ngục.

rằng Ngài sẽ chịu đựng sự đau khổ thay thế cho tất cả các chúng sinh đang có cùng nghiệp khổ như thế.

Khi Ngài phát nguyện thay thế chịu nghiệp cho các chúng sinh địa ngục, các cai ngục bảo Ngài là điên khùng và lấy búa đánh lên đầu Ngài. Lập tức Ngài được giải thoát khỏi địa ngục, và tâm thức được chuyển lên cõi trời Đâu-suất (Tushita). Kinh điển nói rằng, đó là lần đầu tiên Ngài phát sinh tâm đại bi.

Lại một kiếp khác nữa trong quá khứ khi còn là Bồ Tát, đức Phật Thích-ca Mâu-ni là thuyền trưởng của một con thuyền chở năm trăm lái buôn. Các lái buôn này đi thuyền qua biển để tìm mua ngọc. Với tâm sáng suốt, vị thuyền trưởng Bồ Tát linh kiến biết có một người trên thuyền định mưu sát tất cả các người khác. Ngài quá đỗi xót thương cho kẻ định gây tội ác và nghĩ rằng: "Tôi phải giết người này - tôi bất chấp việc giết người sẽ đẩy tôi vào địa ngục." Với sự hy sinh quên mình, Ngài chỉ nghĩ đến chuyện ngăn cản người kia không tạo nghiệp cực ác giết các lái buôn và Ngài chấp nhận tự mình vào địa ngục thay cho người kia. Và vị thuyền trưởng Bồ Tát đã làm như vậy với lòng bi mẫn không gì so sánh được.

Nói chung, hành động giết người là xấu ác, và quả là phải tái sinh địa ngục. Tuy nhiên, hành động giết người của vị thuyền trưởng xuất phát từ tâm đại bi mãnh liệt tột bực, nên thay vì tái sinh địa ngục, Ngài đã được tẩy sạch nghiệp và rút ngắn thời gian ở cõi luân hồi một trăm ngàn kiếp. Nói cách khác, nhờ vào việc toàn tâm toàn ý hy sinh quên mình cho hạnh phúc của người khác, hành động giết người của Ngài đã mang Ngài đến gần bến bờ giác ngộ hơn.

Có một câu chuyện về vị tăng trẻ tên là Tsembulwa, học trò của vị đại du-già Krishnacharya, người đã có những chứng ngộ cao cấp. Ngài Krishnacharya đang trên đường đi đến Oddiyana, một trong hai mươi bốn nơi linh thiêng của đức Vajrayogini (Kim Cang Du già Thánh nữ) để thực hiện một pháp tu tập Tantra đặc biệt trước khi hoàn tất con đường tu giác ngộ. Ngài đến bờ sông, và thấy một người đàn bà bị bệnh cùi toàn thân thể đã biến dạng. Bà ta trông rất xấu xí, da thâm bầm, rỉ mủ. Người đàn bà cầu xin ngài cõng qua sông và ngài từ chối.

Một lát sau, Tsembulwa cũng đến ngay chỗ bờ sông đó và người đàn bà bị cùi cũng van xin Tsembulwa cõng qua sông. Lẽ ra theo giới luật thì một vị tăng không thể chạm vào đàn bà, nhưng vì quá đỗi xót thương tình cảnh người bị cùi, nên ông ta không do dự hy sinh tư cách vị sư và bất chấp việc sợ lây bệnh cùi, vội vàng cõng người đàn bà trên lưng và lội qua sông. Tuy nhiên, khi đến giữa sông, người cùi bất ngờ hóa thành đức Vajravarahi một hóa thân của đức Vajrayogini. Vì Tsembulwa có được tâm đại bi vô lượng và hy sinh trọn vẹn khi giúp người bị cùi nên ngài Vajravarahi đã mang Tsembulwa trong dạng thân người lên cõi Tịnh độ của đức Vajrayogini, ở đó ông ta có cơ hội nghe Pháp và hoàn tất con đường giác ngộ.

Điều then chốt ở đây là, người bị cùi luôn luôn là Vajravarahi, nhưng Tsembulwa thấy ngài là người cùi vì các chướng ngại của nghiệp đã che mắt ông ta. Chỉ sau khi phát sinh tâm đại bi, toàn tâm toàn ý hy sinh mình để giúp người cùi, ông ta mới có khả năng thấy được người đàn bà cùi là một đấng giác ngộ. Các nghiệp bất thiện đã khiến ông ta thấy người đàn bà ở hình thức cùi lở, và ngăn không cho thấy được đó là một đấng giác ngộ, nhưng sau khi phát sinh tâm bi mẫn mãnh liệt, xót thương tột độ, ông ta đã tịnh hóa hoàn toàn các nghiệp bất thiện đó.

Một điều tương tự như vậy đã xảy ra cho ngài Vô Trước (Asanga) vị Thánh tăng vĩ đại và là một đại sư truyền thừa của truyền thống "Con đường từng bước đi tới giác ngộ". Ngài Vô Trước đã nhập thất thiền định trong mười hai năm để linh kiến đức Phật Di Lặc nhưng thất bại. Cứ sau mỗi ba năm, ngài Vô Trước chán nản và muốn rời bỏ nơi ẩn tu. Nhưng rồi, luôn có điều gì đó xảy ra để thôi thúc ngài trở lại thiền định tiếp ba năm nữa. Ngài đã làm như vậy ba lần và sau mười hai năm ngài vẫn không thấy được đức Phật Di Lặc.

Cuối cùng, ngài từ bỏ hẳn và đi xuống núi. Khi đang đi, bất chợt Ngài trông thấy một con chó bị thương toàn thân lở loét, nhung nhúc những con dòi. Thấy con chó như thế, ngài Vô Trước phát sinh lòng bi mẫn tột độ và muốn cứu nó mà chẳng quan tâm đếm xỉa gì đến mình. Nghĩ rằng các con dòi sẽ cần thức ăn để sống khi bị lấy ra khỏi con chó, ngài cắt thịt ở đùi và rải chung quanh đất. Sau đó ngài bắt đầu lấy các con dòi ra nhưng không dùng các ngón tay vì sợ làm cho các con dòi bị chết dẹp. Ngài cúi người xuống, nhắm mắt, dùng đầu lưỡi lùa các con dòi, nhưng đột nhiên thấy đầu lưỡi của mình chẳng chạm vào cái gì cả, như thể chẳng có gì ở đó. Ngài mở mắt ra và bất ngờ thấy được đức Phật Di Lặc.

Rồi ngài Vô Trước than phiền với Đức Phật Di Lặc: "Tại sao phải mất rất nhiều thời gian Ngài mới hiện ra? Con đã thiền định về Ngài rất nhiều năm!"

Đức Phật Di Lặc trả lời: "Không phải Ta không hiện ra. Ta luôn hiện ra trước mặt con, nhưng con không thấy Ta."

Ngài Vô Trước có thói quen khạc nhổ trong chỗ ẩn tu, và Đức Phật Di Lặc chỉ cho ngài Vô Trước thấy những vết bẩn của nước bọt còn dính trên áo của Ngài để chứng minh rằng Ngài đã luôn ở bên cạnh ngài Vô Trước. Rồi đức Phật Di Lặc nói: "Ta đã luôn ở đây nhưng con không thấy Ta vì những nghiệp chướng của con đã che mắt con. Những nghiệp chướng này giờ đây đã được tịnh hóa nhờ vào tâm đại bi của con. Do đó bây giờ con mới thấy được Ta."

Giây phút ngài Vô Trước phát sinh tâm đại bi cực kỳ mãnh liệt khi thấy con chó bị thương lở lói đã tịnh hóa hoàn toàn các nghiệp bất thiện của ngài, và ngài đã thấy được đức Phật Di Lặc; một sự chứng ngộ mà ngài đã không đạt được trong ròng rã mười hai năm thiền định ẩn tu.

Quên mình, hy sinh mình vì lợi ích của một chúng sinh khác - một con chó bị thương, như trong trường hợp của ngài Vô Trước - đã tạo nên một sự khác biệt lớn lao. Thương yêu chăm sóc dù chỉ một chúng sinh, bất kể là con người hay con vật, hy sinh mình để chăm sóc họ, như vậy sẽ mang lại sự tịnh hóa mãnh liệt, tẩy sạch mọi nghiệp bất thiện của chúng ta, nhân của bệnh tật và tất cả các vấn đề khác nữa. Điều đó chữa lành thân và tâm ta. Hy sinh chính mình vì lợi lạc dù chỉ của một chúng sinh thôi cũng đã tích lũy công đức vô lượng.

Như tôi đã giải thích trước, chúng ta phải chịu đựng các bệnh tật cùng với các vấn đề lặp đi lặp lại nhiều lần cho đến khi nào chúng ta giải thoát được khỏi [thân năm] uẩn này, vốn có bản chất là khổ đau. Dù gì chúng ta cũng phải trải qua các vấn đề, vậy tại sao chúng ta không làm cho chúng trở thành những điều có lợi? Tại sao chúng ta không noi gương các thánh nhân, các bậc giác ngộ, buông bỏ bản thân mình để chăm lo cho chúng sinh mà thôi? Hành vi tích cực này đã kết quả nơi các bậc giác ngộ là họ đã nhanh chóng giải thoát khỏi mọi vấn đề và nhân của vấn đề, đã thành tựu giác ngộ viên mãn, và tiếp theo là họ giác ngộ cho vô lượng chúng sinh. Tại sao chúng ta không sử dụng các vấn đề của chúng ta theo cách như thế?

Số lượng công đức chúng ta tích tụ được từ việc chịu đựng bệnh tật và các vấn đề vì lợi ích của các chúng sinh khác sẽ tùy thuộc sức mạnh hay mức độ lòng từ bi mà chúng ta cảm thấy được, phát sinh được. Nó tùy thuộc vào việc chúng ta chăm sóc người khác như thế nào, tùy thuộc vào việc chúng ta ước muốn hy sinh mình đến mức nào để trải nghiệm đau khổ của họ. Vì vô lượng chúng sinh có cùng những vấn đề như chúng ta đang có, nên chúng ta cần phải nhận về mình tất cả các vấn đề này, và chúng ta cần phải trải nghiệm, chịu đựng các vấn đề đó vì lợi ích của chúng sinh. Vị thuyền trưởng Bồ Tát, vị sư trẻ Tsembulwa và ngài Vô Trước đã hy sinh mình để giúp đỡ dù chỉ một chúng sinh. Cũng vậy, chúng ta có thể đạt được sự thành tựu vĩ đại nhất bằng cách phát sinh tâm bi mẫn xót thương cùng cực, đồng thời hy sinh mình cho lợi ích dù chỉ là của một chúng sinh.

NGƯỜI THẦY CHỮA BỆNH

Có nhiều nhân và duyên đối với việc bệnh nhân có thể được khỏi bệnh hay không và bao lâu thì khỏi bệnh. Chẳng hạn, kết quả tùy thuộc việc bệnh nhân đã tích tụ đủ thiện nghiệp từ những hành vi tích cực trong quá khứ hay không. Nó cũng tùy thuộc vào việc các bệnh nhân có mối liên kết thiện nghiệp với người chữa bệnh (thầy thuốc) hay không, và bốn thành phần (đất, nước, lửa, gió) của cơ thể bệnh nhân có hài hòa được với bốn thành phần của cơ thể người chữa bệnh hay không. Tuy nhiên, có ba yếu tố chính trong việc chữa bệnh. Đó là: lòng tin, tâm bi mẫn và giới hạnh.

Năng lực của lòng tin

Việc điều trị bệnh liên quan rất nhiều đến lòng tin của cả hai: bệnh nhân và người chữa bệnh. Năng lực tâm của người chữa bệnh là quan trọng, nhưng lòng tin của cả hai người (bệnh nhân và người chữa bệnh) vào phương pháp chữa bệnh cũng quan trọng nữa. Dĩ nhiên, sự tin tưởng cần được dựa trên thái độ chân thành, bi mẫn, ít vị kỷ. Một thái độ vị kỷ cũng như những suy nghĩ không lành mạnh như sân hận và những mong cầu bất thiện sẽ cản trở khả năng chữa bệnh cho người khác.

Lòng tin là một nguyên nhân quan trọng của sự thành công, không chỉ riêng trong việc chữa bệnh mà còn là trong bất kỳ hành vi nào, kể cả việc thành tựu các chứng ngộ trên đường tu giác ngộ. Đôi khi cách chữa bệnh có vẻ như rất kỳ cục, nhưng nếu bệnh nhân có được niềm tin mãnh liệt vào đó, họ sẽ được chữa khỏi.

Để minh chứng, tôi sẽ kể một câu chuyện xảy ra ở Buxa Duar, Tây Bengal, Ấn Độ, nơi tôi đã đến sống tám năm ngay sau khi rời khỏi Tây Tạng. Trước kia, Duxa là một nhà tù khi người Anh còn cai trị Ấn Độ, nơi đó Mahatma Gandhi và Thủ tướng Nehru đã bị giam. Các tăng sĩ Tây Tạng thuộc bốn truyền thống muốn tiếp tục tu tập trong tu viện sẽ được gửi tới Buxa; tuy nhiên, đa số các tăng sĩ định cư ở đó là đến từ ba tu viện lớn gần Lhasa: Sera, Ganden và Drepung. Các tăng sĩ khác đi định cư nhiều nơi trên nước Ấn Độ, một số đã đi làm nhân công xây dựng đường. Dãy nhà dài nơi trước kia giam Thủ tướng Nehru bây giờ dành cho các tăng sĩ thuộc Tu viện Sera. Các tăng sĩ sống chen chúc bên trong dãy nhà giam cũng như bên ngoài ngay trên hành lang, có dây thép gai chấn song. Họ bao các dây thép gai bằng quần áo cũ, tre và các vật liệu khác nữa. Còn các ni sư thì ở trong dãy nhà giam mà trước kia ngài Gandhi bị nhốt. Không có gì thay đổi. Các dãy nhà tù cùng với các hàng rào thép gai vẫn còn đó - chỉ có một điều khác là những người sống trong đó nay không còn gọi là tù nhân.

Buxa là một nơi nóng bức, bất lợi cho sức khỏe, nhiều tăng sĩ bị bệnh lao phổi cũng như các bệnh khác. Nhiều người bị ốm và chết ở đó, một phần vì họ không thích nghi được với khí hậu và thực phẩm Ấn Độ.

Mỗi buổi sáng, các tăng sĩ thuộc bốn truyền thống Phật giáo Tây Tạng[1] đều tụ họp lại trước thềm để cầu nguyện và làm lễ puja. Vì trời nóng nên họ đổ mồ hôi rất nhiều. Vào một buổi sáng, trong khi hành lễ puja, một tăng sĩ nói với người đang ngồi bên cạnh rằng ông ta đang ốm, sốt cao. Vị tăng bên cạnh bèn lấy tay cào một ít ghét bẩn trên thân rồi vê thành viên nhỏ, đưa cho người bị bệnh và nói rằng đó là viên thuốc đã được làm phép chú nguyện. Ông ta thật sự tin rằng đó là

---

[1] Bốn truyền thống của Phật giáo Tây Tạng là: Nyingma, Sakya, Kagyu, và Gelug.

viên thuốc đã được làm phép chú nguyện nên đã nuốt vào và kết quả là nhanh chóng hồi phục bệnh sốt cao.

Sở dĩ vị tăng bị ốm đã được khỏi bệnh không phải vì bản thân viên thuốc, mà nhờ lòng tin vào năng lực chữa bệnh của nó. Năng lực chữa bệnh đó đến từ tâm ông ta, đến từ sự tin tưởng của ông ta vào viên thuốc [mà ông tin là đã] được chú nguyện.

Năng lực của tâm từ bi

Như tôi đã nêu ra, tâm bi mẫn là một nguồn lực khác nữa trong việc chữa bệnh. Nếu bác sĩ điều trị cho chúng ta tỏ ra biết thông cảm xót thương và dịu dàng thì khi vị ấy chỉ vừa mới nói chuyện hay chạm vào người, ta đã cảm thấy khỏe hơn, bớt đau hay có thể thấy an tâm hơn. Có thể ông ta cho chúng ta loại thuốc không phải tốt nhất, nhưng nó vẫn có tác dụng tốt cho chúng ta. Nhưng nếu một bác sĩ không có tâm từ bi, ông ta có thể chỉ quan tâm đến uy tín và hạnh phúc riêng mà không để ý đến sự đau khổ của bệnh nhân; và dù ông ta cho loại thuốc tốt nhất, đắt tiền nhất, nhưng nó vẫn có thể không có tác dụng tốt cho bệnh nhân.

Những ai làm công việc chữa bệnh nên tập trung nhất tâm thiền định về Bồ-đề tâm. Dù đang làm công việc hằng ngày hay đang nhập thất, họ cũng nên thực hiện các pháp thiền định theo thứ lớp về "Con đường từng bước đưa tới giác ngộ" để thành tựu sự thực hành tâm bi mẫn. Mọi người đều đồng ý với nhau rằng tâm bi là cần thiết, nhưng ít người biết được một cách cụ thể làm sao phát triển được tâm này.

Người thầy thuốc tốt nhất là người đã thành tựu Bồ-đề tâm, tâm vị tha cầu giác ngộ vì lợi lạc của tất cả chúng sinh hữu tình. Toàn bộ thân thể của một vị Bồ Tát đều là phước báu nhờ vào tâm vị tha thanh tịnh của ngài, tâm không hề có chút ô nhiễm bởi bất cứ tư tưởng vị kỷ nào. Tâm của các Bồ Tát đã được chuyển hóa, vì các ngài đã hoàn toàn dứt bỏ ý tưởng làm lợi cho riêng mình, các ngài toàn tâm toàn ý lo nghĩ làm lợi lạc cho chúng sinh. Trong từng hành động như đi đứng, nằm ngồi, ăn ngủ, thậm chí kể cả lúc thở, các vị Bồ Tát đều luôn nghĩ và làm vì lợi lạc cho mọi chúng sinh hữu tình.

Bồ-đề tâm là một tâm quí báu, thanh tịnh, vì các vị Bồ Tát không chỉ buông bỏ tâm thô lậu chỉ biết quan tâm bản thân, mà còn buông bỏ cả những suy nghĩ làm gì đó cho riêng mình. Ngay cả thân thể của vị Bồ Tát, chỗ y cứ cho Bồ-đề tâm thiêng liêng của ngài, cũng là phước báu. Các vị Bồ Tát rất đáng để chúng ta chiêm ngưỡng, tức là bất kỳ chúng sinh nào kể cả súc vật, nếu có cơ hội nhìn thấy, nghe hay chạm được vào thân thể các vị Bồ Tát cũng đều được lợi lạc. Cho nên, chỉ riêng việc chiêm ngưỡng một vị Bồ Tát cũng đã là sự chữa bệnh, vì sự tiếp cận chiêm ngưỡng đó sẽ an định được tâm chúng ta. Ngay cả hơi thở của một người có tâm đại bi cũng được xem như thuốc chữa bệnh, thậm chí cả những thứ như nước tiểu, nước bọt, máu, phân... cũng như mọi thứ khác thuộc về thân thể họ. Một người bệnh có thể được chữa lành nhờ được vị Bồ Tát phà hơi thở vào người. Được vị Bồ Tát chạm vào người, hay quần áo của họ chạm vào người cũng sẽ mang đến phước báu vô lượng. [Thậm chí việc] uống nước tiểu hay xức nước tiểu của một vị Bồ Tát vào chỗ nhiễm trùng cũng có năng lực chú nguyện và chữa bệnh.

Nhiều câu chuyện về các hành giả tâm linh có thể chứng minh điều này. Ở Tây Tạng, khi một người bị ngất xỉu hay phát cuồng, cách chữa bệnh thường áp dụng là đốt tóc hay quần áo của vị Lama cao cấp và đưa cho người bệnh hít khói. Nếu bệnh nhân bị ngất, họ sẽ tỉnh lại rất nhanh. Ở một số đất nước Thiên chúa giáo cũng có lối chữa bệnh giống như vậy với các di vật thánh tích của Thánh St. Francis ở Assisi và của các vị Thánh khác. Lama Yehse và tôi đã quan sát sự việc này khi chúng tôi viếng thăm một số nhà thờ và tu viện Thiên chúa giáo ở nước Ý. Một số nhà thờ ở Ý đã gìn giữ quần áo của các vị thánh Thiên chúa giáo, và những mảnh vải nhỏ xíu lấy từ quần áo các ngài đã được đưa cho các bệnh nhân, họ đốt thành tro để uống hay nuốt các mảnh vải nhỏ đó. Họ thường nôn ói ngay sau khi nuốt và rồi dần dần khỏi bệnh. Người ta giải thích rằng, ma quỉ gây bệnh đã thoát ra khỏi bệnh nhân. Năng lực chữa bệnh đến từ sự thành tựu chứng ngộ cao cấp và nhất là đến từ tâm từ bi của của các vị thánh.

Ở Solu Khumbu, nước Nepal, có một tu viện cho cả tăng và ni, giờ đây tu viện đó không còn nhiều tăng sĩ vì vị trụ trì đã qua đời. Vị trụ trì tu viện này là một vị thiền giả ẩn tu cao cấp, đã đến đây ở sau khi rời khỏi Tây Tạng. Trước đó ngài là vị tri sự của một tu viện lớn ở Tây Tạng, một chi nhánh của Trường Đại học Sera Me. Nhiệm vụ của ngài là thu gom ngũ cốc và các thực phẩm khác từ các làng có mối liên hệ với tu viện và đem bán để nuôi sống tu viện. Công việc tri sự đã không thành công, và sự thất bại này khiến ngài phát sinh tâm buông bỏ, cương quyết thoát khỏi luân hồi.

Ngài xin thôi nhiệm vụ tri sự ở tu viện, đi tìm gặp ngài Lama Ling Tse Dorje Chang - một vị cao tăng rất thông tuệ - và nhận giáo huấn về "Con đường từng bước tới giác ngộ". Rồi ngài đi đến một nơi cô tịch trên núi để thiền định. Trong sáu, bảy năm ngài sống trong một hang đắp đất bùn được đào sâu bên triền núi. Trước đây ở Tây Tạng, trên những núi cao lỗ chỗ những hang trông xa xa như những tổ kiến, đó là những hang động mà các thiền giả đến sống trên núi để thực hiện cho được sự thành tựu con đường đưa tới giác ngộ. Họ đào hang sâu vào trong núi và bít miệng hang. Ngày nay còn lại rất ít các hang như vậy.

Ngài nhập thất ẩn tu ở trên núi trong sáu, bảy năm và thực chứng trạng thái an định, hay Định Tam-muội (Shamatha) cùng với Bồ-đề tâm. Ngài cũng đạt được các chứng ngộ Tantra. Với sự thành tựu tam-muội, hành giả sẽ có được sự tập trung nhất tâm và không dao động; một khi tâm tập trung vào một đề mục, hành giả có thể kéo dài sự tập trung vào đề mục đó trong nhiều tháng, nhiều năm, và thậm chí trong nhiều kiếp nếu muốn. Tâm và thân của hành giả trở nên hoàn toàn được tinh luyện. Các vấn đề thuộc về cơ thể như bệnh tật, mệt mỏi .v.v... không còn là chướng ngại của thiền định và hành giả kinh nghiệm được trạng thái "đại lạc" cả về tinh thần lẫn thể xác.

Vì thành tựu pháp định tam-muội, ngài có được linh kiến và có thể sử dụng năng lực này để khuyên bảo, cho ý kiến về các vấn đề của người khác. Các thành tựu mà ngài đạt được đã khiến cho ngài trở nên nổi tiếng. Ngài lập một tu viện cho tăng và ni ở Tư Tsang, thuộc những vùng cao của Tây Tạng. Khi Tây Tạng có biến động (... ...), ngài cùng các vị tăng ni đi sang Nepal. Ngài đã xin ý kiến đức Dalai Lama về việc có nên sang định cư ở Ấn Độ hay không. Đức Dalai Lama khuyên ngài ở lại Solu Khumbu, và ngài đã lập một tu viện cho tăng ni ở sườn núi dưới chân hang Lawudo. Nhờ vào các thành tựu, ngài cũng đã sớm trở nên nổi tiếng ở Solu Khumbu.

Ngài thường bảo các học trò trộn phần trà bơ còn lại sau bữa ăn của ngài với bột tsampa rồi vê thành những viên thuốc. Rồi ngài đưa những viên thuốc đó cho các dân làng bị bệnh khi họ đến xin thuốc. Nhiều người được khỏi bệnh tức thì nhờ các viên thuốc đó.

Thỉnh thoảng ngài đột nhiên thị hiện bệnh nặng, ói ra máu, có khi đầy cả một bình nhỏ. Các học trò thường lấy bột tsampa trộn với máu ngài đã ói ra, vê thành những viên thuốc rồi đưa cho những người bị bệnh. Thường thì sau khi uống các viên thuốc này người ta đều khỏi bệnh. Nhờ vào Bồ-đề tâm của ngài, mọi thứ thuộc cơ thể ngài đều có năng lực chữa bệnh. Thậm chí người ta còn dùng thức ăn dư thừa của ngài, nước tiểu và những thứ khác nữa thuộc về ngài để chữa bệnh.

Nhiều thánh nhân Ấn Độ (các tu sĩ khổ hạnh Hindu) cũng có năng lực như vậy. Có một vị thánh không có nhiều học trò lắm nhưng đặc biệt là phân của ngài có thể chữa lành bệnh cùi bằng cách dùng bôi lên cơ thể. Ở Ấn Độ, người ta thường đại tiện ngoài đồng trống, và phân của vị Thánh này trở nên hiếm thấy vì người ta đua nhau đi tìm phân của ngài. Một lần nữa, ta thấy rằng năng lực chữa bệnh này đến từ tâm thiêng liêng của vị thánh, từ tâm đại bi của ngài.

Trong các bài giảng cũng đề cập đến câu chuyện một gia đình Tây Tạng có người con gái bị ma nhập trong một thời gian dài. Dù đã mời nhiều lama đến làm lễ cúng dường puja nhưng cô gái vẫn không khỏi bệnh. Vào một ngày, có một vị tăng bình thường đến khất thực, gia đình mời vị tăng vào nhà và cầu xin chữa bệnh cho cô gái. Khi vị tăng thực hiện nghi lễ xua đuổi các chướng ngại ngăn cản lời cầu nguyện và dâng bánh cúng, ông ta phát hiện rằng con ma cũng đang tụng đọc các lời cầu nguyện y hệt như vậy.

Vị tăng biết rằng lễ puja không hiệu quả, nên ông ta lấy khăn choàng trùm lên đầu, rồi thiền định về tâm bi mẫn thương xót con ma. Chỉ đến lúc đó, con ma mới chịu buông tha cô gái. Rồi con ma xin lỗi vị tăng và nói: "Hãy chỉ dạy cho tôi." Một khi tâm thiện càng mạnh mẽ thì năng lực chữa bệnh càng có hiệu lực hơn.

Nếu chúng ta khẩn cầu các vị Bồ Tát giúp đỡ thì các ngài sẽ giúp chúng ta, vì tâm bi mẫn của các ngài. Tuy nhiên, về phía mình, chúng ta cần có trí tuệ và niềm tin để nương tựa và khẩn cầu sự giúp đỡ. Nếu chúng ta có trí tuệ và niềm tin, các vị Bồ Tát mới có thể dẫn dắt chúng ta.

Năng lực của giới hạnh

Một yếu tố khác nữa trong việc chữa lành bệnh tật là giới hạnh phải được thanh tịnh. Người nào có giới hạnh thanh tịnh thì sẽ có nhiều năng lực chữa bệnh, dù họ có chứng ngộ hay không. Bạn không cần phải là tăng sĩ hay ni sư, nhưng nếu bạn có một cuộc sống thanh tịnh, không phạm mười hành vi bất thiện,[1] thì bạn có thể làm lợi lạc cho người khác. Các lời cầu nguyện của bạn sẽ có nhiều năng lực loại bỏ bệnh tật cùng với các chướng ngại khác và mang lại hạnh phúc. Nếu có người bị bệnh điên vì ma nhập, bạn có thể ra lệnh cho con ma đó rời khỏi người bệnh; vì bạn sống một cuộc sống thanh tịnh và chân thật, con ma phải vâng lời bạn, làm theo lời bạn.

Bất kỳ ai thực chứng được tánh Không, bản chất rốt ráo của mọi sự vật, cũng sẽ là một người có năng lực chữa bệnh. Thực chứng tánh Không sẽ làm cho con người kiểm soát được các đại (đất, nước, lửa, gió) cũng như các chúng sinh hữu tình khác, do vậy họ có khả năng chữa lành được các bệnh mất trí hay điên khùng. Nếu người nào bị ma ác nhập vào sinh bệnh, một hành giả đã đạt được sự chứng ngộ tánh Không có thể giúp bệnh nhân chế ngự được con ma đó. Với sự thực chứng tánh Không, bạn có thể thực hiện bốn loại hành động Tantra: an định, tăng tiến, kiểm soát và hung nộ. Thực chứng tánh Không cũng có khả năng mang mưa đến hay làm ngưng mưa.

Cho dù chúng ta không có các chứng ngộ đó, chúng ta cũng

---

[1] Mười hành vi bất thiện bao gồm giết hại, trộm cắp, tà dâm, nói dối, nói hai lưỡi gây chia rẽ, nói lời độc ác, nói lời vô nghĩa, tham lam, ác ý (thường là các ý tưởng khởi lên từ tâm sân hận) và tà kiến. Xem thêm chi tiết hơn ở chương 10.

cần phát sinh tâm từ bi với hết sức mình và chúng ta phải có được sự tin tưởng mãnh liệt vào các phương pháp chữa bệnh mà chúng ta đang áp dụng. Vào cuối một hướng dẫn về cách thức làm sao mang mưa đến hay làm ngưng mưa, đức Lama Tsongkhapa nhấn mạnh đến sự quan trọng của lòng tin mãnh liệt vào các lời dạy (Phật pháp), vào Bồ-đề tâm và một số kinh nghiệm [thực chứng] về tánh Không. Lời khuyên này cũng áp dụng vào việc chữa bệnh. Tâm bi mẫn mãnh liệt, thực chứng tánh Không và lòng tin vào phương pháp chữa bệnh, cả ba điều tiên quyết này rất cần thiết, nhưng sự chữa lành bệnh sẽ có hiệu quả nhất một khi có được tâm bi mẫn mãnh liệt và lòng tin mãnh liệt. Khi mức độ của các phẩm chất này càng nhiều thì chúng ta càng có nhiều khả năng hơn để giúp đỡ người khác.

Những trường hợp chữa bệnh thần kỳ

Tôi đã gặp nhiều người chữa bệnh với những câu chuyện về sự chữa bệnh thần kỳ ở Malaysia, Singapore và kể cả ở Mỹ. Khả năng của người chữa bệnh thần kỳ không phải là một hiện tượng vật chất bên ngoài. Nói chung, năng lực chữa lành bệnh của họ phát xuất từ tâm hiền thiện; họ thường là người nhiệt tình, luôn quan tâm người khác. Họ không vị kỷ, ngược lại họ quan tâm chăm sóc người khác hơn cả chính bản thân mình.

Ở Mỹ, tôi gặp một người đàn ông Trung Hoa còn trẻ đến từ Trung Hoa lục địa. Anh ta đã thực hiện nhiều sự chữa bệnh thần kỳ. Khi đang thuyết giảng, anh ta có thể chữa bệnh cho một bệnh nhân đang ngồi ở hàng ghế thính giả cách xa và thậm chí không hề chạm tay vào người bệnh. Những người bệnh liệt chân trong nhiều năm đang ngồi trên xe lăn, bất ngờ có thể đứng dậy và bước đi không cần người giúp. Trên thực tế, người chữa bệnh không chạm tay vào bệnh nhân; anh ta đứng từ xa chỉ khua tay làm một dấu hiệu, vậy mà bệnh nhân bại liệt có thể đứng dậy không cần ai trợ giúp.

Anh ta là một người rất tử tế, từ ái bi mẫn. Anh ta rất nổi tiếng ở Trung Hoa vì khả năng chữa bệnh thần kỳ. Anh ta có một album ghi lại những hình ảnh về các bệnh nhân đã ốm đau rất nhiều năm và đã được khỏi bệnh chỉ đơn giản là sau khi nhìn thấy anh ta.

Ở Malaysia, tôi có một người bạn tên là Tony Wong, một doanh nhân Trung Hoa, với cuộc đời đầy ắp những câu chuyện về sự chữa bệnh thần kỳ. Ông là người Phật tử thuần thành và rất sùng mộ, ông ta thường hay lo liệu các chuyến đi cho các lama đến từ bốn truyền thống Phật giáo Tây Tạng. Vì không có nhà riêng, nên ông ta dùng văn phòng để thực hiện nghi thức chữa bệnh. Ở một phía của phòng làm việc đó, ông ta có một bàn thờ Phật và ở phía đối diện là bàn thờ của vợ ông ta. Vào cuối tuần, phòng làm việc chứa đầy các bệnh nhân, có khi một số người phải ngồi trên bậc thềm bên ngoài.

Tony chỉ đơn giản đặt một bình nước lên bàn thờ ở trước tượng ngài Quán Âm (Kuan Yin), một hóa thân nữ của Đức Phật Đại Bi, sau đó ông ta hướng dẫn mọi người tụng chú Quán Âm liên tục trong ba hay bốn giờ. Người Trung Hoa giống người Tây Tạng và khác với người Tây phương khi tụng niệm, thường có thói quen tụng chú ngâm nga và kéo dài hàng nhiều giờ.

Khi tôi hỏi Tony là ông ta có thiền định hay quán tưởng không, ông ta trả lời rằng ông ta không làm gì cả; ông ta chỉ đặt bình nước lên bàn thờ và hướng dẫn ngâm nga tụng chú. Sau khi tụng chú, ông ta phân phối nước. Cả ông ta lẫn người bị bệnh đều có một lòng tin mãnh liệt rằng nước đã được sự gia trì [và có năng lực chữa bệnh], cho dù bệnh nhân không nhất thiết phải là Phật tử.

Ông Tony kể rằng, có nhiều trường hợp, bệnh nhân bị bệnh rất nặng nhưng sau khi tụng chú và uống nước được chú niệm thì lập tức cảm thấy khỏe hơn. Thậm chí có vài người hoàn toàn bình phục vào ngày hôm sau. Có một bệnh nhân ung thư, vào một ngày nọ đến xin chữa bệnh phải có hai người dìu đi. Bệnh nhân đó đã tụng chú và uống nước được chú niệm. Ngày hôm sau bệnh nhân đó đến văn phòng của ông Tony, bước vào phòng mà không cần người dìu. Tony đã chứng kiến nhiều người phục hồi một cách thần kỳ như vậy.

Làm sao những sự thần kỳ như vậy đã xảy ra mặc dù không có sự thiền định đặc biệt nào được thực hiện? Một trong các yếu tố tạo nên sự thần kỳ đó là năng lực tâm bi mẫn của Tony. Bản thân Tony là một con người sống rất chân thật, một con người có tâm từ bi mãnh liệt, trọn đời sống hết mình cho người khác. Bất kỳ ai yêu cầu giúp đỡ là ông ta cố gắng hết sức mình để làm và không hề từ chối. Đây là cách tu tập tâm linh của ông ta.

Một yếu tố khác nữa là lòng tin của ông ta. Ông ta có sự tin tưởng mãnh liệt rằng nước cúng đã được chú nguyện gia trì bằng cách đơn giản là đặt trước tượng Phật Bà Quán Âm. Rất nhiều năng lực chữa lành bệnh đến từ tâm thành tín của ông ta cũng như của các bệnh nhân đã uống nước đó.

Nước hay chất liệu nào khác đều có thể được chú nguyện, trở nên thanh tịnh và có năng lực chữa bệnh, nhưng việc năng lực đó có thành hiện thực hay không là còn tùy thuộc vào người chú nguyện cũng như người dùng nước đó. Về cơ bản, năng lực chữa bệnh đó tùy thuộc vào tâm; tâm phải làm cho chất liệu đó phát sinh năng lực. Mặc dù chúng ta thường tin rằng năng lực chữa bệnh đến từ bên ngoài nhưng thật ra không có điều đó; toàn bộ năng lực chữa lành bệnh đến từ tâm của chúng ta, chủ yếu từ tâm thành tín. Điều này rất đúng vào trường hợp của Tony Wong, vì mặc dù không có sự quán tưởng đặc biệt để chú nguyện vào nước cúng, nhưng rất nhiều bệnh nhân đã được khỏi bệnh một cách thần kỳ. Tâm thức của người trị bệnh, đặc biệt là tâm thành tín hiền thiện, đã tạo ra sức chú nguyện. Đây là một sự sinh khởi theo nhân duyên tương thuộc.

Trong khi một số người có thể được chữa lành bệnh nhờ uống nước hay dùng các chất liệu khác đã được chú nguyện gia trì, hoặc bằng thiền định, trì chú, hay theo sự chữa trị thuốc men thông thường, thì có những bệnh nhân khác không được khỏi bệnh bằng các phương tiện đơn giản như trên, vì họ có những nghiệp chướng nặng nề. Dù bác sĩ đã chẩn đoán chính xác và cho đúng thuốc nhưng chưa chắc bệnh nhân được phục hồi. Sự điều trị sẽ không hiệu quả nếu bệnh nhân có những nghiệp chướng nặng nề. Do đó, bệnh nhân phải nỗ lực thực hiện sự tịnh hóa nghiệp chướng. Chỉ sau khi đó bệnh mới có thể được chữa lành.

Lấy thí dụ như trường hợp chú tôi. Trong nhiều năm, chú tôi không ngủ được vì đau nhức cả người. Ông trăn trở trên giường suốt đêm. Mặc dù ông đã tìm đến nhiều thầy thuốc ở Tây Tạng nhưng vẫn không hết bệnh. Cuối cùng, ông ta đến gặp một thiền giả sống trong một hang động ở gần hang Lawudo.

Vị thiền sư dùng linh kiến biết được trường hợp của chú tôi bèn bảo chú tôi rằng bệnh của ông ta là do nghiệp. Dĩ nhiên, bệnh tật và bất kỳ trở ngại nào mà chúng ta gánh chịu đều là kết quả của các nghiệp bất thiện, nhưng ở đây thiền sư muốn nói rằng, trong trường hợp của chú tôi, dùng thuốc không thôi thì không đủ để chữa lành bệnh, do vậy chú tôi phải thực hiện sự tịnh hóa nghiệp. Ngài khuyên ông ta phải trì tụng hàng trăm ngàn lần chú Vajrasattva - một hóa thân đặc biệt của đức Phật có sức mạnh tịnh hóa nghiệp rất mãnh liệt, và lễ lạy sám hối hàng trăm ngàn lần. Cũng như các bác sĩ chuyên khoa am hiểu một lãnh vực nhất định, chẳng hạn, bác sĩ tim mạch thì chuyên về bệnh tim, các đức Phật khác nhau cũng có các công năng đặc biệt khác nhau, đức Phật Vajrasattva có công năng đặc biệt trong sự tịnh hóa nghiệp. Thực hiện trì tụng chú Vajrasattva và lễ lạy là để cho chú tôi có khả năng tịnh hóa được nhân thực sự của bệnh này, tức là các hành động bất thiện trong quá khứ và các chủng tử do các hành động đó đã để lại trong tâm. Tịnh hóa tâm là tịnh hóa bệnh của thân, vì các vấn đề của thân xuất phát từ tâm.

Chú tôi bắt đầu thực hiện hành trì trong hang Lawudo, sau đó ông ta làm một hang ẩn cư nhỏ riêng cho mình trên dãy núi đá. Ông ta liên tục hành trì trong sáu, bảy năm; ngoài ra ông ta còn chăm sóc bà tôi vì bà rất già và bị mù. Trong suốt thời gian đó, ông ta nấu thức ăn cho bà, cõng bà ra ngoài hang để tiểu tiện, đại tiện. Ngay từ lúc bắt đầu hành trì, tình hình bệnh tật của ông ta cũng bắt đầu thuyên giảm, sức khỏe càng lúc càng tốt hơn. Cuối cùng ông ta hoàn toàn bình phục.

Thuốc men hay các chất liệu được chú nguyện có thể chữa lành bệnh cho một số người nhưng lại không có tác dụng tốt cho một số người khác, vì các nghiệp chướng nặng nề của họ ngăn cản họ bình phục. Một khi không thể chữa lành bệnh thông qua các cách thức đơn giản như vậy, các bệnh nhân đó phải sử dụng các phương pháp khác, như là thiền định hay lễ lạy sám hối và trì chú tịnh hóa nghiệp. Và sau khi thực hiện các hành trì đó, thuốc men sẽ có thể có tác dụng.

Cũng có nhiều trường hợp, một loại thuốc đặc trị cho một bệnh lại làm cho bệnh nhân phát sinh một bệnh khác hay phải chịu tác dụng phụ khó chịu, như sốt cao chẳng hạn. Như vậy, thay vì chữa lành bệnh, thuốc men đã làm cho bệnh tình chuyển biến xấu đi. Dĩ nhiên, ngoài các yếu tố như thái độ và hành vi của bệnh nhân, các điều kiện bên ngoài như việc ăn uống, thời tiết, và các sinh linh (sinh vật siêu nhiên như là ma quỉ, vong linh...) cũng ảnh hưởng đến sự diễn biến của bệnh. Các sinh linh có thể quấy rối bằng cách làm cho thuốc mất tác dụng. Như vậy, sự thiền định hay các lễ puja cần được xúc tiến để xoa dịu các sinh linh, và sau đó thuốc men có thể có tác dụng.

Trong khi một số người có thể nhận được sự chữa bệnh thần kỳ chỉ bằng cách được gặp gỡ hay xúc chạm vị thầy chữa bệnh có năng lực vĩ đại, [thực tế là] không phải bất kỳ ai cũng có duyên may gặp được họ, và quan trọng là chúng ta cần phải hiểu được nguyên do của việc này. Những ai có nghiệp chướng nặng nề cần phải thực hiện một pháp hành trì nào đó để tịnh hóa tâm, tức là nguyên nhân đích thực của các vấn đề bất ổn trong cơ thể họ; việc tiếp xúc với vị thầy có năng lực có khi vẫn chưa hội đủ điều kiện để chữa lành được bệnh. Đó là lý do tại sao chúng ta rất cần thiền định và tịnh hóa. Bằng cách này, chúng ta trở thành người chữa bệnh cho thân và tâm của chính mình.

8.

VẠN SỰ DO TÂM,
THÔNG QUA SỰ GÁN ĐẶT TÊN GỌI

Mọi sự đều xuất phát từ tâm; bất cứ việc gì cũng đều do tâm tạo tác. Khi một trăm người nhìn ngắm một người thì mỗi người đều thấy người đó khác nhau: một số người thấy đẹp, những người khác thấy xấu, có người thấy không đẹp cũng không xấu. Những ý kiến khác biệt đó xuất phát từ tâm của những người quan sát. Đối tượng xuất hiện trước mắt chúng ta trông như thế nào là do tâm của chúng ta chứ không phải từ phía đối tượng. Nó tùy thuộc vào cách chúng ta quan sát đối tượng, cách chúng ta diễn giải nó, gán đặt tên gọi, tức là định danh cho nó.

Mọi sự xuất phát từ tâm, hay là "vạn sự do tâm" - đây là nguyên tắc cơ bản của đạo Phật, nhưng các nhà khoa học Tây phương ngày nay cũng đồng ý rằng: ngay cả sự hiện hữu của một nguyên tử cũng liên quan đến tâm của người quan sát. Mọi sự đều là tạo vật của tâm, kể cả bản thân tâm đó. Vì mọi sự xuất phát từ tâm, nên tâm chính là yếu tố căn bản của việc chữa lành bệnh tật. Cũng như giáo lý nhà Phật, các sách y học của Trung Hoa và Tây Tạng đều giải thích rằng tất cả mọi bệnh tật xuất phát từ tâm và xem như bệnh tật có liên quan đến ba vọng tưởng cơ bản: vô minh, sân hận và tham lam. Cội nguồn đích thật của bệnh tật - và của các đau khổ khác nữa - chính là vô minh, đặc biệt là vô minh không nhận biết được thực tại tối hậu của các hiện tượng.

Để chữa lành không chỉ bệnh tật mà còn là tất cả khổ đau, và để chúng ta không còn phải trải qua khổ đau lần nữa, chúng ta phải chữa trị những nguyên nhân của khổ đau, vốn nằm trong dòng tâm thức tương tục của ta. Chúng ta phải chấm dứt hoàn toàn các hành vi do vọng tưởng thúc đẩy, kể cả bản thân các vọng tưởng và hạt giống của vọng tưởng. Thuốc mà chúng ta dùng để trị bệnh là thực chứng tánh Không, bản chất tối hậu của mọi hiện tượng. Đây là lý do tại sao sự liễu ngộ tánh Không là rất quan trọng, và tại sao đức Phật đã ban rất nhiều giáo pháp về tánh Không, trong số đó có giáo pháp ngắn nhất là *Tinh túy của trí tuệ*, thường được biết với tên là *[Bát-nhã] Tâm kinh*.

Thực tại của một cành hoa

Thực tại của các hiện tượng có thể được cứu xét theo nhiều cách khác nhau. Chẳng hạn, một [khía cạnh] thực tại của một cành hoa là vô thường, đang biến đổi và tàn lụi từ ngày này sang ngày khác, trong từng giây phút. Ngay cả chỉ trong một giây nó cũng đang tàn lụi. Tại sao? Vì nó tùy thuộc vào các nhân và duyên khác. Tuy nhiên, chúng ta để ý thấy được sự tàn lụi của nó chỉ khi nào sự tàn lụi lộ ra hiển nhiên, ảnh hưởng đến màu sắc và hình dáng của nó. Chúng ta không thể thấy được sự tàn lụi vi tế của cành hoa trong từng giây một.

Hoa mọc lên nhờ vào một số nhân duyên, và nó tàn lụi do những nhân duyên khác. Sự thật là hoa thay đổi trong từng thời khắc do các nhân duyên, và cũng vì sự thay đổi rất vi tế này mà hoa thay đổi theo từng giây phút, từng giờ, từng ngày. Sự thay đổi vi tế đưa dần tới sự thay đổi thô, cho đến một lúc chúng ta nhận ra được là hoa đang tàn lụi. Trước thời điểm ấy đã có rất nhiều sự thay đổi xảy ra rồi, nhưng vì chúng quá vi tế nên ta không nhận biết. Và vì không nhận biết sự thay đổi này nên hoa có vẻ như thường hằng đối với ta. Qua sự nhận hiểu cái vẻ ngoài thường hằng sai lệch này là đúng thật, chúng ta đã tạo ra một khái niệm huyễn ảo về sự thường hằng trong mối quan hệ với một sự vật vốn dĩ là vô thường.

Bây giờ, chúng ta hãy xét đến thực tại tối hậu, cực kỳ vi tế, của một cành hoa. "Hoa" là một tên gọi (danh), một từ ngữ, một nhãn hiệu [phân loại] được gán đặt trên nền tảng (thực thể) một đóa hoa. Chúng ta nhìn một đóa hoa trong sự phụ thuộc vào thực thể[1] của nó, và chúng ta sẽ không dùng tên gọi "hoa" để gán đặt cho bất kỳ thực thể nào. Khi chúng ta nhìn thấy một cái bình hay quyển sách chẳng hạn, chúng ta không gọi đó là "hoa". Trước khi gán đặt tên gọi "hoa" cho một sự vật, chúng ta buộc phải có một lý do để làm như vậy, nếu không chúng ta hẳn đã gán tên gọi này cho bất kỳ đối tượng nào ta nhìn thấy. Nếu bạn tự gọi mình là "hoa", hẳn bạn có thể bị đưa vào nhà thương điên để điều trị! Trước khi chúng ta chọn dùng cái tên gọi cá biệt là "hoa", chúng ta phải thấy một thực thể cá biệt, một vật thể mọc lên từ đất và có hình thể cùng màu sắc của cái hoa. Việc nhìn thấy một đối tượng như vậy khiến cho chúng ta quyết định dùng tên gọi "hoa", nhưng khi nhìn thấy một cái bình, một quyển sách hay cái bàn thì không.

Đây là tiến trình thông qua đó chúng ta nhìn thấy một cái hoa. Khi ta không phân tích nhận thức của mình thì có vẻ như ta nhìn thấy cái hoa ngay từ thời điểm bắt đầu [tiếp xúc với nó], như thể là chúng ta nhìn thấy cái hoa mà không có việc tâm ta gán cho nó tên gọi là "hoa". Nhưng điều này hoàn toàn sai. Tiến trình thực tế là: chúng ta trước hết nhìn thấy thực thể của một bông hoa, một đối tượng vật chất cá biệt, rồi chúng ta gán đặt cho nó tên gọi "hoa"; và khi đó một đóa hoa mới xuất hiện đối với ta. Chỉ *sau khi* chúng ta gán đặt tên gọi "hoa" lên thực thể của một bông hoa, chúng ta mới *nhìn thấy* hoa. Trước đó, chúng ta không hề nhìn thấy hoa!

---

[1] Danh từ "thực thể" từ đây trở về sau được dùng để chỉ phần căn bản (base) của sự vật, vốn là thật có so với phần tên gọi (danh) chỉ là do tâm thức tạo ra dựa trên thể căn bản khác biệt của từng sự vật. Vì thế, người đọc cần hiểu "thực thể" trong ý nghĩa tương đối, không phải nghĩa chân thật rốt ráo.

Đối tượng vật chất với hình dáng hoa là một thực thể, và "hoa" là tên gọi. Ban đầu chúng ta thấy cái thực thể và sau đó mới thấy hoa, nên cái thực thể *không phải* là hoa. Mặc dù điều này là hiện thực, nhưng tâm trí ta không nhận biết được. Đối với tâm ảo tưởng (vô minh) của chúng ta thì có vẻ như ngay ban đầu ta đã nhìn thấy hoa chứ không phải thực thể của hoa. Nhưng trong thực tại, chúng ta thấy cái thực thể [của hoa] trước tiên và chỉ nhìn thấy hoa sau khi đã gán đặt tên gọi "hoa" lên thực thể đó.

Trong giai đoạn này, điều quan trọng cần phải hiểu là: thực thể và tên gọi không đồng nhất; thực thể của hoa và bông hoa là khác nhau. Tuy nhiên, chúng cũng không tách rời, vì hoa không thể tồn tại tách biệt với thực thể của nó. Đối tượng mà bạn thấy trước nhất là thực thể, không phải cái tên gọi "hoa". Hai cái này khác nhau. Điều hết sức thiết yếu là chúng ta phải hiểu được tiến trình phân biệt giữa tên gọi với thực thể, cho dù ta không hiểu biết nhiều về sự thiền định quán xét tánh Không của các hiện tượng.

Hơn nữa, không hề có hoa nơi thực thể của hoa. Đối với chúng ta, dường như có một đóa hoa nơi cái thực thể, nhưng đó là một ảo tưởng. Đây là điều được biết như là "đối tượng cần được bác bỏ". Đây là cái mà chúng ta phải nhận ra là trống không. Không có hoa ở đó - không phải với ý nghĩa là hoa không hiện hữu, nhưng với ý nghĩa là không có hoa hiện hữu nơi thực thể của hoa!

Cái mà chúng ta thấy trước tiên là thực thể của hoa, nhưng nó không phải hoa. Ở đâu có thực thể của một bông hoa thì ở đó có một bông hoa hiện hữu; nhưng nơi thực thể của hoa thì không hề có hoa. Vậy điều gì xảy ra cho hoa? Hoa không phải không hiện hữu; hoa hiện hữu. Tuy nhiên, bằng sự phân tích theo cách này, ta có thể thấy hoa là một cái gì đó hoàn toàn khác với cái mà trong quá khứ ta đã tin nó là như vậy.

Vậy, hoa là cái gì? Hoa hoàn toàn chỉ là cái được tâm chúng ta gán đặt tên gọi dựa trên thực thể của nó. Nói cách khác, hoa được tạo ra bởi tâm. Đây là bản chất cốt lõi của hoa, và chúng ta thấy rằng nó cực kỳ vi tế. Cách ngắn gọn nhất để diễn đạt điều này là nói rằng: Hoa chỉ là do tâm gán đặt. Chi li hơn một chút, ta có thể nói rằng: Hoa chỉ là do tâm gán đặt dựa trên thực thể của nó.

Hoa cực kỳ vi tế, như khoảng không. Không phải là hoa không hiện hữu; nó hiện hữu theo một cách thức cực kỳ vi tế. Một cách diễn đạt khác là nói rằng: Hoa chỉ hiện hữu vì thực thể của nó hiện hữu. Không phải là hoa hoàn toàn không hiện hữu. Nó hiện hữu, nhưng vi tế đến nỗi như thể là nó không hiện hữu.

Từ sự phân tích này, chúng ta có thể thấy rằng, hoa hoàn toàn không có sự hiện hữu như một bông hoa thật sự theo ý nghĩa tự nó tồn tại. Hoa hiện hữu như một duyên sinh tương thuộc tinh tế, chỉ do tâm gán đặt. Đây là thực tại tối hậu của hoa mà tôi đã đề cập ở trước. Dù đây là cách mà hoa hiện hữu trên thực tại, nhưng những ai chưa thực chứng tánh Không thì không thấy được hoa theo cách này. Đóa hoa có vẻ như thật đối với chúng ta và chúng ta tin đó là thật, là hoàn toàn giả tạo. Cái hoa có vẻ như tự nó hiện hữu đó hoàn toàn chỉ là một ảo tưởng; nó hoàn toàn trống không.

Z là một nhãn hiệu

Hồi còn trẻ con, lúc bắt đầu đi học, trước khi được dạy rằng chữ cái Z được gọi là "Z" thì chữ Z đó hiện ra trước mắt bạn như thế nào? Câu trả lời là: Bạn chỉ thấy những đường ngắn gãy khúc, chứ không phải chữ Z. Tại sao không phải? Vì bạn chưa học biết gọi tên chữ Z, và bạn chưa tin rằng nó là chữ Z.

Chỉ sau khi cha, mẹ hay thầy giáo bảo với bạn: "Đây là chữ Z" và bạn tin vào lời nói của người dạy, lúc đó bạn mới gọi tên những đường gãy này là chữ Z và tin rằng nó là chữ Z. Chỉ sau khi bạn dùng tên gọi Z gán đặt cho cái hình dạng cụ thể này và tin vào tên gọi đó, bạn mới nhìn thấy hình dạng này như là chữ Z. Nói cách khác, chỉ sau khi bạn gán đặt cho nó cái tên Z thì Z mới là chữ Z . Trước khi bạn gán đặt tên gọi Z cho hình dạng này thì bạn đã không hề thấy chữ Z. [Với sự phân tích này,] bạn có thể thấy sự xuất hiện của chữ Z xuất phát từ tâm như thế nào.

Bạn cũng có thể thấy hình dáng này với những đường nét cá biệt của nó là cái thực thể và "Z" là tên gọi. Hai yếu tố này, thực thể và tên gọi, là không đồng nhất; chúng khác biệt. Tuy nhiên, chúng không tách rời, vì Z không hiện hữu tách biệt với hình dáng những đường gãy khúc, tức là cái thực thể được đặt tên chữ Z. Nếu hình dáng những đường gãy khúc này đã là chữ Z - nói cách khác, nếu thực thể là một với tên gọi "Z" - thì tại sao ta phải bận tâm đặt tên cho nó làm gì? Nếu cái đầu tiên chúng ta thấy đã là Z thì không có lý do gì để chúng ta đặt tên "Z" cho nó nữa. Đâu là mục đích khi chúng ta đặt tên "Z" cho một sự vật vốn đã là Z? Và nếu như thế thì tiến trình đặt tên gán nhãn sẽ không có kết thúc, vì bạn sẽ phải đặt tên Z lần nữa chồng lên đầu của Z đó, thêm lần nữa như vậy, rồi cứ như thế kéo dài mãi sự trùng lặp.

Còn nếu bạn cho rằng những đường gãy mà bạn thấy ngay từ đầu đã là Z và không phải cái thực thể được gán tên là Z thì đây lại là một nhầm lẫn khác. Rõ ràng, vì "Z" là một tên gọi nên nó phải xuất phát từ tâm. Nếu bạn thấy Z ngay từ đầu và không phải cái thực thể được gán tên kia là Z, vậy tại sao lại quyết định dùng tên gọi Z cá biệt này? Vì nếu việc gọi tên không tùy thuộc việc bạn nhìn thấy cái thực thể đầu tiên - những nét gãy cá biệt đó - thì bạn sẽ không có lý do gì để phải chọn tên gọi "Z" cá biệt này. Và điều này có nghĩa rằng bạn có thể gọi tên bất kỳ cái gì là Z cũng được cả. Thậm chí bạn có thể gọi chữ A hay chữ B là Z!

Điểm cốt yếu là cái thực thể không phải là tên gọi. Những đường gãy khúc là thực thể. Đầu tiên, bạn nhìn thấy những đường gãy khúc cá biệt này, tức là thực thể, và chỉ sau khi bạn gán tên gọi "Z" lên thực thể này bạn mới thấy có chữ Z.

Hơn nữa, cũng không hề có chữ Z nơi những đường gãy khúc này. Nhưng cho dù bạn không tìm thấy chữ Z nơi những đường gãy thì vẫn có chữ Z trên trang giấy này. Bất cứ nơi đâu có thực thể của chữ Z thì có chữ Z hiện hữu; nhưng nơi thực thể của Z không hề có chữ Z. Cho dù có vẻ như có một chữ Z nơi những đường gãy này, nhưng khi bạn tìm kiếm chữ Z [ở đây] bạn sẽ không tìm thấy. Chữ Z "có thật" này là đối tượng cần bác bỏ. Nó hoàn toàn chỉ là một ảo tưởng; nó hoàn toàn trống không.

Cái tôi là một tên gọi

Điểm cốt yếu khi đưa ra các thí dụ về bông hoa và chữ Z là để giúp chúng ta hiểu được bản chất rốt ráo của "cái tôi". Như đã giải thích, mọi sự vật hiện hữu đều phát xuất từ tâm, hoàn toàn chỉ là do tâm gán đặt tên gọi. Nếu không có cái tâm tạo ra danh xưng "tôi" thì sẽ không có cái tôi. Nói cách khác, nếu không có khái niệm "tôi" thì cái tôi tuyệt nhiên không hiện hữu. Chúng ta cần phải hiểu điều này cho thật rõ ràng.

Thân không phải là cái tôi, tâm không phải là cái tôi, và ngay cả cái hợp thể thân và tâm cũng không phải cái tôi. Không có gì trong những cái này là cái tôi. Hợp thể thân tâm là cái thực thể được gán cho tên gọi "tôi", và "tôi" là một tên gọi. Và như chúng ta vừa khám phá, cái thực thể được gán tên gọi và bản thân tên gọi không thể nào là đồng nhất; chúng phải khác biệt nhau.

Vậy, cái tôi là gì? Cái tôi đang đi đứng, nằm ngồi, ăn ngủ, trải nghiệm khổ đau và hạnh phúc này là gì? Cái tôi đó không gì khác hơn là cái chỉ hoàn toàn do tâm gán đặt tên gọi trong sự phụ thuộc vào kết hợp cụ thể của thân và tâm này, và cái tôi chỉ hoàn toàn do tâm gán đặt tên gọi đó quả thật có hiện hữu. Đây là tất cả những gì là "cái tôi" - là cái chỉ hoàn toàn do tâm gán đặt. Khi ta đang ngồi đâu đó và tự hỏi mình đang làm gì, ta trả lời: "Tôi đang ngồi". Tại sao ta tin rằng ta đang ngồi? Chỉ vì một lý do duy nhất là thân thể của ta đang ngồi. Vì lý do này, ta mới tạo ra một danh xưng: "Tôi đang ngồi" và rồi ta tin vào danh xưng của chính ta. Đó hoàn toàn chỉ là một ý tưởng, một khái niệm.

Tuy nhiên, khi chúng ta tìm kiếm cái tôi chỉ hoàn toàn được gán đặt tên gọi này, chúng ta không thể tìm thấy nó. Dù cái tôi hoàn toàn được gán đặt tên gọi đó hiện hữu, nhưng ta không thể tìm thấy nó trong các *uẩn* này, trong kết hợp của thân và tâm này. Cái tôi hoàn toàn được gán đặt tên gọi này quả có hiện hữu, vì nó thực hiện các hoạt động của ta, nó trải nghiệm sinh, lão, bệnh, tử; nhưng khi chúng ta tìm kiếm nó một cách cụ thể trong kết hợp của thân và tâm này, thậm chí chúng ta không thể tìm thấy cái tôi hoàn toàn được gán đặt tên gọi đó ở bất cứ đâu.

Đây không phải là phương thức chính xác để thiền định về tánh Không của cái tôi, vì phương thức này không cứu xét đến cái tôi tự thể, nhưng phương thức này có thể hữu dụng.

Trước tiên, chúng ta phải hiểu rõ rằng, cái tôi chỉ hoàn toàn được gán đặt tên gọi này quả có hiện hữu. Tiếp đó, chúng ta không thể tìm thấy nó ở bất kỳ chỗ nào trong kết hợp cụ thể của thân và tâm này, từ đỉnh đầu xuống đến tận ngón chân. Chúng ta không thể thấy cái tôi chỉ hoàn toàn được gán đặt tên gọi đó bên trong đầu và não của ta, bên trong lồng ngực, trong tim, trong bụng, trong tay chân... Ta cũng không thể tìm thấy nó bên trên bề mặt thân thể hoặc bên ngoài thân thể. Cho dù nó hiện hữu vì tâm chúng ta đã tạo ra tên gọi trong sự phụ thuộc vào các *uẩn* của ta, nhưng ta không thể tìm thấy cái tôi chỉ hoàn toàn được gán đặt tên gọi này ở bất cứ đâu cả.

Thông thường, chúng ta tin rằng cái tôi hiện hữu trong kết hợp của thân và tâm ta, nhưng chúng ta phải hiểu rằng không hề có một cái tôi như thế. Khi chúng ta không xem xét kỹ thì có vẻ như có một cái tôi như thế. Tuy nhiên, khi chúng ta thực sự tìm kiếm nó, chúng ta không thể tìm thấy nó ở đâu cả, và chúng ta chợt hiểu rằng nó không hề có ở đó. Cũng giống như việc tưởng rằng cái bóng cây trên mặt đất ban đêm là con bò cạp. Nhưng khi rọi một ngọn đèn vào nơi đó thì cái mà trước đó trông giống con bò cạp trong bóng tối giờ đây không thể nhìn thấy nữa. Tương tự như vậy, ngay khi chúng ta thực sự bắt đầu phân tích, ta khám phá ra rằng cái tôi không hề có trong kết hợp của thân và tâm ta.

Cái tôi mà chúng ta cảm thấy như đang ở đâu đó bên trong thân thể ta không hề hiện hữu; đó chỉ hoàn toàn là một ảo tưởng. Nếu nó quả thật hiện hữu thì nó phải trở nên rõ ràng hơn khi ta tìm kiếm nó, nhưng ngược lại, chúng ta hoàn toàn không thể tìm thấy nó. Nếu ta nghĩ là mình có ít tiền trong ví, nhưng khi xem lại và không tìm thấy tiền thì hẳn là cái ví đã rỗng. Tương tự, khi tìm kiếm cái tôi trong kết hợp của thân và tâm, ta không thể tìm thấy nó ở đâu cả, từ đỉnh đầu xuống đến tận các ngón chân.

Bây giờ, chúng ta phải xem xét về cái tôi thật, vốn có vẻ như tự nó hiện hữu và không phải do tâm gán đặt tên gọi. Khi chúng ta hết sức bối rối - chẳng hạn như khi có ai chỉ trích ta, hay buộc tội oan cho ta về một điều gì - hoặc khi chúng ta rất kích động về một điều gì, chúng ta cảm giác rằng cái tôi hiện hữu thật sự và độc lập này đang tồn tại bên trong thân thể ta. Đối với ta thì dường như có thể tìm được cái tôi thật này ở đâu đó bên trong thân thể ta. Tuy nhiên, nếu chúng ta không thể tìm thấy được ngay cả cái tôi chỉ hoàn toàn được gán đặt tên gọi nơi thực thể này, thì làm sao ta có thể tìm được cái tôi thật? Không có cách nào tìm thấy nó! Vì theo suy luận thì không thể nào hiện hữu cái tôi thật này, vốn không liên quan gì đến tâm của chúng ta.

Khi chúng ta nhận biết một giấc mơ chỉ là giấc mơ, ta biết rằng người ta trò chuyện trong mơ là không có thật; con người đó không hiện hữu. Tuy nhiên, nếu chúng ta không nhận biết giấc mơ của ta chỉ là mơ thì ta tin chắc rằng con người trong giấc mơ của ta là có thật. Theo cách nhìn trí tuệ thì con người ta gặp trong giấc mơ không hiện hữu; nhưng theo cách nhìn vô minh thì con người đó hiện hữu. Với cách nhìn này thì đối tượng không hiện hữu; với cách nhìn kia thì đối tượng có hiện hữu. Đối với cái tôi thật cũng tương tự như vậy. Theo cách nhìn của trí tuệ, không hề hiện hữu một cái tôi thật; nhưng theo cách nhìn của tâm ảo tưởng vô minh thì cái tôi thật đó hiện hữu, vì nó hiện ra trước mắt chúng ta và chúng ta tin rằng nó là thật.

Giờ đây, chúng ta nên có một vài ý niệm về việc cái tôi thật sự hiện hữu như thế nào. Cái tôi hiện hữu nhưng hoàn toàn không có một sự hiện hữu theo tự tánh hay chân thật. Nó không có bất kỳ sự hiện hữu nào không liên quan đến tâm ta hay các uẩn của ta. Tâm chúng ta tạo ra danh xưng "tôi" trong sự phụ thuộc vào các uẩn của ta, vào sự kết hợp giữa thân và tâm của chúng ta. Đây là tất cả những gì là cái tôi. Không có cái tôi nào hiện hữu ngoài cái tôi chỉ hoàn toàn được gán đặt tên gọi bởi tâm chúng ta. Bất kỳ cái tôi nào có vẻ như hiện hữu ngoài cái tôi đó đều là ảo tưởng. Nó hoàn toàn trống không. Cái tôi đó không hề hiện hữu.

Tuy nhiên, cho dù chúng ta hoàn toàn tạo ra cái tôi, nhưng

chúng ta không nhận biết về sự tạo tác của mình. Cái tôi hiện ra trước mắt chúng ta như là một cái tôi có thật và tự nó tồn tại, chứ không phải hoàn toàn được gán đặt tên gọi bởi tâm trong sự phụ thuộc vào các uẩn của chúng ta. Nói cách khác, cái tôi hiện ra trước mắt ta dường như chẳng liên quan gì đến tâm chúng ta. Nó có vẻ như tự nó tồn tại, thật sự tồn tại. Chúng ta hoàn toàn tạo ra cái tôi không thật này, vốn không thật trong ý nghĩa là nó hoàn toàn không hiện hữu. Cái tôi này không chỉ là không hiện hữu trong các uẩn, mà là hoàn toàn không hề hiện hữu.

Việc tự mình tin vào sự chân thật của cái tôi không thật này chính là vô minh, là cội nguồn của tất cả khổ đau. Điều đó tạo ra các loại vô minh khác cũng như sân hận, tham lam và các phiền não khác, và rồi các phiền não này lại thúc đẩy các hành vi bất thiện mang đến tất cả đau khổ cho chúng ta, bao gồm sinh, lão, bệnh, tử. Khi ta tự mình tin rằng sự xuất hiện của một cái tôi thật vốn tự nó tồn tại là đúng thật, đó là ta đang tạo ra một sự vô minh vốn là nguồn gốc của mọi vọng tưởng phiền não và hành vi bất thiện cũng như nguồn gốc của mọi khổ đau.

Việc nhận ra rằng cái tôi hoàn toàn không tự nó tồn tại chính là sự nhận biết tánh không của cái tôi, hay sự thật rốt ráo của cái tôi. Cách duy nhất để tự giải thoát mình cũng như giải thoát tất cả chúng sinh khác khỏi mọi khổ đau và nguyên nhân khổ đau là chấm dứt sự vô minh tin vào sự tồn tại theo tự tánh của cái tôi. Mọi sự đều tùy thuộc vào sự cắt đứt cội gốc vô minh này, và cách duy nhất để làm được điều đó là nhận biết tánh Không. Chúng ta phải thực chứng được trí tuệ nhận biết tánh Không của cái tôi và của các uẩn.

Chỉ có trí tuệ thực chứng tánh Không mới có thể xóa bỏ được sự vô minh vốn là nguồn gốc của mọi khổ đau. Chúng ta phải thực chứng tánh Không, bằng không thì dù có đạt được bao nhiêu chứng ngộ khác đi nữa ta cũng không có được vũ khí có khả năng phá hủy trực tiếp cái quan niệm ảo tưởng về sự hiện hữu như thật [của cái tôi]. Khi chúng ta còn ôm giữ quan niệm về một cái tôi thật sự hiện hữu thì các vọng tưởng khác nhất định sẽ tiếp tục nổi lên, thúc đẩy các hành vi bất thiện và tạo ra các vấn đề bất ổn cho chúng ta.

Sự thật là cái tôi chỉ hoàn toàn do tâm tạo ra. Mặc dù tâm chúng ta hoàn toàn gán đặt tên gọi "tôi" lên hợp thể của thân và tâm ta, nhưng cái tôi xuất hiện trước mặt chúng ta một cách giả mạo như thể là tự nó hiện hữu. Rồi tư tưởng vị kỷ khởi sự chăm lo và bám chấp vào cái tôi giả mạo này vì nó có vẻ như tự hiện hữu chứ không phải chỉ hoàn toàn do tâm gán đặt. Chúng ta phát sinh tư tưởng chăm lo nuông chiều cái tôi giả mạo này, cho rằng nó quí báu và quan trọng hơn bất kỳ chúng sinh nào khác. Đối với chúng ta, điều quan trọng nhất trên thế gian này là cái tôi cá biệt này phải được hưởng hạnh phúc và không phải gánh chịu các vấn đề bất ổn.

Trong thực tế, việc chăm sóc "cái tôi" là chăm sóc một ảo tưởng. Cũng giống như việc có được một triệu đô-la trong giấc mơ và khóa chặt nó an toàn trong két sắt vì đó là một số tiền rất lớn. Khi giấc mơ vẫn còn kéo dài thì ta vẫn còn thấy có một triệu đô-la, vẫn còn quan tâm gìn giữ và lo lắng về việc cất giữ cho an toàn. Nhưng sau khi tỉnh giấc mơ, chúng ta không còn thấy có một triệu đô-la, thậm chí chỉ một đô-la cũng không thấy! Việc chăm sóc "cái tôi" [tưởng như] có thật này cũng giống như chăm lo gìn giữ một triệu đô-la kia. Thực ra không hề có một cái tôi tự tồn nào để [ta] chăm sóc. Đó chỉ hoàn toàn là một ảo tưởng. Không có gì cả. Bao lâu chúng ta còn bị mê muội trong quan niệm sai lầm tin vào sự hiện hữu thực sự [của nó] thì một "cái tôi thật" vẫn còn có vẻ như hiện hữu và đáng để được chăm sóc. Tuy nhiên, trong thực tại thì ý tưởng chăm sóc cái tôi chỉ là chăm sóc cho một đối tượng hoàn toàn không có thật.

Thực chứng tánh Không của cái tôi là một thiền định có năng lực mãnh liệt trong sự tịnh hóa và chữa lành bệnh tật; đó là biện pháp mãnh liệt để tìm thấy sự bình an, vì nó loại bỏ trừ tất cả những lo âu sợ hãi không cần thiết của chúng ta. Bằng sự thiền định về tánh Không, chúng ta sử dụng sự suy nghĩ khéo léo của chính mình để loại trừ bệnh tật và các vấn đề bất ổn khác.

9.

BỆNH TẬT CHỈ LÀ TÊN GỌI

Những thí dụ mà tôi vừa đề cập giúp chúng ta hiểu được thực tại của bệnh ung thư, AIDS và kể cả cái chết. Thiền định về tánh Không của bệnh ung thư, AIDS và các bệnh khác nữa sẽ có ích lợi trong việc phá vỡ các khái niệm cố hữu của chúng ta về bệnh tật mà lâu nay đã làm cho chúng ta lo âu sợ hãi.

Trong thực tại, việc mắc phải một căn bệnh nào đó chỉ là một cách nhìn của tâm chúng ta. Những gì xuất hiện trước mắt chúng ta chính là những gì mà tự ta đã tạo ra. Hay nói như vị Đại hành giả Du-già Naropa là: "Khi chúng ta bị bệnh, chính là khái niệm [của ta] bệnh." Rõ ràng, chính cái khái niệm của chúng ta [mới là đối tượng] đang chịu đựng căn bệnh. Trước tiên, tâm chúng ta gán đặt tên gọi lên một cái gì đó, rồi chúng ta mới nhìn thấy cái đó. Điều này cũng đúng đối với bệnh tật và tất cả các hiện tượng khác. Tất cả bệnh tật của chúng ta đều là do tâm tạo tác. Như tôi đã giải thích, chúng ta không thể nào thấy có cái tôi trừ phi tâm chúng ta đã tạo ra danh xưng "tôi". Cũng tương tự như vậy, chúng ta không thể thấy có bệnh ung thư hay AIDS, trừ phi tâm chúng ta đã tạo ra những danh xưng "ung thư" hay "AIDS".

Một điều quan trọng trong việc chữa lành bệnh là phải hiểu được bệnh tật cũng như các vấn đề bất ổn khác xuất phát từ tâm ta như thế nào, vì nếu một điều gì đó xuất phát từ tâm thì chúng ta sẽ có thể kiểm soát nó, có thể thay đổi nó. Điều này có nghĩa rằng tâm chúng ta có năng lực loại trừ bệnh tật, chúng ta không cần phải cảm thấy lo lắng hay tuyệt vọng. Việc biết được chúng ta có quyền tự do quyết định như thế nào sẽ khích lệ và mang đến cho ta hy vọng.

AIDS chỉ là một tên gọi

Không hề có bệnh AIDS thực sự, không có bệnh AIDS nào tự nó tồn tại. Đầu tiên, một bác sĩ phát hiện bệnh nhân bị HIV dương tính rồi bảo bệnh nhân rằng ông ta có thể nhiễm bệnh AIDS. Dựa trên những gì bác sĩ nói, bệnh nhân gán đặt danh xưng "AIDS" lên bệnh tình của mình và tin vào cái tên gọi đó. Thực thể ở đây là loại vi-rút đặc biệt - HIV - làm cho bệnh nhân mất khả năng đề kháng với bệnh tật, và tên gọi [gán đặt lên thực thể đó] là "AIDS". Thực sự, tất cả những gì về bệnh AIDS là như thế này: Tâm tạo dựng tên gọi "AIDS" và gán đặt nó lên một cái thực thể cá biệt. Không có AIDS nào khác ngoài cái này. Không có bệnh AIDS độc lập, không có bệnh AIDS tự nó tồn tại. Về phần cơ thể không hề có bệnh AIDS; bệnh AIDS chỉ hoàn toàn được gán đặt bởi tâm. Trong thực tại không hề hiện hữu bệnh AIDS có thật như chúng ta tin tưởng. Bệnh AIDS có thật đó hoàn toàn là một ảo tưởng; nó hoàn toàn trống không ngay ở đó, nơi thực thể của nó.

Cũng giống như bệnh AIDS là hoàn toàn trống không, ung thư và các bệnh khác cũng vậy. Giáo lý về chuyển hóa tâm dạy rằng: "Khổ đau là một thể hiện của tánh Không." AIDS là một thể hiện của tánh Không, ung thư là một thể hiện của tánh Không. Ung thư là hoàn toàn trống không, ấy thế mà chúng ta lại tưởng là thật, là không phải được gán đặt bởi tâm. Vậy, ung thư là gì? Ung thư chỉ là một tên gọi do tâm gán đặt lên cái thực thể của nó.

Chỉ riêng việc thiền định về bản chất rốt ráo của AIDS, ung thư và các bệnh khác cũng đã mang lại năng lực chữa bệnh mãnh liệt, vì thiền định sẽ cắt đứt tâm vô minh ảo tưởng và đồng thời loại bỏ sự sợ hãi, tuyệt vọng và các xúc cảm bất lợi khác nữa. Chính sự hiểu biết được cách thức mà mọi sự đến từ tâm đã là sự thiền định về tánh Không, vì nó trực tiếp cắt đứt các suy nghĩ huyễn ảo thường ngày của chúng ta, nó phá vỡ khái niệm cứng ngắt, cố chấp cho rằng mọi sự tự chúng hiện hữu. Khái niệm huyễn ảo này, vốn trái ngược với thực tại, chính là căn bệnh căn bản nhất. Chúng ta tiếp xúc với thực tại thông qua sự hiểu biết rằng mọi sự đều xuất phát từ tâm.

Chết cũng chỉ là một tên gọi

Ngay cả cái chết cũng xuất phát từ tâm chúng ta. Chết là một khái niệm, một sự việc xuất phát từ tâm, vì thế chính tâm chúng ta tạo ra cái chết. Không hề có cái chết thực sự, không có cái chết tự nó hiện hữu như nó hiện ra trong tâm huyễn ảo của chúng ta. Cái chết thực sự, vốn làm cho chúng ta khiếp sợ, không hề hiện hữu; nó hoàn toàn chỉ là một ảo tưởng.

Như tôi đã giải thích, bản thân cái chết không phải là vấn đề; chính khái niệm của chúng ta về cái chết mới là vấn đề. Chúng ta có ý tưởng cho rằng cái chết là một cái gì đó tự nó hiện hữu và chính cái khái niệm huyễn ảo này làm ta sợ chết, ngăn không cho ta loại bỏ sự quyến luyến bám chặt cuộc đời này: bám chặt thân này, gia đình này, các vật sở hữu này của chúng ta. Cái chết trở nên kinh khủng vì chúng ta thấy các đối tượng chung quanh là thường hằng, một cách thấy không hề hiện hữu, và rồi chúng ta cảm thấy luyến bám, hay sân hận, và các xúc cảm bất thiện khác liên quan đến các đối tượng này.

Trong khi sự sống được định nghĩa là sự kết hợp của tâm và thân thì cái chết được định nghĩa là sự tách rời của tâm ra khỏi thân dưới sự chi phối của nghiệp và vọng tưởng. Nói cách khác, cái gọi là "chết" được tạo ra bởi tâm. "Chết" chỉ là một tên gọi hoàn toàn được gán đặt bởi tâm của chúng ta lên cái thực thể của nó - tức là cái tâm thức đang rời bỏ thân. Đây là tất cả những gì gọi là cái chết. Do vậy, không có cái chết tự nó hiện hữu. Không có cái chết thực sự trong ý nghĩa là một hiện tượng tự nó hiện hữu. Nó là một ảo tưởng.

Cái chết quả thật hiện hữu, nhưng cái chết hiện hữu đó là một cái chết hoàn toàn được gán đặt tên gọi bởi tâm chúng ta, chứ không phải một cái chết tự nó hiện hữu, xuất hiện trước mặt chúng ta. Cái chết [hiện hữu] độc lập, cụ thể trước chúng ta đó chỉ là một ảo tưởng. Tâm của chúng ta bị ảo tưởng, vì đối tượng mà chúng ta đặt niềm tin vào không hề hiện hữu. Cái chết, vốn được tạo ra bởi khái niệm của chúng ta, lại hiện ra trước chúng ta một cách giả tạo như một cái gì cụ thể và tự nó thật đáng sợ. Rồi chúng ta tin rằng khái niệm sai lầm này là đúng thật. Đại hành giả Du-già Naropa đã nói: " Khi chúng ta sinh ra, [đó là] khái niệm sinh ra; khi chúng ta bệnh, [đó là] khái niệm bệnh; và ngay cả khi chúng ta hấp hối, [đó là] khái niệm đang chết." Nói cách khác, mọi thứ đều là khái niệm. Khi chúng ta phân tích một cách hợp lý để xem cái chết thực sự là gì, chúng ta thấy rằng cách thức nó hiện ra trước chúng ta và cách thức chúng ta nhận hiểu nó hiện hữu đều là sai lầm. Cách nhìn sai trái và khái niệm sai trái của chúng ta về cái chết chính là những gì làm cho chúng ta sợ hãi.

Đại hành giả Du-già Saraha đã nói rằng, nếu không có khái niệm, thì không có những kẻ thù bên ngoài, không có những con cọp hung dữ, không có những con rắn độc. Khi chúng ta tức giận, chúng ta thấy có kẻ thù bên ngoài; nếu chúng ta không tức giận, chúng ta không thể tìm thấy kẻ thù bên ngoài. Khi chúng ta có khái niệm về một kẻ thù, chúng ta thấy có một kẻ thù. Nếu chúng ta không có sân hận hay không có khái niệm về kẻ thù thì chúng ta không thể tìm thấy kẻ thù, cho dù mọi người đang tức giận với ta, phê phán ta hay thậm chí giết hại ta.

Trong quyển Nhập Bồ Tát Hạnh, Đại Bồ Tát Tịch Thiên (Shantideva) cũng lưu ý rằng, khuất phục được chính kẻ thù trong tâm cũng giống như đã khuất phục tất cả kẻ thù bên ngoài, vì một khi kẻ thù bên trong được tiêu diệt rồi thì chúng ta không bao giờ thấy có dù chỉ một kẻ thù bên ngoài. Để giúp chúng ta hiểu được điều này, ngài Tịch Thiên giải thích rằng, nếu ta muốn chấm dứt việc bị gai đâm vào chân bằng cách dùng da bao bọc tất cả các bụi cây có gai trên thế giới thì chúng ta sẽ không có đủ da, nhưng nếu chúng ta mang giày da thì sẽ không bị gai đâm vào chân.[1] Cơ bản mà nói, ngài Tịch Thiên nhấn mạnh vào cùng một điểm: Bằng cách dẹp bỏ khái niệm, chúng ta sẽ không thấy có bất cứ điều gì đáng sợ từ bên ngoài.

Nếu cái chết tự nó thực sự là vấn đề, nó hẳn phải là vấn đề cho tất cả mọi người. Nhưng điều này không đúng. Nhiều người thậm chí thấy thích thú khi chết. Cái chết có là vấn đề hay không tùy thuộc vào tâm thức người sắp chết. Cái chết tự nó không đáng sợ, nhưng khái niệm của một người về cái chết có thể là đáng sợ.

Giáo lý đạo Phật giảng giải rằng các hành giả tu tập Phật pháp giỏi nhất luôn cảm thấy vui khi sắp chết, như thể họ sắp về nhà thăm lại gia đình sau một thời gian dài đi vắng. Cái chết không hề làm họ bận tâm chút nào. Các hành giả thành tựu thấp hơn thì hoan hỷ và thoải mái trong giây phút lâm chung và hoàn toàn tự tin rằng sẽ có một tái sinh tốt đẹp. Ngay cả các hành giả thành tựu thấp nhất cũng sẽ ra đi

---

[1] Nhập Bồ Tát hạnh của ngài Tịch Thiên (Shantideva), chương 5, kệ số 12 và 13, nguyên văn tạm dịch sang Việt ngữ như sau: "Các chúng sinh bất thiện nhiều như không gian vô tận, không thể nào khuất phục tất cả. Nhưng ta chỉ cần khuất phục tâm sân hận, thì điều này cũng làm tan biến hết mọi kẻ thù nghịch." (kệ số 12) "Làm sao có thể tìm đủ số lượng da để phủ kín toàn bộ mặt đất? Nhưng chỉ một mảnh da che kín dưới gót giày ta cũng giống như phủ kín toàn bộ mặt đất này bằng da." (kệ số 13) (ND)

không chút lo âu hay sợ hãi. Sự sợ hãi hay hoan hỷ khi chết đều là do tâm tạo ra; nó không tự hiện hữu.

Nếu chúng ta đã sống suốt đời với tâm từ bi thì trong ngày lâm chung chúng ta sẽ không cảm thấy hối tiếc, vì mọi việc chúng ta đã làm đều là Chánh pháp, nhân của hạnh phúc, và không có gì là nhân của khổ đau hay của sự tái sinh vào các cảnh giới thấp. Vì thế, ngay cả khi đang hấp hối, tâm chúng ta sẽ hoan hỷ và mãn nguyện. Những ai đã sống một cuộc sống với tâm từ bi thì dù không có tín ngưỡng họ cũng sẽ chết không sợ hãi, họ sẽ chết với tâm thoải mái và hạnh phúc.

Có một số người, mặc dù không tin vào sự tái sinh và nghiệp quả, nhưng lại cảm thấy không an tâm về những gì sẽ xảy ra sau khi chết và họ đã hoảng hốt lo sợ rất nhiều khi sắp chết. Câu trả lời cho điều này thật đơn giản và hợp lý: Nếu chỉ có một đời này để sống và không có đời sau thì không có lý do gì để họ phải lo sợ, vì sau khi chết họ sẽ không còn vấn đề bất ổn nào nữa cả.

Những người y tá làm nhiệm vụ chăm sóc các bệnh nhân sắp chết đã nói với tôi rằng, theo kinh nghiệm của họ thì những người nghiện rượu thường có sự sợ hãi kinh khủng nhất khi sắp chết. Tại sao những người nghiện rượu rất sợ hãi khi sắp chết? Xã hội Tây phương rất cần biết điều này. Không ai có tâm trạng giống nhau khi chết: một số người thấy an lạc, thoải mái khi chết, một số người khác chết trong sợ hãi. Có người trải qua cái chết khủng khiếp, họ gào thét trước khi chết vì họ thấy có những điều kinh khủng đang tấn công họ. Người nào trong lúc sống đã có nhiều hành động xấu ác thì sẽ trải qua nỗi khiếp sợ khi chết, bất kể là họ có tin vào sự tái sinh hay không. Các chủng tử được tạo ra bởi hành động bất thiện trong quá khứ của họ sẽ sản sinh các ảo tưởng gây sợ hãi - sản phẩm tâm thức của chính họ. Chúng ta không thể thấy được giấc mơ của người khác, ngay cả người đang nằm ngủ cạnh ta; tương tự như vậy, chúng ta không thể thấy được các ảo tưởng của người đang hấp hối. Các biểu hiện sợ hãi (của người sắp chết) là kết quả của nghiệp bất thiện và là dấu hiệu cho thấy người đó sẽ tái sinh vào một trong những cảnh giới thấp.

Thời điểm cận tử là rất quan trọng. Nếu chúng ta tin vào sự tái sinh, chúng ta sẽ không hoài nghi về một đời sống khác sẽ tiếp theo đời này, và kiếp sống tương lai của ta như thế nào được quyết định phần lớn bởi việc chúng ta chết như thế nào. Cung cách suy nghĩ của chúng ta vào lúc chết là nhân tác động trực tiếp cho đời tái sinh. Nếu suy nghĩ thiện sẽ tái sinh một đời hạnh phúc; nếu suy nghĩ ác thì kiếp sau sẽ gặp nhiều vấn đề bất ổn hơn đời này. Cho dù có tin vào sự tái sinh hay không, điều rất quan trọng cho chúng ta là xây dựng một thái độ hướng thiện ngay lúc kề cận cái chết, ngay trước khi tâm thức thô nặng bị tan rã, và chết với một tâm thức hoan hỷ, an ổn. Chúng ta phải sử dụng pháp thiền định hay bất kỳ phương pháp nào khác ta có được để giảm bớt tâm tham luyến, sân hận, lo âu, sợ hãi và để chuyển hóa tâm ta.

Một phương pháp ngăn ngừa sự sợ hãi khi chết là tịnh hóa nguyên nhân sợ hãi, chính là các nghiệp bất thiện và những chủng tử do chúng để lại trong tâm. Một khi chúng ta tịnh hóa được nó, viễn cảnh của cái chết sẽ không làm ta bận tâm nữa. Cái chết sẽ không là một điều gì to tát, vì nó đơn giản chỉ là sự thay đổi thân thể. Tái sinh cũng giống như thay quần áo. Giống như khi ta cởi bỏ quần áo cũ dơ bẩn và mặc vào người bộ quần áo mới và sạch, chúng ta rời bỏ thân hiện tại đã kiệt sức và nhận lấy một thân xác mới mẻ, trẻ trung trong một gia đình và ở một nơi mà chúng ta có mọi cơ hội để phát triển tâm và phát sinh các thực chứng của con đường đưa tới giác ngộ. Nếu chúng ta đã tạo được nhân [hiền thiện] thì chúng ta sẽ có thể nhận được một thân tốt đẹp hơn để tiếp tục tu tập Chánh pháp và để phụng sự những chúng sinh khác.

Một phương pháp khác ngăn ngừa sự sợ hãi khi chết là từ bỏ việc gây hại cho người khác, tức là cố sức từ bỏ mọi hành vi bất thiện. Ngay cả nếu ta không thể từ bỏ hoàn toàn thì chúng ta cũng phải cố gắng giảm bớt đi càng nhiều càng tốt.

Nếu áp dụng các biện pháp đó thì cái chết sẽ không làm cho chúng ta sợ hãi, mà thay vào đó, cái chết sẽ trở thành một cuộc thử thách rất hứng thú. Nếu chúng ta phát sinh được tâm từ bi, nhẫn nhục, thành tín, hay nhận biết được bản chất rốt ráo của các hiện tượng, thì chúng ta có thể dùng cái chết như một thời thiền định, như một thực hành tâm linh. Thậm chí, chúng ta có thể dùng cái chết để phát triển các thực chứng về con đường tu giác ngộ đồng thời đưa tất cả chúng sinh hữu tình đến cùng trạng thái đó. Thay vì để cái chết điều khiển chúng ta, chúng ta điều khiển cái chết. Thay vì sợ chết, chúng ta có thể dùng cái chết để thành tựu hạnh phúc tối thượng bằng cách chấm dứt nhân của các vấn đề bất ổn. Đây là một cuộc thử thách thực sự.

Giải pháp cho việc này là tu tập Bồ-đề tâm. Tu tập Bồ-đề tâm giúp chúng ta tịnh hóa mãnh liệt các nghiệp bất thiện trong quá khứ cũng như các chướng ngại, đồng thời tự nhiên ngăn chặn không cho chúng ta tạo thêm các nghiệp bất thiện. Với Bồ-đề tâm, chúng ta từ bỏ các nghiệp bất thiện một cách tự nhiên và vui vẻ. Tu tập Bồ-đề tâm là sự chuẩn bị tốt nhất cho cái chết, bảo đảm sẽ có một cái chết hạnh phúc và an lạc. Với thiện tâm này, khi bị đau ốm, chúng ta đón nhận sự đau ốm đó thay cho tất cả chúng sinh, và thậm chí khi chết, chúng ta sẽ chết thay cho tất cả chúng sinh. Chúng ta gánh chịu mọi vấn đề bất ổn đến với ta là thay cho tất cả chúng sinh, là vì lợi ích của chúng sinh. Điều này sẽ mang lại cho chúng ta một cuộc sống tràn đầy hạnh phúc, bình an và toại nguyện. Và chúng ta sẽ không có gì hối tiếc, ngay bây giờ cũng như trong tương lai.

10.

VẠN SỰ DO TÂM THÔNG QUA [SỰ TẠO] NGHIỆP

Nghiệp có liên quan đến một sự lý giải sâu xa hơn về việc mọi sự, bao gồm cả bệnh tật, đều xuất phát từ tâm như thế nào. Các yếu tố bên ngoài gây ảnh hưởng đến thân và tâm, nhưng điều này luôn xảy ra với sự có mặt của các nhân và duyên. Mọi sự xảy ra cho chúng ta đều là kết quả [của hành vi trong quá khứ] và như vậy thì nhân của quả này phải hiện hữu trước đó. Nói cách khác, không có gì xảy ra mà không có lý do, cũng có nghĩa là không có gì xảy ra mà không có nhân và duyên.

Lý do đó đến từ đâu? Nó đến từ tâm của chúng ta. Dù cho là quả thiện hay bất thiện thì cũng đều do tâm tạo ra. Quả bất thiện được tạo ra bởi tâm bất thiện; còn nếu là một quả thiện thì nhân của nó được tạo ra bởi tâm thiện. Đây là nghiệp quả. Toàn bộ đời sống của chúng ta đều xuất phát từ tâm; hạnh phúc và khổ đau của chúng ta liên tục được tạo ra bởi chính tâm ta.

Không có tâm thì sẽ không có gì xảy ra, và sự thanh tịnh hay bất tịnh của những gì hiện ra quanh ta phụ thuộc vào sự thanh tịnh hay bất tịnh của tâm ta. Chiến tranh, lụt lội, hạn hán, nạn đói và những thảm họa khác nữa... đều là những biểu hiện bất thiện, và tất cả những biểu hiện bất thiện đều là sản phẩm của các chủng tử bất thiện trong tâm, lưu lại bởi các hành vi trong quá khứ được thúc đẩy bởi các khuynh hướng bất thiện. Các biểu hiện này là những phóng tưởng, hay sự tạo thành của các chủng tử bất thiện.

Hãy lấy thí dụ về nước Ethiopia, nơi đó hàng triệu dân đã chết vì hạn hán, nạn đói, bệnh tật và nội chiến. Có một thời,

Ethiopia bị thiếu nước uống nghiêm trọng vì hạn hán kéo dài. Nước bắt nguồn từ một quốc gia lân cận là uống được, nhưng khi chảy đến Ethiopia, nó trở nên không uống được. Mặc dù nước uống được ở quốc gia đầu nguồn, nhưng tại Ethiopia thì nó hiện ra thành nước không uống được. Biểu hiện bất tịnh này có liên quan đến tâm của người Ethiopia.

Một môi trường lành mạnh ở Ethiopia phải xuất phát từ tâm của người Ethiopia, từ những tư tưởng hiền thiện của chính họ. Nếu không, dù các quốc gia khác cố gắng giúp đỡ bằng cách dùng máy bay chở nước đến hoặc trợ giúp tiền bạc, sự việc cũng sẽ trở nên tồi tệ. Chúng ta đã thảo luận việc mọi sự xuất phát từ tâm như thế nào thông qua việc chúng ta gán đặt tên gọi cho chúng theo những cách thức cụ thể, nhưng ở đây chúng ta đang đề cập đến một quá trình phức tạp và kéo dài hơn. Các hành vi bất thiện trong quá khứ đã để lại các chủng tử trong tâm, và rồi các chủng tử bất thiện đó biểu hiện thành những tình huống xấu.

Ví dụ, không như người Ethiopia và nhiều người khác, chúng ta được sống trong một xã hội hoàn toàn lý tưởng. Chúng ta có những ngôi nhà sạch sẽ và tiện nghi; chúng ta tận hưởng thức ăn ngon miệng; chúng ta nhìn ngắm những bông hoa đẹp. Tất cả những đối tượng đẹp đẽ xuất hiện trước mắt chúng ta đều là phóng ảnh của tâm thiện của chúng ta; chúng khởi sinh từ các chủng tử hiền thiện tạo ra bởi các hành vi trong quá khứ, các hành vi được thực hiện với khuynh hướng hiền thiện. Nói cách khác, tất cả các đối tượng này của giác quan chúng ta đều là tạo tác của tâm.

Bất kỳ hành động nào xuất phát từ động cơ không bị ô nhiễm bởi sự ích kỷ, vô minh, tham lam, sân hận, hay các tâm phiền não khác thì sẽ đưa tới phước đức, nhân của hạnh phúc. Hành vi thanh tịnh nhất là hành vi được thực hiện với động cơ không bị ô nhiễm bởi ý tưởng vị kỷ. Ngược lại, bất kỳ hành vi nào xuất phát từ động cơ ích kỷ, tham lam, sân hận, hay các ý tưởng phiền não khác đều sẽ trở thành bất thiện, nhân của đau khổ.

Thiên chúa giáo có Mười điều răn, Phật giáo thì dạy từ bỏ mười điều bất thiện, gồm ba hành vi bất thiện của thân (giết hại, trộm cắp, tà dâm), bốn hành vi bất thiện của lời nói (nói dối, nói lời ác nghiệt, nói vu khống,[1] nói lời vô nghĩa), và ba hành vi bất thiện của ý (tham lam keo kiệt, ác ý,[2] tà kiến). Điểm chính mà chúng ta cần hiểu rõ là: Cái gì làm cho ba hành vi của thân và bốn hành vi của lời nói trở nên bất thiện? Đó chính là tâm. Các hành vi đó trở nên bất thiện khi chúng được thúc đẩy bởi tham lam, sân hận, vô minh, và các mê lầm khác nữa. Không có hành vi bất thiện nào tự nó tồn tại, không có hành vi bất thiện nào có tự tánh tự hữu. Không có hành vi bất thiện nào mà không được tạo ra hoặc gán đặt tên gọi bởi tâm chúng ta. Mặc dù chúng ta thấy các hành vi bất thiện đó có vẻ như tự chúng hiện hữu và ta tin rằng chúng hiện hữu theo cách như vậy, nhưng trong thực tại không hề có hành vi bất thiện nào như thế hiện hữu.

Hãy lấy hành vi giết hại - mà ai cũng xem là bất thiện - làm thí dụ. Thực ra, việc giết hại có thực sự là bất thiện hay không tùy thuộc vào tâm của người thực hiện hành vi đó. Nếu hành vi giết hại đó được thúc đẩy bởi tâm vị kỷ hay bất cứ tâm mê lầm nào khác thì nó trở thành nghiệp bất thiện và là nhân của đau khổ. Nhưng nếu hành vi giết hại được thúc đẩy bởi Bồ-đề tâm, bởi trí tuệ hay một tư tưởng hiền thiện nào khác, nó sẽ trở thành thiện nghiệp và là nhân của hạnh phúc.

[1] Theo các kinh văn Hán tạng thì ở đây còn là nói hai lưỡi (lưỡng thiệt) gây chia rẽ, nghĩa là nói những điều khác nhau với hai đối tượng để làm cho họ ghét bỏ nhau; cũng gọi nôm na là nói đâm thọc. (ND)

[2] Theo các kinh văn Hán tạng thì ở đây là các ý tưởng khởi sinh từ tâm sân hận. (ND)

Các bạn hãy nhớ lại câu chuyện tôi đã kể về một kiếp quá khứ của đức Phật khi ngài là một vị Bồ Tát đang làm thuyền trưởng. Vị thuyền trưởng Bồ Tát đã giết người lái buôn đang rắp tâm sát hại tất cả các lái buôn khác trên tàu, nhưng vì vị thuyền trưởng được thúc đẩy bởi lòng bi mẫn cực độ nên hành vi giết hại của ngài chỉ có thể trở thành thiện nghiệp.

Ở Tây phương, người ta thấy rất khó xác định những gì là đúng hay sai, cho dù đó là việc cha mẹ nghiêm trị con cái hay việc chính phủ ban hành luật cấm bán súng. Một hành vi là đúng hay sai tùy thuộc vào thái độ của cá nhân thực hiện hành vi và mục đích của hành vi đó. Đây là phương pháp hợp lý duy nhất để xác định một hành vi là đúng hay sai.

Không có hành vi nào [được thực hiện] bằng thân thể và lời nói như tôi vừa nói trên là bất thiện nếu chúng được thực hiện bởi một động cơ trong sáng - như mang hạnh phúc đến cho người khác hay che chở người khác khỏi bị hiểm nguy. Một hành vi không trở thành nghiệp bất thiện nếu chúng ta thực hiện hành động đó với tâm từ bi mãnh liệt và với trí tuệ thấy biết rằng nó chắc chắn sẽ làm lợi lạc cho người khác; nó sẽ trở thành một việc thiện và là nhân của hạnh phúc mà thôi.

Luật nhân quả

Bậc Đạo Sư Thích-ca Mâu-ni Phật đã giảng dạy bốn quy luật về nghiệp. Quy luật đầu tiên là tính xác quyết của nghiệp. Điều này có nghĩa là một hành vi chắc chắn sẽ dẫn đến quả tương ứng của nó, trừ phi nó bị cản trở; một hành vi hiền thiện chắc chắn tự nó sẽ mang lại quả hạnh phúc, và một hành vi bất thiện chắc chắn tự nó sẽ dẫn đến quả khổ đau. Nếu một người đã tạo ra nhân bất thiện, nhân đó chắc chắn tự nó sẽ dẫn đến quả bất thiện, trừ phi họ làm một điều gì đó để tịnh hóa nó, cũng giống như hạt giống một khi được gieo chắc chắn sẽ nảy mầm, miễn là nó không bị chim, côn trùng ăn mất... Một khi đã có một nhân, chừng nào mà không có chướng ngại cản trở cái nhân đó, thì điều tất nhiên là nó sẽ dẫn đến quả tương ứng. Quả của các hành vi bất thiện là chắc chắn có, trừ phi chúng ta tịnh hóa được các hành vi bất thiện trong quá khứ và loại bỏ đi các chủng tử của chúng bằng cách thực hành các phép đối trị của "Con đường từng bước đưa tới giác ngộ" trong tâm mình.

Đức Phật Kim Cang Tát Đỏa, Ba Mươi Lăm vị Phật và nhiều vị Phật khác nữa đã đặc biệt hóa thân để giúp chúng ta tịnh hóa các hành vi bất thiện, vốn là những trở ngại cho sự giác ngộ và là nguyên nhân các vấn đề bất ổn trong đời này cũng như đời sau. Cho dù chúng ta không có khả năng phát triển con đường tu giác ngộ, thì ít nhất chúng ta cũng có thể hoàn toàn tịnh hóa các hành vi bất thiện của chúng ta bằng cách tu tập các pháp thực hành Bổn tôn đó và như vậy sẽ khiến cho chúng ta tránh khỏi gánh chịu hậu quả của các vấn đề.

[Quy luật thứ hai là] nghiệp có thể phát triển. Từ việc gieo một hạt giống bé xíu xuống đất có thể mọc lên một cây to lớn với nhiều cành cây, lá, nhiều quả chứa hạt. Tuy nhiên, thí dụ bên ngoài tâm này không thể so sánh được với sự phát triển của hiện tượng bên trong tâm của nghiệp. Từ một hành vi bất thiện nhỏ nhặt chúng ta có thể phải chịu đựng bất ổn trong hàng trăm hay hàng ngàn kiếp sống. Theo như lời dạy của đại Tôn giả Long Thọ, nếu chúng ta lừa gạt một chúng sinh, chúng ta sẽ bị các chúng sinh khác lừa gạt lại trong một ngàn đời!

Vì nghiệp có thể phát triển, chúng ta phải hết sức thận trọng tránh không tạo nghiệp bất thiện dù là rất nhỏ. Với các hành vi bất thiện dù là rất nhỏ nhặt liên quan đến các đối tượng quan trọng như cha mẹ, các vị thầy... , chúng ta có thể bắt đầu nhận lãnh quả báo ngay trong đời này, và rồi tiếp tục gánh chịu các vấn đề bất ổn trong nhiều kiếp tiếp theo sau. Chúng ta không nên bất cẩn phạm vào một hành vi bất thiện chỉ vì cho rằng nó quá nhỏ nhặt không quan trọng. Tự bảo vệ mình tránh khỏi các nghiệp bất thiện, cho dù rất nhỏ nhặt, sẽ có ích cho ta trong đời này và nhiều đời sau nữa; chúng ta sẽ được sống lâu, khỏe mạnh, giàu có và ít gặp phải các vấn đề bất ổn.

Cho dù chúng ta đang thực hành tịnh hóa nghiệp, nhưng nếu ta cứ tiếp tục tạo nghiệp bất thiện thì sẽ không khác gì một con voi đi xuống hồ để tắm cho sạch rồi sau đó lại trở lên lăn vào vũng bùn. Việc thực hành tịnh hóa nghiệp sẽ không bao giờ kết thúc trừ phi chúng ta ngưng tạo nghiệp bất thiện.

Hai quy luật còn lại về nghiệp là: Thứ nhất, người ta không thể lãnh chịu quả báo nếu trước đó không tạo ra nhân; thứ hai, nghiệp đã tạo ra sẽ không bao giờ [tự nhiên] mất đi.

Các hành vi bất thiện của thân

Giết hại

Bất kỳ một hành vi giết hại nào đã hoàn tất và thúc đẩy bởi tâm vị kỷ hay bất cứ tâm mê lầm nào khác đều là bất thiện và sẽ dẫn đến bốn loại khổ đau. Để hoàn tất một hành vi giết hại, bắt buộc phải có liên quan đến bốn yếu tố: thực thể, tư tưởng, hành động và kết quả.[1] Nếu thiếu một trong bốn yếu tố đó thì hành vi giết hại chưa hoàn tất.

Loại khổ đau thứ nhất gọi là quả báo chín mùi của nhân

---

[1] Trong trường hợp của một hành vi giết hại bất thiện, thực thể ở đây là một chúng sinh khác hơn chính mình; tư tưởng là ý định giết hại khởi lên từ mê lầm; hành động là sự việc giết hại cụ thể xảy ra; kết quả là sự hoàn tất việc giết hại, chúng sinh đó đã bị chết.

(*dị thục quả*), có nghĩa là [khi nhân giết hại đã chín mùi sau một thời gian], chúng ta sẽ tái sinh vào một trong những cảnh giới thấp như địa ngục, ngạ quỷ và súc sinh.[1] Một cách tổng quát, nghiệp [giết hại] nặng nhất sẽ dẫn đến tái sinh vào địa ngục, nghiệp [giết hại] ít nặng hơn sẽ tái sinh vào cõi ngạ quỷ, nghiệp [giết hại] nhẹ nhất sẽ tái sinh vào cõi súc sinh.

Sau một thời gian lâu dài ngoài sức tưởng tượng, khi nghiệp tái sinh vào các cảnh giới thấp đã cạn kiệt, và nghiệp thiện đã tạo ra trong các đời quá khứ trước kia trở nên mạnh hơn, chúng ta sẽ tái sinh vào cõi người. Lúc mang thân người, chúng ta phải [tiếp tục] trải qua ba loại khổ đau khác.

Loại khổ thứ hai là phải chịu quả báo [còn lại] tương tự như nhân [đã tạo],[2] có nghĩa là chúng ta bị chết yểu, có thể chết khi còn trong bụng mẹ hay khi còn là trẻ con; chúng ta cũng có thể bị người khác hãm hại, bị giết, hay bị bệnh chết... [tương tự như chúng sinh đã bị chúng ta giết hại trước đây].

Loại khổ thứ ba là quả báo phụ thuộc, liên quan đến môi trường sống.[3] Chúng ta sẽ sinh vào một nơi nguy hiểm đang

---

[1] Trong các kinh văn Hán tạng gọi đây là chính báo, tức quả báo chính mà ta phải nhận chịu với năm uẩn (hay thân tâm) trong kiếp sống mới, do nhân là hành vi đã tạo ra trong quá khứ. Quả báo này không xảy ra tức thời mà cần có một thời gian để nghiệp quả chín mùi nên cũng gọi là dị thục quả, tức là quả báo chín mùi vào một thời điểm khác với thời điểm đã gieo nhân (dị thời nhi thục). (ND)

[2] Trong các kinh văn Hán tạng gọi đây là dư báo, tức là quả báo còn sót lại. Tuy người tạo nghiệp bất thiện đã phải chịu quả tái sinh trong các cảnh giới thấp, nhưng ảnh hưởng của nghiệp bất thiện này vẫn còn chưa dứt hẳn nên dẫn đến việc phải chịu đựng dư báo. Dư báo này cũng là một phần thuộc về chính báo, vì người tạo nghiệp vẫn phải thọ nhận bằng năm uẩn (hay thân tâm) trong kiếp sống mới. (ND)

[3] Trong các kinh văn Hán tạng gọi đây là y báo, tức là môi trường, hoàn cảnh mà người tạo nghiệp phải sinh vào do nghiệp đã tạo. Các

có chiến tranh, bệnh dịch lan tràn. Cũng có thể sinh vào nơi bị khô hạn, có các thảm họa bất hạnh. Thức ăn, thức uống thiếu dinh dưỡng, khó tiêu hóa, dễ gây bệnh. Thuốc men không có hiệu quả. Mặc dù thức ăn và thuốc men nói chung chỉ là các điều kiện hỗ trợ cuộc sống (duyên), nhưng vì đã tạo nghiệp giết hại trong quá khứ nên các yếu tố hỗ trợ đó lại trở thành các chướng ngại cho cuộc sống và thậm chí có thể đưa ta đến cái chết.

Loại khổ thứ tư là quả báo thúc đẩy tái diễn nghiệp cũ, có nghĩa là khi được sinh lại làm người, các chủng tử do hành vi giết hại trong quá khứ để lại trong tâm sẽ thúc đẩy ta tái diễn hành động vi giết hại. Đó là thói quen từ quá khứ.[1] Và rồi, lại một lần nữa, việc thực hiện hoàn tất hành vi giết hại sẽ là nhân cụ thể khiến chúng ta phải chịu báo ứng trải qua bốn loại khổ đau vừa nói trên. Và trừ phi chúng ta thay đổi thái độ, chấm dứt hành vi giết hại, bằng không thì chúng ta sẽ mãi mãi tạo ra nhân của các vấn đề bất ổn, và do vậy phải liên tục chịu đựng khổ đau.

Tuy nhiên, chúng ta có thể chặn đứng tiến trình liên tục nói trên nếu ta thay đổi thái độ cũng như hành động và thệ nguyện từ bỏ việc giết hại. Việc giữ trọn lời thệ nguyện không giết hại sẽ được quả hưởng bốn loại hạnh phúc. Khi chúng ta hiểu rõ được quả của mười hành vi bất thiện của thân, khẩu, ý là gì, chúng ta đương nhiên biết rõ được quả của mười thiện nghiệp.

điều kiện môi trường sống tốt hay xấu sẽ gây ảnh hưởng đến đời sống của người thọ nghiệp, nhưng đó là một sự nhận lãnh gián tiếp chứ không trực tiếp chịu đựng bằng thân tâm như phần chính báo vừa nói trên. (ND)

[1] Trong các kinh văn Hán tạng gọi đây là tập khí. Phần quả báo này cũng thuộc về y báo vừa nói trên, vì nó là một loại ảnh hưởng gián tiếp chứ không phải sự chịu đựng trực tiếp bằng thân tâm như chính báo. (ND)

Quả chín mùi (loại hạnh phúc thứ nhất) của việc giữ trọn lời thệ nguyện không giết hại là chúng ta sẽ tái sinh vào các cõi trời hay cõi người. Quả tương tự như nhân đã tạo (loại hạnh phúc thứ hai) là chúng ta sẽ được sống lâu. Quả phụ thuộc (hạnh phúc thứ ba) là chúng ta sẽ sinh vào nơi ít có sự đe dọa, ít sự sợ hãi, nơi đó thức ăn và thức uống rất dồi dào, thực phẩm nhiều dinh dưỡng, dễ tiêu hóa, không gây bệnh và có nhiều thuốc men tốt. Tất cả những điều kiện này (duyên) giúp chúng ta được sống lâu. Chúng ta [được như] hiện nay [là] đang hưởng quả của những thiện hạnh giữ lời nguyện không giết hại trong quá khứ.

Quả thứ tư - thúc đẩy tái diễn nghiệp cũ - có nghĩa là chúng ta tiếp tục tu tập giữ lời thệ nguyện không giết hại. Và từ việc giữ trọn vẹn lời nguyện không giết hại một lần nữa, chúng ta lại được hưởng quả của bốn loại hạnh phúc trong các đời sau. Vì nghiệp có tính phát triển, chúng ta có thể hưởng quả thiện này trong hàng trăm hoặc thậm chí là hàng ngàn đời sau nhờ vào việc giữ lời thệ nguyện không giết hại chỉ trong một ngày. Việc làm lành trong chỉ một ngày ở đời này có thể mang lại hạnh phúc trong hàng ngàn đời sau.

Trộm cắp

Hành vi bất thiện thứ hai là trộm cắp, tạo thành nghiệp bất thiện khi được thúc đẩy bởi tâm vị kỷ hay bất kỳ tâm mê lầm nào khác, và cũng như vậy, hoàn tất hành động trộm cắp sẽ dẫn tới quả báo bị bốn loại đau khổ.

Quả báo chín mùi [của hành vi này] là sẽ tái sinh vào các cảnh giới thấp. Còn loại thứ hai, quả báo tương tự như nhân đã tạo là ngay cả khi được sinh trở lại làm người, chúng ta sẽ phải sống nghèo khổ, không có điều kiện tự nuôi sống. Ngay cả khi có vật sở hữu, chúng ta cũng không thể dùng trọn vẹn mà phải để cho người khác dùng. Thậm chí vật sở hữu của chúng ta cũng có thể bị tịch thu hay bị mất cắp. Bị mất tài sản hay bị đánh cắp là quả của nghiệp bất thiện trộm cắp trong quá khứ -các đời quá khứ và ngay cả trong đời này. Quả báo phụ thuộc (loại thứ ba) là chúng ta sẽ sống trong một nơi xảy ra liên tục các tai ương như hạn hán, lụt lội. Ngay cả mùa màng cũng bị sâu bọ, côn trùng hay súc vật phá hoại.

Chúng ta phải nhận biết rằng việc chúng ta bị nghèo khổ, chịu đựng các thảm họa khác nhau có nguồn gốc từ nghiệp trộm cắp bất thiện của chúng ta trong quá khứ. Phương pháp cụ thể để phát triển kinh tế của một đất nước và để cải thiện môi trường là phải thay đổi tâm người dân của đất nước đó. Nhờ vào sự thay đổi hướng tới thái độ hiền thiện, người dân mới có thể làm được những hành động tốt lành, chẳng hạn như bố thí, rộng lượng với người khác và thệ nguyện không trộm cắp; và chính nhờ vào những hành vi tốt lành này mà họ có thể được giàu sang trong đời này và các đời sau. Chỉ riêng sự thay đổi thái độ này cũng đã cho họ khả năng tạo ra nhân để phát triển kinh tế và làm cho mức sống tốt đẹp hơn.

Trừ phi người dân [của một đất nước] thay đổi thái độ và hành động, bằng không thì các vấn đề bất ổn vẫn tiếp tục. Và điều quan trọng nhất là, vì họ đang sống một cuộc sống thiếu thốn - kết quả của hành vi trộm cắp bất thiện trong quá khứ - nên họ lại trộm cắp hay làm hại người khác để sinh tồn. Họ tưởng rằng đang tự cứu mình bằng hành vi trộm cắp, nhưng thực ra họ lại tạo thêm nhân cho vấn đề cũ là trộm cắp tiếp diễn.

Quả báo thúc đẩy tái diễn nghiệp cũ (loại thứ tư) có nghĩa là khi đã trộm cắp rồi, giờ đây chúng ta lại trộm cắp tiếp; và khi thực hiện hoàn tất việc trộm cắp, chúng ta lại phải chịu quả báo với bốn loại khổ nữa. Trừ phi chúng ta chuyển hóa tâm và thực hiện lời thệ nguyện không trộm cắp, bằng không thì tiến trình tạo nghiệp trộm cắp sẽ tiếp tục không ngừng.

Như tôi đã giải thích khi đề cập đến việc lập thệ nguyện không giết hại, ở đây cũng vậy, điều tốt đẹp sẽ khởi sinh một khi chúng ta chuyển đổi thái độ và hành động bằng việc lập lời thệ nguyện không trộm cắp. Và rồi, quả báo chín mùi của việc này là chúng ta sẽ tái sinh ở cõi trời hay cõi người. Quả báo tương tự như nhân đã tạo có nghĩa là chúng ta sẽ được giàu sang. Quả báo phụ thuộc có nghĩa là chúng ta sẽ sinh vào một nơi mưa thuận gió hòa, mùa màng tốt tươi và sẽ không thiếu thực phẩm. Quả báo thúc đẩy tái diễn nghiệp cũ là chúng ta sẽ tiếp tục tu tập giữ lời thệ nguyện không trộm cắp.

Tà dâm

Cũng giống như nghiệp giết hại và trộm cắp, hành động tà dâm không tự nó hiện hữu mà xuất phát từ tâm. Tà dâm trở thành nghiệp bất thiện, nhân của khổ đau, là do nơi tâm. Nó trở nên nghiệp bất thiện nếu bị thúc đẩy bởi động cơ ích kỷ, xuất phát từ tâm vị kỷ, là nguyên nhân kích động sự ham muốn và các tâm phiền não khác nổi lên.

Tà dâm do tâm vị kỷ là một hành vi bất thiện và chỉ đưa tới những vấn đề rắc rối. Việc hoàn tất hành vi tà dâm cũng sẽ dẫn đến bốn loại khổ đau. Thứ nhất, quả báo chín mùi của hành vi này là chúng ta sẽ sinh vào các cảnh giới thấp và thời gian kéo dài tùy thuộc tính chất nghiêm trọng của hành động tà dâm đó. Rồi khi tái sinh trở lại làm người, chúng ta trải nghiệm loại khổ thứ hai, đó là quả báo tương tự như nhân, có nghĩa là chúng ta phải chịu sự khổ vì bất hòa trong quan hệ vợ chồng, và người bạn đời của ta thường hay bỏ ta để đến với người khác.

Quả báo phụ thuộc (loại khổ thứ ba) của hành vi tà dâm là chúng ta sẽ sống trong những nơi dơ nhớp bùn lầy, ở đó có nhiều bệnh nguy hại và còn nhiều thứ khác tương tự. Nếu được sống nơi sạch sẽ, nó cũng khiến chúng ta thỉnh thoảng phải đến những nơi bùn lầy bẩn thỉu, và rồi chúng ta nên nhớ rằng đó là quả báo phụ thuộc của nghiệp tà dâm.

Quả báo thúc đẩy tái diễn nghiệp cũ (loại khổ thứ bốn) có nghĩa là chúng ta [có khuynh hướng] phạm vào việc tà dâm trở lại vì thói quen quá khứ. Các chủng tử của hành động tà dâm bất thiện trong quá khứ đã lưu lại trong tâm, thúc đẩy ta thực hiện việc tà dâm lần nữa, và rồi khi hoàn tất việc tái diễn hành động bất thiện đó sẽ khiến chúng ta phải tiếp tục chịu quả báo bốn loại khổ đau.

Các hành động bất thiện của lời nói (khẩu)

Nói dối

Nói dối vì động cơ của tâm vị kỷ hay vì các tâm mê lầm khác là một hành vi bất thiện, và việc hoàn tất hành vi này cũng sẽ đưa tới quả báo bốn loại khổ đau. Quả báo chín mùi là chúng ta sẽ tái sinh trong các cảnh giới thấp. Rồi khi được trở lại làm người, chúng ta phải nhận chịu quả báo tương tự như nhân đã tạo: Người khác sẽ nói dối với chúng ta. Cho nên, khi có ai nói dối với chúng ta, chúng ta cần phải nhận ra rằng đó là quả báo của nghiệp bất thiện nói dối mà ta đã tạo trong quá khứ.

Quả báo phụ thuộc của hành vi nói dối là chúng ta sinh ra ở một nơi đầy dẫy sự đe dọa, sự lừa gạt, hay một nơi mà chúng ta làm gì cũng không thành công. Nếu là nông dân, mùa màng của chúng ta bị thất thu. Nếu chúng ta kinh doanh nhà hàng hay tiệm buôn lẻ, chúng ta không có khách hàng. Nếu là tài xế taxi, chúng ta không có khách. Các thất bại như thế là quả báo phụ thuộc của nghiệp bất thiện nói dối trong quá khứ. Còn loại thứ tư, quả báo thúc đẩy tái diễn nghiệp cũ là chúng ta sẽ tiếp tục nói dối nữa, và như vậy vòng luân hồi đau khổ lại tiếp tục.

Nói vu khống

Nói vu khống là một hành vi bất thiện, được thúc đẩy bởi động cơ của tâm vị kỷ, và một khi hoàn tất thì hành vi này sẽ có quả báo chịu bốn loại khổ đau. Quả báo chín mùi (loại khổ thứ nhất) là chúng ta sinh vào các cảnh giới thấp. Rồi khi chúng ta chịu quả báo tương tự như nhân (loại thứ hai), có người sẽ vu khống chúng ta, gây chia rẽ giữa chúng ta và những người khác, chẳng hạn như gây chia rẽ vợ chồng chúng ta, cha mẹ, con cái hay các vị thầy tâm linh...

Quả báo phụ thuộc (loại thứ ba) là chúng ta sẽ sinh vào những nơi khó chịu, nơi núi non hiểm trở, thung lũng lồi lõm. Có rất nhiều mối đe dọa và nguy hiểm trong cuộc sống ở đó. Quả báo thúc đẩy tái diễn nghiệp cũ (loại thứ tư) là chúng ta lại phạm vào nghiệp nói vu khống, và khi hoàn tất hành vi nói vu khống, chúng ta lại phải chịu quả báo bốn loại khổ đau. Điều này khiến cho nghiệp nói vu khống tiếp tục không ngừng.

Nói lời ác nghiệt

Nói lời ác nghiệt là một hành vi bất thiện được thúc đẩy bởi tâm vị kỷ hoặc các tâm mê lầm khác, và mỗi lần hoàn tất việc nói lời ác nghiệt, chúng ta sẽ chịu quả báo bốn loại khổ đau. Quả báo chín mùi là chúng ta bị tái sinh vào các cảnh giới thấp. Rồi khi chúng ta trở lại làm người, chúng ta phải chịu quả báo tương tự như nhân (loại hai), có nghĩa là người khác sẽ nói lời ác nghiệt với chúng ta. Khi chúng ta chịu quả báo này, chúng ta cần nhận ra rằng đó là quả của nghiệp trong quá khứ vì chúng ta đã nói lời ác nghiệt với người khác.

Và dù lời nói có vẻ như dịu dàng nhưng hàm ý ác nghiệt, gây tổn thương cho người đối thoại với ta thì cũng được xem là lời ác nghiệt.

Quả báo phụ thuộc (loại ba) của hành vi nói lời ác nghiệt là chúng ta phải sống ở chỗ xấu xí khô cằn, không có nước hay cây cối. Nơi đó có nhiều đá, hay các bụi cây có gai, hoặc cây cối bị cháy sém, và nơi đó luôn bị nguy hiểm, có nhiều tội ác xảy ra. Quả báo thúc đẩy tái diễn nghiệp cũ (loại bốn) có nghĩa là chúng ta bị xui khiến lại phạm vào việc nói lời ác nghiệt với người khác lần nữa.

Nói lời vô nghĩa

Nói vô nghĩa là một hành vi bất thiện bị thúc đẩy bởi động cơ vị kỷ hay các tâm mê lầm khác, và khi hoàn tất xong hành vi nói vô nghĩa, chúng ta bị quả báo bốn loại khổ đau.

Cũng như trên, quả báo chín mùi là chúng ta sinh vào các cảnh giới thấp. Quả báo tương tự như nhân là lời nói của chúng ta chẳng có hiệu lực. Khi chúng ta nói với ai, họ chẳng thèm nghe hay chẳng làm theo lời ta nói. Khi chúng ta nhờ ai giúp đỡ, thì chẳng ai nghe và giúp ta. Quả báo phụ thuộc là chúng ta sống ở một nơi mà cây không có trái hoặc trái ra không đúng lúc. Thậm chí có trái, xem bên ngoài tốt tươi nhưng bên trong đầy sâu hay không chín được. Nếu có trồng trọt thì không thể kéo dài thêm nhiều mùa. Nơi chúng ta ở đầy dẫy sự nguy hiểm, sự đe dọa. Quả báo thúc đẩy tái diễn nghiệp cũ là chúng ta tự mình có thói quen nói lời vô nghĩa, lặp lại mãi mãi.

Các hành động bất thiện của tâm (ý)

Tâm tham lam

Hoàn tất hành vi tham lam cũng sẽ đưa đến quả báo khổ đau theo cách như trên. Quả báo chín mùi là chúng ta tái sinh vào các cảnh giới thấp. Quả báo tương tự như nhân là chúng ta luôn bất mãn, không thấy hài lòng. Chúng ta không có được những vật sở hữu mà ta mong muốn. Ví dụ, khi chúng ta muốn mua một món đồ gì đó, nhưng khi ra siêu thị thì người khác đã mua mất rồi. Hoặc nếu ta tìm cách để thật sự mua được thì nó cũng nhanh chóng hư hỏng.

Quả báo phụ thuộc của tâm tham lam là chất lượng và khả năng thu hoạch vụ mùa hay các thứ hưởng thụ khác ở nơi chúng ta sống nhanh chóng sa sút. Mùa màng không gieo trồng được, hay gieo lên thưa thớt và bị sâu bọ hay chim chóc thú hoang phá hoại. Một thí dụ về quả báo phụ thuộc của tâm tham lam là trái cây bên ngoài trông ngon lành nhưng khi ăn vào lại dở, dù rằng đây cũng có thể là quả của các nghiệp bất thiện khác. Quả báo thúc đẩy tái diễn nghiệp cũ là chúng ta tiếp tục tham lam, không ngừng ham muốn.

Ác ý

Ác ý là ý muốn gây hại cho người khác; quả báo chín mùi của ác ý là tái sinh vào các cảnh giới thấp. Quả báo tương tự như nhân là người khác sẽ có ác ý đối với ta. Quả báo phụ thuộc là chúng ta phải sống ở nơi có nhiều sự đấu đá tranh giành, có bệnh truyền nhiễm, và nơi có nhiều ma quỉ, rắn độc, bò cạp, sâu bọ hại người. Nếu thỉnh thoảng chúng ta bị như vậy, chúng ta cần nhận ra rằng những sự việc đó xảy đến cho chúng ta là do quả của ác ý trong quá khứ đã để lại các chủng tử trong tâm ta. Các chủng tử bất thiện đó đã khiến cho các vấn đề như vậy xảy ra nơi chúng ta ở. Những biểu hiện này đều là sự tạo tác của tâm chúng ta. Quả báo thúc đẩy tái diễn nghiệp cũ là chúng ta tiếp tục có những ác ý đối với người khác, thúc đẩy việc gây nguy hại cho người khác.

Tà kiến

Người có tà kiến nghĩa là không công nhận có sự tái sinh, nghiệp báo, tánh Không, hay bất kỳ sự việc nào khác quả thật hiện hữu. Quả báo chín mùi của tà kiến là tái sinh vào các cảnh giới thấp. Quả báo tương tự như nhân là chúng ta khó lòng hiểu được Phật pháp. Bất kể là Chánh pháp có được giảng giải hợp lý đến đâu đi chăng nữa, chúng ta cũng khó mà nhận hiểu được dù chỉ một lời. Chúng ta còn hành động không trung thực, che giấu lỗi lầm của mình và lừa gạt người khác. Quả báo phụ thuộc của tà kiến là chúng ta sống ở nơi dơ nhớp. Nếu nơi đó trước đây từng có mỏ vàng, mỏ ngọc hay mỏ dầu thì bây giờ sẽ không còn nữa. Chúng ta còn xem đau khổ là hạnh phúc, dơ nhớp là sạch sẽ... Khi ta gặp vấn đề và cần sự giúp đỡ thì không có ai giúp. Quả báo thúc đẩy tái diễn nghiệp cũ là chúng ta lại khởi tâm tà kiến.

*

Nếu chúng ta muốn sống khỏe, sống lâu, thì ngay từ bây giờ cho đến mãi mãi các đời sau chúng ta phải thay đổi tâm, thay đổi hành động bằng cách thực hiện thệ nguyện từ bỏ mười điều bất thiện. Đây là giải pháp hết sức căn bản. Hạnh phúc [hiện tại và] ở các đời sau chỉ có khi chúng ta từ bỏ được mười điều bất thiện này.

Đức Phật dạy rằng, chính ta là người dẫn đường hoặc kẻ thù của chính mình. Khi ta tạo nghiệp tốt, nhân của hạnh phúc, thì ta là người dẫn đường cho chính mình; nhưng nếu chúng ta tạo ra nhân của các vấn đề bất ổn thông qua việc khởi lên các suy nghĩ bất thiện thì chúng ta là kẻ thù của chính ta. Vì chúng ta là người tạo tác hạnh phúc hay khổ đau cho chính mình nên chúng ta có sự tự do không thể lường hết được. Với rất nhiều tự do như vậy để làm cho cuộc đời mình tốt hơn nên chúng ta có đầy đủ mọi hy vọng. Khi hiểu biết được các lời dạy của đức Phật về nghiệp quả, chúng ta sẽ biết được nhân của hạnh phúc và cách thức tạo ra các nhân đó; chúng ta cũng biết được nhân của khổ đau và cách thức loại trừ các nhân đó. Chúng ta có sự tự do về tâm ý, vì nếu muốn hạnh phúc thì chúng ta có thể tạo ra nhân để đạt được hạnh phúc, nếu muốn chấm dứt khổ đau thì chúng ta có thể loại trừ hết hay giảm bớt nhân của khổ đau.

Càng hiểu biết về nghiệp quả nhiều hơn, chúng ta càng có nhiều tự do tâm ý nhiều hơn. Hiểu biết về nghiệp không phải là giam hãm, bỏ tù mình, thay vào đó, chúng ta giải phóng mình khỏi nhà tù khổ đau, nhà tù của mê lầm. Sự hiểu biết về nghiệp quả sẽ cho chúng ta cái chìa khóa để mở cửa thoát ra khỏi nhà tù của những cảm xúc tiêu cực mà lâu nay chúng ta bị giam chặt trong đó.

Triết lý cơ bản của đức Phật là: Chúng ta là người tạo tác hạnh phúc hoặc khổ đau cho chính bản thân và không có ai khác là người tạo tác cả. Mọi việc mà chúng ta làm, kể cả việc đang đọc quyển sách này, đều là quyết định của chính ta, không hề được quyết định bởi bất cứ ai khác. Mọi sự việc mà chúng ta trải nghiệm trong từng giây phút của từng ngày qua đều là sản phẩm tạo tác của chính tâm thức ta.

11.

CHUYỂN HÓA BỆNH TẬT
THÀNH HẠNH PHÚC

Thiền định chính trong quá trình chuyển hóa tâm là làm sao thấy được mọi sự việc đều có tính tích cực chứ không phải tiêu cực, và chúng ta có được sự tự do rất lớn lao để làm điều này bởi vì mọi sự việc đều xuất phát từ tâm ta. Chúng ta cảm nhận hạnh phúc hay gánh chịu khổ đau, được khỏe mạnh hay bị đau ốm, tất cả đều được quyết định bởi tâm, bởi cách suy nghĩ của chúng ta.

Bằng việc chuyển hóa các vấn đề bất ổn thành hạnh phúc, chúng ta sử dụng chính các vấn đề bất ổn để làm lợi lạc cho bản thân và cho tất cả chúng sinh hữu tình. Nói cách khác chúng ta sử dụng các vấn đề bất ổn để phát triển tâm mình và mang hạnh phúc niềm vui đến cho mọi người. Một khi chúng ta chuyển hóa được các vấn đề bất ổn thành hạnh phúc, đặc biệt là chuyển hóa thành con đường tu giác ngộ, thì sự chịu đựng bệnh tật tự nó có thể trở thành liều thuốc chữa bệnh. Và đây mới là thuốc chữa bệnh thực sự, vì nó không chỉ chấm dứt sự đau khổ mà còn loại bỏ các nguyên nhân của căn bệnh cũng như tất cả các đau khổ khác nữa - tức là các nghiệp bất thiện, các tâm mê lầm và các chủng tử bất thiện trong tâm ta. Yếu tố tâm lý của việc chuyển hóa suy nghĩ là hết sức quan trọng trong việc chữa lành bệnh, vì nó cho phép chúng ta có khả năng không chỉ chấm dứt tất cả khổ đau mà còn giúp chúng ta thành tựu giác ngộ.

Bằng việc luôn nhớ đến mục đích của cuộc đời ta, đó là nhận lấy trách nhiệm giải thoát tất cả chúng sinh hữu tình khỏi khổ đau và mang hạnh phúc đến cho họ, chúng ta sẽ trải qua mỗi vấn đề bất ổn xảy đến - dù đó là bệnh ung thư, AIDS hay thậm chí là cái chết - vì lợi lạc cho các chúng sinh hữu tình. Khi gặp phải một vấn đề bất ổn, chẳng hạn như một căn bệnh nào đó, chúng ta nên chịu đựng căn bệnh đó với ý niệm thay thế cho các chúng sinh khác đang cùng bị căn bệnh ấy, và thay thế cho cả những ai đang gặp phải nhiều vấn đề bất ổn tồi tệ hơn thế nữa. Chúng ta nên hồi hướng sự chịu đựng vấn đề bất ổn của mình đến việc giải thoát cho vô số chúng sinh khỏi mọi vấn đề bất ổn cũng như nhân của các vấn đề đó, và đưa họ đến hạnh phúc tối thượng.

Chịu đựng các vấn đề bất ổn của mình với ý niệm thay thế cho các chúng sinh khác không chỉ giúp tịnh hóa được nhân của các vấn đề mà còn đưa ta đến sự mãn nguyện. Chuyển hóa các vấn đề bất ổn của chúng ta vào con đường tu giác ngộ sẽ tịnh hóa được vô số các chướng ngại và tích lũy công đức lớn lao. Bằng cách này, chúng ta sẽ thấy mãn nguyện cho dù đang phải chịu đựng bất kỳ vấn đề bất ổn nào. Ngay cả nếu như ta đang trải qua sự tuyệt vọng thì với thái độ nói trên ta vẫn có thể vui thích tâm trạng này. Thật ra thì sự tuyệt vọng sẽ tan biến một khi chúng ta tu tập chuyển hóa tâm.

Chúng ta có thể chuyển hóa mọi vấn đề bất ổn thành hạnh phúc, hạnh phúc trong đời này và vượt khỏi đời này. Chúng ta có thể chuyển hóa mọi thất bại của mình, cho dù đó là trong kinh doanh, trong việc học hỏi hay tu tập tâm linh. Chúng ta có thể chuyển hóa cả sự chê bai, tiếng xấu, - thậm chí cả cái chết, điều mà từ khi sinh ra đời ta đã luôn cố gắng tránh né. Thay vì từ chối cái chết, nhiều hành giả Mật tông đã vui vẻ chấp nhận và sử dụng nó như một phương tiện thiện xảo để phát sinh các thực chứng của con đường tu giác ngộ và tái sinh trong cõi tịnh độ của bậc giác ngộ viên mãn. Nhiều thiền giả cầu nguyện suốt đời để được sinh vào cõi tịnh độ như thế và sử dụng cái chết như một phương tiện để đạt được mục đích, vì đó là một cách thức nhanh chóng để thành tựu giác ngộ. Một cõi tịnh độ, nơi không có khổ đau, cũng giống như một xã hội hoàn toàn lý tưởng (*utopia*). Trong nhiều năm, tôi đã nhầm lẫn giữa hai từ "*utopia*" và "*Ethiopia*". Tôi tưởng rằng *Utopia* là xứ sở của hạn hán, chiến tranh và nhiều vấn đề bất ổn khác. Tôi đã nhìn một cõi tịnh độ như địa ngục và nhìn địa ngục như là tịnh độ!

Chúng ta có thể chuyển hóa bất kỳ vấn đề nào, thậm chí cả cái chết, thành ra hạnh phúc. Điểm chính không nằm ở chỗ ngăn chặn sự chịu đựng các vấn đề bất ổn, mà là ngăn không cho các điều kiện mà chúng ta gọi là "các vấn đề bất ổn" đó làm rối loạn tâm chúng ta, và thay vào đó, ta sử dụng chúng để hỗ trợ con đường tâm linh mà ta đang tu tập. Mục đích chính của chúng ta là không để các vấn đề bất ổn trở thành chướng ngại của quá trình phát triển tâm trên con đường đưa tới giác ngộ viên mãn.

Học cách không ghét bỏ các bất ổn

Khi có một vấn đề bất ổn, để chuyển hóa nó thành hạnh phúc, chúng ta phải làm hai việc. Trước tiên, chúng ta phải loại bỏ tư tưởng xem tình huống đó là một vấn đề bất ổn và rồi nổi lên ý nghĩ không ưa thích nó. Thứ hai, chúng ta phải phát sinh tư tưởng xem vấn đề đó có tính cách tích cực và xác lập ý nghĩ ưa thích nó. Khi chúng ta có khả năng xem các vấn đề bất ổn như suối nguồn của hạnh phúc thì tư tưởng ưa thích chúng sẽ tự nhiên phát sinh.

Bằng cách nào chúng ta loại bỏ được tư tưởng xem một tình huống là vấn đề bất ổn và không ưa thích nó? Chúng ta phải nhận ra rằng, nếu chúng ta chú tâm vào tư tưởng này thì tâm sẽ trở nên quen với việc xem các tình huống là vấn đề bất ổn, cho đến khi chúng ta thấy hầu hết các việc xảy đến cho chúng ta đều là bất ổn cả. Một khi chúng ta quen xem các điều kiện không mong muốn như là các vấn đề bất ổn và không ưa thích chúng thì ngay cả những việc rất nhỏ nhặt cũng sẽ trở nên vấn đề to tát đối với chúng ta. Theo cách này thì những cảm xúc lo âu, sợ hãi và đau đớn của chúng ta sẽ gia tăng, và chúng ta rất khó cảm nhận được hạnh phúc hay sự thanh thản.

Thậm chí một sự việc không đáng kể như tìm thấy trong phòng mấy con chuột hay những côn trùng nhỏ bé - vài con muỗi hay bọ chét - cũng có thể trở thành vấn đề rắc rối lớn trong tâm ta. Chúng ta không thể chịu đựng được điều đó và phải dọn đi chỗ khác. Nếu thức ăn của ta bị nguội hay không được nấu đúng theo cách ta thích, chuyện nhỏ nhặt này cũng trở thành vấn đề to tát và làm ta rất giận dữ. [Nói chung], những chuyện rất nhỏ nhặt cũng có thể khiến ta nổi khùng lên.

Khi chúng ta quen với cung cách sống như thế, chúng ta sẽ dễ dàng bị quấy nhiễu bởi hầu hết những gì chúng ta trông thấy, nghe, ngửi, nếm, sờ chạm. Hầu hết các sự việc chúng ta gặp phải đều trở thành vấn đề và khiến ta khởi lên các suy nghĩ tiêu cực và rồi hành động một cách tiêu cực. Chúng ta thấy mọi sự xuất hiện trước ta có vẻ như là kẻ thù của ta. Như vậy sẽ rất khó để chúng ta tìm thấy hạnh phúc trong cuộc đời.

Chúng ta phải nhận ra rằng tất cả mọi vấn đề trong cuộc sống đều xuất phát từ tâm chúng ta. Có hai cách để nhìn vào bất kỳ tình huống nào, kể cả bệnh tật. Một tình huống có thể là vấn đề bất ổn nhưng cũng có thể không là vấn đề. Với cách nhận thức này, chúng ta thấy nó là vấn đề bất ổn, nhưng với một cách nhận thức khác chúng ta không thấy nó là vấn đề. Khi chúng ta không ưa thích một tình huống nào đó, chúng ta xem nó là vấn đề bất ổn, gán đặt cho nó nhãn hiệu "vấn đề", và rồi ta thấy nó như là một vấn đề. Một khi chúng ta đã gán đặt nhãn hiệu "vấn đề" thì vấn đề liền hiện ra trước mắt chúng ta. Nhưng nếu chúng ta không gán đặt nhãn hiệu vấn đề cho sự việc xảy ra, chúng ta sẽ không thấy nó như là một vấn đề.

Khi có nhận thức về các yếu tố bên ngoài, chúng ta thường trải qua những cảm xúc như hài lòng, không hài lòng, hoặc thờ ơ không quan tâm - nhưng chúng ta cần phải biết rằng ngay cả các yếu tố bên ngoài ảnh hưởng đến cảm xúc cũng đều xuất phát từ tâm ta. Khi chúng ta gặp được một tình huống đang ao ước, chúng ta xem nó là hài lòng; rồi thì trước mặt chúng ta nó trông ưng ý, và chúng ta khởi lên một suy nghĩ ưa thích tình huống đó, và chúng ta tận hưởng sự thỏa mãn, hạnh phúc. Nhưng khi chúng ta phải xa lìa tình huống hay đối tượng ao ước đó, các cảm xúc của chúng ta thay đổi, chuyển từ sự hài lòng sang không hài lòng. Chúng ta coi sự xa cách đối tượng đó là tồi tệ và chúng ta khởi tâm không ưa thích sự việc đó. Chúng ta cũng trải qua những cảm giác không hài lòng khi gặp các đối tượng không ưa thích. Cái gì làm nên kinh nghiệm không ưa thích? [Đó là vì] chúng ta xem tình huống đó là xấu, là tồi tệ, gán đặt cho nó nhãn hiệu "xấu" và rồi khởi lên suy nghĩ không ưa thích nó.

Hãy lấy thí dụ về một người mà chúng ta xem là kẻ thù. Chúng ta sẽ không tức giận một con người nếu chúng ta không nghĩ rằng: *"Ông ta xấu, bởi vì ông ta không ưa thích tôi và ông ta đang cố hãm hại tôi."* Như vậy rõ ràng là, không phải bản thân con người đó mà chính *nhận thức của ta về con người đó* mới gây khó chịu cho ta. Chúng ta tạo ra một khái niệm và rồi khái niệm đó làm cho chúng ta khó chịu.

Khi chúng ta gặp gỡ người mà chúng ta xem là kẻ thù, chúng ta không hề nghĩ đến những phẩm tính tích cực của người ấy, chúng ta cũng không nghĩ đến những lợi lạc mà chúng ta có thể có được từ con người đó. Lẽ ra, chúng ta đã có thể học được nhiều điều về bản chất tâm của chúng ta nhờ vào việc người đó đã không ưu ái chúng ta, làm ngược lại những ước muốn của tâm tham lam ích kỷ của ta. [Người mà chúng ta xem là] kẻ thù đó có thể giúp ta phát triển tâm nhẫn nhục, tâm từ, tâm bi mẫn, trí tuệ, và còn nhiều phẩm tính quí báu nữa của tâm ta. Họ có thể giúp ta phát triển con đường tu giác ngộ.

Cũng giống như việc sử dụng chất độc làm dược phẩm, chúng ta có thể gặt hái được vô vàn lợi lạc từ kẻ thù nếu chúng ta sử dụng họ làm đối tượng thiền định theo cách tích cực này. Nếu chúng ta dùng cách tiêu cực, xem kẻ thù là kẻ thù, chúng ta chỉ nhận được những kết quả tiêu cực. Ngược lại, khi chúng ta sử dụng người [mà ta xem là kẻ thù] đó theo cách tích cực thì chúng ta sẽ nhận được chỉ những kết quả tích cực mà thôi. Điều đó tùy thuộc chúng ta, hoàn toàn tùy thuộc vào cách thức chúng ta nhìn kẻ thù và sử dụng họ như thế nào.

Chúng ta phải thấy biết rằng các vấn đề của chúng ta hoàn toàn chỉ là sự nhận thức của ta về các tình huống, nếu không chúng ta sẽ luôn đổ lỗi cho người khác, hoặc thời tiết hay một yếu tố bên ngoài nào khác, xem đó là nguyên nhân gây ra bất kỳ vấn đề nào chúng ta gặp phải. Ảo tưởng của chúng ta về nguyên nhân của các vấn đề sẽ bùng phát mạnh lên giống như ngọn lửa và làm gia tăng các vấn đề bất ổn trong cuộc sống của ta. Và rồi thì, các suy nghĩ và hành vi bất thiện của chúng ta sẽ thổi cho ngọn lửa ấy bùng lên cao hơn nữa.

Hãy xem xét trường hợp những người mắc bệnh hoang tưởng, họ nghe và thấy những điều lạ lùng mà người bình thường không nghe thấy. Chẳng hạn như, họ nghe có người ở phòng bên nói xấu họ, mà thực ra không có ai ở đó cả. Họ tạo dựng một thực tại riêng của họ và rồi tự hành hạ mình với lòng tin vào thực tại đó. Nỗi sợ hãi lo âu mà họ đang phải gánh chịu có thể gây ra nhiều vấn đề cho họ, có thể khiến họ giết người hay tự tử. Thay vì mù quáng tin vào nhận thức riêng của mình, lẽ ra họ phải tức thời kiểm tra xem các nhận thức đó đúng hay sai. Nếu họ chịu đứng dậy đi đến phòng kế cận xem xét và thấy không có ai cả, điều đó sẽ khiến họ nhận ra rằng nhận thức vừa nổi lên trong tâm của họ là không đúng; và như vậy vào các lần khác, họ sẽ dễ dàng không tin vào các nhận thức của họ. Trong tương lai, họ sẽ biết cách nghi vấn những gì thực tế họ đang trải nghiệm. Kinh nghiệm ban đầu này sẽ giúp họ nhận ra rằng những gì mà họ nghĩ đang xảy ra chỉ là ảo tưởng. Họ sẽ hiểu được tình huống thực sự chỉ khi nào họ không tin hoàn toàn vào nhận thức của họ. Cho nên, sự tin tưởng hoàn toàn vào nhận thức của mình đã che lấp, ngăn cản họ không có cơ hội để thấy biết được điều gì đang thực sự xảy ra.

Tâm chúng ta giống như một đứa trẻ con, và chúng ta giống như cha mẹ phải che chở đứa bé khỏi hiểm nguy. Vấn đề chính của người bị bệnh hoang tưởng là họ không có trách nhiệm đối với tâm của họ; họ không canh chừng tâm, không phân tích các suy nghĩ của tâm, họ chỉ mù quáng tin vào tâm và làm theo những gì mà tâm sai khiến. Chúng ta không thể mù quáng làm theo những thôi thúc bốc đồng của tâm. Chúng ta phải xem tâm như một đứa bé và thường xuyên kiểm tra xem nó đang làm gì. Chúng ta lắng nghe và làm theo khi tâm muốn làm những gì có lợi lạc, nhưng chúng ta không nghe theo khi nó muốn làm những gì có hại hay không hợp lý. Sẽ rất nguy hiểm khi nhất nhất làm theo những gì tâm sai khiến. Trước khi hành động theo các ý tưởng, chúng ta phải phân tích cẩn thận. Sự phân tích của chúng ta phải đưa đến kết quả: chúng ta gạt bỏ đi những ý tưởng khiến phát sinh các vấn đề, và chúng ta sẽ hành động theo những ý tưởng làm phát sinh lợi lạc cho ta và cho những người khác.

Bệnh hoang tưởng cũng thường có ở phương Đông. Theo

y học Tây Tạng, bệnh hoang tưởng được liệt vào nhóm bệnh khí (*lung*), hay thuộc về gió (*phong*), mặc dù có rất nhiều loại bệnh khác cũng được xem là bệnh khí. Bệnh thần kinh căng thẳng - *stress* - cũng là bệnh về khí, và bị *stress* nặng có thể đưa đến bệnh hoang tưởng. Có một số bệnh thường thấy ở phương Tây, nhưng không thường thấy ở phương Đông, riêng các bệnh thuộc về khí thì thường thấy ở cả phương Tây và phương Đông. Theo triết lý phương Đông, bệnh hoang tưởng rất dễ giải thích dựa theo nguyên lý nhân ở bên trong và duyên ở bên ngoài. Nhân chính là: một mê lầm mãnh liệt như vô minh, sân hận hay tham lam kích hoạt thực hiện một hành vi bất thiện, nó gây tổn thương cho các chúng sinh hữu tình khác hay cho các đấng thiêng liêng. Rồi người đó sợ hãi hậu quả họ đã làm; họ lo sợ vì họ cảm giác như là đang gặp hiểm nguy sẽ bị khiển trách hay bị tổn thương thân thể họ.

Thực hiện một hành vi bất thiện là mở cửa cho chúng sinh khác - người hay phi nhân - gây hại cho mình. Người đã làm việc bất thiện sẽ trở thành mục tiêu cho chúng sinh khác gây hại. Bệnh hoang tưởng được tạo ra khi nhân bên trong của nghiệp bất thiện và các mê lầm làm cầu nối với các sinh linh là duyên bên ngoài. Các sinh linh bên ngoài chỉ có thể hãm hại chúng ta sau khi chúng ta đã tạo ra các hành vi bất thiện do bị thúc đẩy bởi mê lầm. Nếu không có các sai lầm này thì chúng ta sẽ không thể nào bị hãm hại bởi các chúng sinh khác. Điều này đã được thể hiện trong câu chuyện kể về sự thành tựu giác ngộ của Đức Phật ở Bồ-đề Đạo Tràng, Ấn Độ.

Vào buổi sáng ngày Đức Phật thành tựu giác ngộ, có mười triệu phi nhân tấn công Ngài bằng sấm sét cùng đủ loại vũ khí với nỗ lực ngăn cản sự giác ngộ của Ngài. Tuy nhiên, khi tiếp cận với Ngài, các vũ khí hóa thành hoa rơi xuống như mưa quanh thân thể linh thiêng của Ngài. Khi tâm của chúng ta thanh tịnh thì không có lý do gì để người khác hãm hại chúng ta.

Có lần tôi xem một chương trình tivi với cảnh một nhà tập thể có những người bị bệnh hoang tưởng sống với nhau. Một người đàn bà đang khóc yêu cầu giúp đỡ, bà ta nói rằng bác sĩ đã không giải thích cho bà ta biết về nguyên nhân bệnh hoang tưởng cũng như phương pháp chữa bệnh đó. Tôi chợt nghĩ rằng ở phương Tây một số phương pháp chữa bệnh như giải phẫu chẳng hạn rất tiến bộ, trong khi ở phương Đông, con người đã có cách trị bệnh hoang tưởng tốt hơn. Đạo Phật đã cung cấp nhiều cách chữa bệnh hoang tưởng.

Chuyển hóa tư tưởng và thực hành tịnh hóa là những giải pháp tốt nhất, vì có thể giúp bệnh nhân tẩy sạch các suy nghĩ và hành động bất thiện, nhân của bệnh này. Tốt nhất là chính các bệnh nhân bị hoang tưởng tự mình thực hành, tuy nhiên các hành giả chứng đắc cao cũng nên được mời đến để cử hành các lễ puja hay thiền định để khống chế các phi nhân gây bệnh. Một số lễ puja trong đó có liên quan đến việc ra lệnh cho các phi nhân rời khỏi thân bệnh nhân, đừng gây hại nữa.

Nhiều vị Lama đang ở phương Tây có đủ tư cách và khả năng thực hiện những nghi quỹ để chữa bệnh hoang tưởng. Dù không thực hiện các lễ puja hỗ trợ, nhưng chỉ với những thời tu tập thiền định và cầu nguyện hằng ngày, các vị Lama cũng giúp được cho các bệnh nhân. Chữa bệnh cho người bị ma nhập thường cần sở đắc nhiều yêu cầu khác cao hơn sự hiểu biết về mật chú hay thiền định tương ứng, và những vị sở đắc nhiều phẩm chất như vậy thì hiếm có. Ví dụ, một người sống một cuộc sống giới hạnh thanh tịnh sẽ có năng lực lớn lao để chữa bệnh và khống chế phi nhân. Khi các hành giả có giới hạnh thanh tịnh đó khẩn cầu các đấng giác ngộ và các vị hộ pháp giúp đỡ, thì nhờ vào giới hạnh thanh tịnh, các hành giả mời được các đấng giác ngộ và các vị hộ pháp hỗ trợ cho họ. Các hành giả đó cùng hợp tác với các vị thánh linh nói trên để khống chế các phi nhân.

Việc điều trị khỏi bệnh hoang tưởng cần đến nhiều yếu tố khác nhau, kể cả mức độ của nhân gây bệnh. Nếu do nghiệp bất thiện nặng gây ra thì cần sự đối trị quyết liệt. Không phải bất kỳ người bệnh nào cũng sẽ được chữa lành theo cách tôi vừa nêu ra, nhưng kinh nghiệm thông thường ở phương Đông là một số người nào đó có thể được chữa khỏi.

Điểm chính cần phải hiểu ở đây là: mọi sự mà ta thấy, nghe đều xuất phát từ tâm chúng ta. Nếu ta nhận ra điều này thì bất kỳ những gì lạ lùng mà chúng ta thấy hay nghe đều không thể gây hại hay làm cho ta phiền muộn. Nếu chúng ta nhận thức rằng những điều lạ lùng đó là do các bệnh thuộc về khí gây ra thì chúng ta đừng tin vào chúng. Và khi chúng ta không tin mà nhận biết đó chỉ là các ảo tưởng, thì chúng sẽ không làm ta bận tâm. Nhưng nếu chúng ta không biết chúng có quan hệ với tâm của ta và chỉ tin rằng chúng xuất phát từ nguồn gốc bên ngoài thì chúng ta sẽ hoảng sợ và thậm chí điều đó có thể làm ta hóa điên.

Chấp nhận các vấn đề

Khi gặp phải một tình huống khó chịu, chúng ta phải tự nhắc nhủ mình rằng chẳng có lợi ích gì khi xem nó như một vấn đề và rồi tự mình tạo ra sự lo sợ hay phiền muộn. Trong quyển Nhập Bồ Tát Hạnh, vị Đại Bồ Tát Tịch Thiên (Shantideva) có lời khuyên rằng: *"Nếu một vấn đề có thể giải quyết được thì đâu cần phải lo âu bực bội làm gì."*[1] Nếu có cách giải quyết vấn đề thì, đơn giản là bạn hãy áp dụng cách giải quyết đó. Thật buồn cười khi bực bội lo âu trong khi chúng ta có cách giải quyết. Nếu có cách thì hãy làm đi. Chỉ có một việc là: Hãy làm đi!

---

[1] Nguyên văn tạm dịch sang Việt ngữ là: "Tại sao phải buồn khổ vì điều giải quyết được? Và buồn khổ ích gì khi không giải quyết được? (Nhập Bồ Tát hạnh, chương 6, kệ số 10). (ND)

Ngài Tịch Thiên cũng dạy thêm rằng, nếu một vấn đề không thể giải quyết được, thì có ích lợi gì khi lo âu phiền muộn? Chúng ta đã cố tình giải quyết mà không được, thì đâu cần phải không vui, phải khó chịu vì nó. Chẳng hạn, nếu chúng ta không thể biến cái nhà thành ra vàng hay biến bầu trời thành ra mặt đất, thì việc bực bội khó chịu cũng chẳng giúp được gì. Có một số vấn đề mà chúng ta không thể tránh được, chẳng hạn một bệnh nan y hay sự gãy đổ một mối quan hệ không thể đảo ngược. Trong trường hợp phải chịu đựng một vấn đề không thể tránh né được như thế thì sự buồn phiền đâu có giúp được gì. Chúng ta nên chấp nhận hơn là từ chối nó.

Trong thời gian nhập thất ở Adelaide (Australia), tôi thường nghe đài phát thanh vào mỗi buổi chiều. Vào một chương trình phát buổi chiều có chủ đề về bệnh trầm cảm, khách mời là một nhà tâm lý học nữ, đã từng viết một số sách về chủ đề này. Bà ta dường như có một quan điểm tâm lý dễ gây tranh cãi, khác biệt với hầu hết các nhà tâm lý khác. Lời khuyên chủ yếu của bà ta đối với những người bệnh trầm cảm là: họ nên chấp nhận trạng thái trầm cảm hơn là từ chối nó. Bà ta khuyên những người tuyệt vọng hãy tự nói với mình: *"Tôi đáng phải chịu đựng trạng thái trầm cảm này vì tôi là một con người yếu đuối."*

Lời khuyên của bà ta rất sáng suốt. Dường như bà ta đã cứu xét kỹ các phương pháp khác giải quyết bệnh trầm cảm và thấy các phương pháp đó không thỏa đáng; trong khi, nếu chấp nhận trạng thái trầm cảm thì người bệnh sẽ ngay lập tức giảm được các xúc cảm lo sợ vốn đã kết nối với trạng thái trầm cảm đó, và như vậy họ sẽ được bình an. Khuyến cáo của bà *"chấp nhận bệnh trầm cảm hơn là từ chối nó"* rất dễ gây tranh cãi, vì nó hoàn toàn đi ngược lại cách suy nghĩ thông thường của chúng ta. Tâm vị kỷ của chúng ta thường muốn thoát khỏi bệnh trầm cảm chứ không phải chấp nhận nó. Kết luận mà bà ta đạt đến cho thấy một một sự thay đổi cốt lõi về mặt khái niệm, nhưng điều đó lại phù hợp với pháp chuyển hóa tâm.

Tuy thế, lời khuyên của nhà tâm lý học này không đề cập đến việc giải quyết trạng thái trầm cảm về lâu dài. Chúng ta chấp nhận trạng thái trầm cảm của ngày hôm nay, của tháng này, năm này, nhưng chúng ta phải làm gì với tất cả những cơn trầm cảm trong tương lai? Có hay không có một giải pháp để bảo đảm rằng trạng thái trầm cảm sẽ không bao giờ trở lại với chúng ta? Ý tưởng ban đầu của bà ta là rất tốt, nhưng bà ta đã thiếu mất một giải pháp rốt ráo [để giải quyết tận gốc vấn đề].

Rõ ràng là, sẽ có nhiều bất lợi khi chúng ta xem các tình huống đều như là những vấn đề bất ổn, và nếu chúng ta quen với cách suy nghĩ này, chúng ta sẽ thấy các sự việc khó chịu nhỏ nhặt như những vấn đề to tát. Chúng ta phải lưu tâm đến những thiếu sót này và chúng ta phải có một quyết tâm rằng: khi một điều gì không ưng ý xảy đến cho ta thì ta đừng xem đó như là một vấn đề; thay vì vậy, chúng ta đón chào nó như là một điều vui thích. Chúng ta phải can đảm và phải xác định một cách mãnh liệt là sẽ làm như vậy ngay từ lúc sáng sớm của mỗi ngày. Khi nào chúng ta ngưng diễn dịch sai các tình huống bất hạnh như là vấn đề bất ổn, và thay vào đó ta xem chúng như những điều vui thích, thì ngay cả những thảm họa kinh khủng cũng trở nên tầm thường không đáng kể và ta cảm thấy chúng nhẹ như bông.

Bước kế tiếp, chúng ta sẽ cứu xét làm sao để xem các vấn đề như là điều vui thú, vì một khi làm được như vậy thì ý tưởng ưa thích sẽ tự nhiên khởi lên theo. Để thấy được các vấn đề bất ổn là điều vui thú và ưa thích chúng, ta phải thiền quán về lợi lạc của các vấn đề bất ổn.

12.

NHỮNG LỢI LẠC CỦA BỆNH TẬT

Để chuyển đổi các vấn đề bất ổn thành điều hạnh phúc vui sướng, chúng ta phải học cách nhìn thấy chúng như điều gì đó thích thú. Khi ấy, thay vì quấy nhiễu chúng ta, các vấn đề bất ổn sẽ giúp ta đạt được những thực chứng của con đường tu giác ngộ, và như vậy mới đích thị là sự điều trị bệnh tận gốc cho thân và tâm. Như vậy chúng ta không những điều trị thân tâm của ta mà còn điều trị thân tâm của tất cả chúng sinh hữu tình đang đau khổ.

Sẽ không có lợi lạc gì khi thừa nhận một tình huống nhất định nào đó nhất thiết phải là một vấn đề bất ổn. Làm như vậy chỉ tự hành hạ mình và khiến cho mình cảm thấy bất hạnh. Một khi cảm thấy rất bi quan như thể sống trong sương mù đen tối với cách suy nghĩ rằng tất cả những gì ta có trong tay toàn là bất ổn, toàn là những chuyện không muốn có, ngay lập tức bạn hãy biết rằng đó là một suy nghĩ hết sức sai lầm, vì đó chẳng qua là cách nhìn của một trong nhiều tâm của chúng ta. Theo cách nhìn của tâm này thì đó là một vấn đề bất ổn, nhưng theo cách nhìn của tâm khác thì đó không phải là một vấn đề. Vì vô minh và lười biếng, chúng ta chọn một cách nhìn đen tối về các sự việc, nhưng chúng ta có thể chọn những cách nhìn khác. Theo cách nhìn của tâm tích cực thì không có vấn đề bất ổn nào cả.

Thay vì làm cho tình huống trở nên đau khổ nhiều hơn, chúng ta có thể chọn cách nhìn nó một cách tích cực và thậm chí có thể thích thú nó, với ý thức rằng nó đang nâng đỡ chúng ta trong việc hiện thực hóa con đường tu giác ngộ. Tâm lý cơ bản của việc chuyển hóa tư tưởng là phá vỡ quan niệm sai lầm của chúng ta về các vấn đề và thay vào đó hãy sản sinh một tâm hạnh phúc nhìn ngắm từng vấn đề với tính cách tích cực. Quá trình cơ bản này có thể loại bỏ bệnh trầm cảm, sự cô đơn và tất cả các vấn đề khác nữa mà trước đây dường như không có cách giải quyết.

Để tận hưởng các vấn đề bất ổn, chúng ta phải suy xét về lợi lạc của chúng một cách hiệu quả và bao quát với mức độ càng nhiều càng tốt. Chúng ta phải suy xét các lợi lạc này từ nhiều góc cạnh. Có nhiều lợi lạc khác nhau được nêu ra trong cuốn Nhập Bồ Tát Hạnh cũng như trong nhiều luận giảng về chuyển hóa tâm thức, và chúng ta có thể suy ngẫm tỉ mỉ về các lợi lạc này dựa trên kinh nghiệm và trí tuệ của chính bản thân ta.

Sử dụng bệnh tật để rèn luyện trong thiền định

Những vấn đề bất ổn có thể đem lại cho chúng ta niềm vui, khuyến khích chúng ta phát sinh con đường tu giác ngộ sao cho chúng ta hoàn toàn thoát khỏi tất cả mọi khổ đau và nhân của khổ đau, bằng cách loại bỏ những hạt giống vô minh và các chủng tử của chúng. Một khi vô minh chấm dứt, chúng ta sẽ thôi không thực hiện những hành vi thôi thúc bởi mê lầm, và nhờ thế chúng ta không còn tạo ra nhân của khổ đau nữa. Rồi thì chúng ta có thể dẫn dắt tất cả chúng sinh khác tới hạnh phúc vô song của giác ngộ viên mãn.

Những tình huống được gọi là "vấn đề bất ổn" hiển nhiên sẽ bắt buộc chúng ta phải thiền định, phát triển tâm mình. Bệnh tật hay các vấn đề khác là những lý do để chúng ta thực hành thiền định và phát triển những phẩm chất bên trong. Nói cách khác, bệnh tật buộc chúng ta thực hành thiền định, như vậy cho chúng ta cơ hội kết thúc mọi vấn đề cùng với nhân của chúng. Trên thực tế, nó giúp chúng ta chấm dứt không chỉ bệnh tật mà còn giúp chấm dứt từng vấn đề cùng với nhân của chúng. Chúng ta đạt được lợi ích tối thượng này từ bệnh tật nếu chúng ta thực hành thiền định làm chuyển hóa chất độc thành nước cam lồ. Tùy theo năng lực và kỹ năng riêng của mình trong thiền định, chúng ta chuyển hóa chất độc của bệnh tật trở thành nước cam lồ, sao cho thay vì hãm hại chúng ta, nó sẽ giúp ích cho ta. Bệnh tật hỗ trợ sự phát triển của chúng ta trên con đường tu giác ngộ, vì lý do này chúng ta xem bệnh tật như suối nguồn hoan lạc.

Sử dụng bệnh tật để loại bỏ tâm kiêu ngạo

Một trong những lợi ích của bệnh tật là chúng ta có thể sử dụng nó để loại bỏ tâm kiêu ngạo, chính tâm này đã tạo ra nhiều khiếm khuyết. Mỗi lần kiêu ngạo nổi lên sẽ để lại chủng tử trong tâm thức, và đến khi các chủng tử trở nên sâu đậm thì rất khó để giải thoát tâm khỏi những che chướng và thành tựu giác ngộ viên mãn. Sân hận, tham lam cũng như các vọng tưởng mê lầm khác đều là như thế.

Trong kinh điển, Đức Phật đã giải thích kết quả của sự kiêu ngạo như sau: "Những người vô minh bị sự kiểm soát của kiêu ngạo sẽ tái sinh trong những cõi kém may mắn, nơi đó không có cơ hội thực hành Pháp, họ sẽ bị tái sinh trong cảnh nghèo đói, khó tự nuôi thân; họ sẽ bị tái sinh với địa vị thấp, họ sẽ bị mù lòa hoặc yếu đuối với thân hình và màu da rất xấu. Kết quả của sự kiêu ngạo là ta sẽ bị tái sinh ở cõi thấp hơn, nơi không có cơ hội thực hành Pháp và thậm chí khi một lần nữa được tái sinh làm người, chúng ta vẫn không có cơ hội thực hành Pháp và phát triển tâm thức mình hướng tới sự giải thoát hoặc giác ngộ. Chẳng hạn như ta có thể bị sinh vào một trong những tầng lớp thấp hơn. Ở phương Đông thì việc sinh vào địa vị thấp đồng nghĩa với việc người đó không được kính trọng, vì thế những người này có rất ít khả năng đem lại lợi ích cho người khác.

Trong cuốn Nhập Bồ Tát Hạnh, ngài Shantideva giải thích rằng những ai bị khốn đốn vì khổ đau sẽ từ bỏ tính kênh kiệu và họ sẽ phát sinh tâm bi mẫn xót thương các chúng sinh khác đang quay cuồng trong luân hồi.[1] Thuật ngữ *"các chúng sinh đang quay cuồng"* ám chỉ các chúng sinh hữu tình đang bị vướng kẹt trong vòng luân hồi sinh tử. Các vấn đề bất ổn sẽ kích thích chúng ta phát triển tâm bi mẫn đối với các chúng sinh khác đang quay cuồng trong cõi luân hồi đau khổ. Và như ngài Shantideva có nói, cảm giác bấn loạn khi thất bại một việc gì sẽ giúp chúng ta loại bỏ được tính kiêu ngạo vốn luôn gây khó khăn cho sự phát triển tâm. Chúng ta có thể chuyển họa thành phúc bằng cách suy xét lại rằng, nếu chúng ta thành công thì ta sẽ càng kiêu ngạo hơn nữa, và như vậy sẽ phải gánh chịu tất cả các nhược điểm - hậu quả của tính kiêu ngạo trong nhiều đời kiếp liên tục. Như vậy, hóa ra là sự khốn đốn vì thất bại lại giúp chúng ta đạt được sự thành công lớn nhất, vì nó cho chúng ta khả năng hiện thực hóa con đường tu giác ngộ.

Các vị Geshe (Tiến sĩ Phật học Tây Tạng) của truyền thống Kadampa có giải thích rằng tính kiêu căng sẽ làm phát sinh nhiều vấn đề. Các vị Kadampa là những đại hành giả thiền định đã thực hành con đường từng bước đưa tới giác ngộ theo một truyền thống truyền thừa từ ngài Lama Atisha - một vị Đại Tôn giả Ấn Độ. Họ xem mỗi một lời dạy trong bất kỳ kinh điển nào của Đức Phật đều là một lời giáo huấn dành cho họ để đạt tới giác ngộ, và họ nổi tiếng là những hành giả vĩ đại của pháp chuyển tâm.

Có một vị Kadampa nói rằng: "Được ca ngợi sẽ làm thổi phồng tâm chúng ta và làm phát sinh tính kiêu ngạo lớn hơn

---

[1] Nguyên văn là: "Hơn nữa, khổ đau có nhiều phẩm chất tốt. Vì chán ngán khổ đau mà kiêu căng tan biến, tâm từ bi khởi lên đối với những chúng sinh trong luân hồi, tội lỗi được tránh xa và niềm vui được tìm thấy trong giới hạnh." (Nhập Bồ Tát hạnh, chương 6, kệ số 21) (ND)

nữa. Bị phê bình sẽ tức thì phá tan các lỗi lầm của chúng ta." Chúng ta hãy phát hiện và loại bỏ các lỗi lầm, và thông qua đó, chúng ta phát triển tâm mình theo con đường tu giác ngộ; chỉ có như vậy mới khiến cho mọi hành vi thân, khẩu, ý của chúng ta đều trở thành nhân thường trực cho hạnh phúc. Một trong những lợi lạc của lời phê bình chỉ trích là nó có thể giúp chúng ta tự mình trừ bỏ lỗi lầm.

Khi được khen ngợi, chúng ta có cảm giác như lên mây, nhưng sau đó khi có ai đó phê bình chê bai ta thì ta rơi xuống lại. Để tự bảo vệ mình khỏi bị những cảm xúc lên xuống - vui buồn bất thường - và để bảo đảm một sự ổn định cho tâm, chúng ta hãy nhớ đến những vấn đề xuất phát từ việc được khen ngợi, và đặc biệt là chướng ngại mà việc được khen ngợi tạo ra cho tâm, làm ngăn cản con đường tu giác ngộ. Và rồi, chúng ta sẽ không bám chặt vào việc được khen ngợi một khi chúng ta cảnh giác nhận biết các vấn đề mà chúng ta phải gánh chịu từ việc được khen ngợi. Theo cách cảnh giác này, chúng ta sẽ có được sự bình an thường trực trong tâm, và sự khen ngợi không cản ngăn được sự thành tựu con đường tu giác ngộ của ta.

Tuy nhiên, điều này không có nghĩa rằng chúng ta không nên khen ngợi người khác. Khen ngợi người khác, cho dù đó là những người bình thường hay các đấng giác ngộ cũng đều là điều tốt. Tốt nhất là ca ngợi những người mà ta không ưa thích, vì việc làm này là pháp đối trị trực diện với tâm vị kỷ và kiêu ngạo của chúng ta. Như vậy, nó trở thành phương pháp có năng lực mãnh liệt để phát triển tâm ta. Khi chúng ta khen ngợi kẻ thù trước mặt những người khác có nghĩa là ta nhường phần thắng cho họ và nhận về mình sự thua thiệt. Ca ngợi những người chúng ta không ưa thích hay không kính trọng là sự thách thức trực tiếp với tâm ngã mạn của chúng ta, vì ta thường hành động một cách ngạo mạn xấc xược đối với những người ta không kính trọng. Để có thể ca ngợi những người mà ta không ưa thích hoặc không kính trọng, ta cần có sự dũng mãnh, nhưng đó là cách thức rất hiệu lực để phá tan tâm kiêu mạn. Dĩ nhiên, điều đó còn tùy thuộc vào động cơ của chúng ta. Có lần thảo luận về tính chất bất thiện của lời nói ác độc - ác khẩu, một trong bốn khẩu nghiệp - Đức Dalai Lama có giải thích rằng, một lời nói ngọt ngào ngoài miệng sẽ phải xem là lời nói ác độc nếu nó gây thương tổn cho người khác.

Khi chúng ta ca ngợi người khác, đặc biệt là kẻ thù, chúng ta phải ca ngợi một cách chân thành, thật lòng, vì nhớ đến sự tử tế của họ. Chúng ta nên suy xét một cách tận tường rằng toàn bộ hạnh phúc quá khứ, hiện tại và vị lai của chúng ta sở dĩ có được là nhờ sự tử tế của kẻ thù chúng ta. Các vị giác ngộ như chư Phật lúc nào cũng có tâm từ bi trọn vẹn đối với chúng ta, nên các ngài không cho ta cơ hội thực hành nhẫn nhục. Bạn bè và người thân trong gia đình đều thương yêu ta, nên cũng không cho ta cơ hội thực hành nhẫn nhục. Những người xa lạ thì không ưa thích cũng không ghét bỏ ta, nên cũng không cho ta cơ hội thực hành nhẫn nhục.

Trong vô số chúng sinh hữu tình, chỉ có kẻ thù của ta là những người duy nhất cho chúng ta cơ hội để thực hành nhẫn nhục. Không còn ai khác mang đến cho ta bất cứ cơ hội nào như thế. Kẻ thù của ta là người duy nhất giúp chúng ta hoàn tất thực chứng pháp tu nhẫn nhục, và như vậy là tạo cho chúng ta khả năng thành tựu giác ngộ vì lợi lạc cho tất cả chúng sinh hữu tình.

Chúng ta gọi một người nào đó là "kẻ thù" vì họ không ưa thích ta và tỏ ra căm giận ta, và nếu không phải là ta đang cố gắng thực hành nhẫn nhục thì ta sẽ không muốn có bất kỳ mối liên hệ gì với những người như thế. Chúng ta xem họ như một vấn đề bất ổn và họ liền xuất hiện trước mắt chúng ta như một vấn đề. Tuy nhiên, khi chúng ta cố gắng thực hành nhẫn nhục, chúng ta biết ơn sự tử tế của kẻ thù chúng ta. Sự giận dữ của họ đối với chúng ta là một điều kiện thiết yếu nếu như ta muốn phát triển tâm trên con đường tu giác ngộ. Thay vì xuất hiện trước mắt chúng ta như một vấn đề không mong muốn, giờ đây kẻ thù xuất hiện như một người có ích cho chúng ta, một người cần được chào đón nồng hậu, vì họ nâng đỡ cho sự phát triển con đường tu giác ngộ trong tâm chúng ta. Như vậy họ không còn xuất hiện như một vấn đề bất ổn, giờ đây họ xuất hiện như một cội nguồn hạnh phúc.

Chúng ta nên suy nghĩ sâu xa về sự tử tế của bất kỳ người nào đã giận ghét chúng ta. Lòng tử tế của kẻ thù bao la như không gian vì nhờ họ chúng ta mới có khả năng thực hành nhẫn nhục, vậy thì họ không những mang đến cho chúng ta sự bình an và tất cả các thực chứng trên con đường tu giác ngộ mà còn làm cho chúng ta có khả năng mang đến cho mọi chúng sinh hữu tình khác hạnh phúc vô song của giác ngộ. Cho nên, khi nghĩ đến lòng tử tế của họ, chúng ta cảm nhận một niềm hoan hỷ tự đáy lòng.

Dù chúng ta có dâng tặng cho kẻ thù ta những núi vàng hay cả một bầu trời đầy kim cương thì cũng không đủ để đền đáp sự tử tế của họ. Không gì so sánh được với giá trị của sự bình an sâu đậm trong tim mà chúng ta ngay tức thì nhận được khi thực hành tâm nhẫn nhục với kẻ thù. Chúng ta không thể nào báo đáp nổi công ơn của kẻ thù đã cho ta có được sự bình an này trong tâm, đó là chưa nói đến sự chứng ngộ. Điều này làm cho kẻ thù quí báu hơn nhiều so với mọi sự giàu sang về vật chất.

Sử dụng bệnh tật để tịnh hóa các nghiệp bất thiện

Chúng ta có thể sử dụng những vấn đề bất ổn để tịnh hóa các nghiệp bất thiện, nguyên nhân của các bất ổn, và cũng để làm cho ta thận trọng không tạo ra thêm những hành vi bất thiện nữa. Nếu suy diễn hợp lý từ những điều này thì những vấn đề bất ổn cũng làm cho chúng ta vui vẻ tạo ra nghiệp tốt - nguyên nhân của hạnh phúc.

Khi ta trải qua một vấn đề bất ổn và tìm biết nguyên nhân của nó, ta thấy rằng nguyên nhân đó không đến từ bên ngoài mà là ở trong tâm. Như tôi đã giải thích, những vấn đề bất ổn của chúng ta được tạo ra bởi những chủng tử bất thiện trong tâm ta, các chủng tử này do vô minh và những hành vi được thôi thúc bởi vô minh lưu lại trong tâm. Bởi vì dòng tương tục của tâm thức là không có điểm khởi đầu nên chúng ta đã tích lũy nhân của các vấn đề trong suốt các kiếp tái sinh từ vô thỉ. Một khi nhận rõ được điều này, chúng ta sẽ tự thôi thúc mình thực hành tịnh hóa các nhân của những vấn đề mà ta đã tạo ra nhiều lần trong cuộc sống này và trong xuyên suốt những kiếp sống quá khứ từ vô thỉ, và cũng thôi thúc ta thận trọng ngừng ngay việc tạo thêm những nhân của các vấn đề từ nay trở đi.

Một luận giảng về chuyển hóa tâm đã lưu ý rằng "bệnh tật là một cây chổi", bởi vì nó quét sạch các nghiệp chướng mê lầm. Các thiền sư ở Tây Tạng không có máy hút bụi - thậm chí là không có điện - trong chỗ ẩn cư nhập thất, nhưng ngày nay ta có thể nói rằng bệnh tật là cái máy hút bụi hút sạch những rác rưởi tinh thần. Thông qua việc chịu đựng bệnh, chúng ta sẽ làm cạn kiệt các nghiệp bất thiện trong quá khứ, nhân của bệnh tật và của tất cả các vấn đề bất ổn. Với cái nhìn tích cực đó, chúng ta có thể thấy bệnh tật như là suối nguồn hạnh phúc.

Luận giảng cũng giải thích rằng "khổ đau là sự gia trì của Đạo sư". (Nếu bạn tin Chúa Trời, bạn có thể nghĩ rằng bệnh của bạn là phước lành của Chúa ban cho). Điều này có ý nghĩa gì? Khi ta đương đầu với bệnh tật hoặc những khó khăn khác, chúng ta có thể nghĩ rằng bệnh tật chính là phước báu mà Đạo sư ban cho chúng ta, điều này có nghĩa là Đạo sư đang giúp chúng ta tịnh hóa các nghiệp bất thiện. Cho dù là chúng ta đang làm việc, đang nhập thất ẩn tu hoặc đang học hỏi Pháp, nếu có những khó khăn xảy đến cho chúng ta trong khi thực hành theo các chỉ dẫn của Đạo sư thì chúng ta nên nhận biết rằng những khó khăn đó chính là những phước báu mà Đạo sư ban cho chúng ta.

Bất kỳ vấn đề nào mà chúng ta trải nghiệm, kể cả bệnh tật, đều là phước báu của Đạo sư, người đang giúp ta làm trong sạch những chướng ngại của ta. Thay vì phải trải qua một thảm họa lớn, chúng ta đã làm trong sạch nghiệp bất thiện của mình nhờ vào việc chịu đựng một vấn đề nhỏ. Trải qua một vấn đề bất ổn chính là đang hưởng một phước báu, vì nó giúp tịnh hóa nhiều nghiệp bất thiện và nhiều vọng tưởng mê lầm có khả năng gây ra nhiều vấn đề bất ổn khác.

Làm thế nào để chuyển hóa sự nghèo khổ thành hạnh phúc? Rất đơn giản, chúng ta chỉ cần nghĩ đến lợi ích của sự nghèo khổ và nhược điểm của sự giàu có. Điều này sẽ gợi mở cho ta thấy sự nghèo khổ của ta là một nguồn hạnh phúc vì nó hỗ trợ chúng ta hiện thực hóa con đường tu giác ngộ.

Nói chung, những người giàu có phải đương đầu với nhiều vấn đề bất ổn và chịu đựng nhiều khổ đau tinh thần, khi chúng ta nghĩ về cuộc sống như thế của họ thì sự ham muốn giàu có của chúng ta sẽ nhanh chóng tan biến. Người giàu phải lo toan bảo vệ tài sản và lo toan làm giàu thêm nữa, họ cũng lo lắng về việc có ai đó giàu hơn mình. Cuộc sống của những người giàu cũng tràn ngập những thú tiêu khiển, họ có quá nhiều việc để làm và quá nhiều thú vui dục lạc để tham đắm vào đến nỗi họ không còn thời gian để thiền định, và điều này gây khó khăn cho việc tu tập để đạt những chứng ngộ. Ngược lại, nếu chúng ta nghèo, ta có thể thành công trong việc thực hành thiền định vì gian khổ giúp ta thành tựu trong sự thực hành Chánh pháp.

Các vị đạo sư cao cấp Kadampa có nói rằng một đời sống thoải mái sẽ làm cạn kiệt công đức đã tạo ra trong quá khứ, cũng như một cuộc đi chơi mua sắm sẽ làm cạn kiệt tiền dành dụm trong nhiều năm. Trong thực tế, sống một đời thoải mái sẽ làm giảm bớt nghiệp tốt. Dù chúng ta có được cuộc sống xa hoa hiện nay, nhưng khi nghiệp tốt của quá khứ cạn kiệt, sự giàu có của chúng ta sẽ biến mất, và một lần nữa chúng ta sẽ phải trải qua đời sống nghèo khổ.

Mặt khác, chịu đựng một cuộc đời khổ cực đồng nghĩa với việc chúng ta đang làm cạn kiệt dần những nghiệp quá khứ bất thiện của mình - nhân của những vấn đề bất ổn hiện tại và tương lai của chúng ta. Bằng cách này, ta có thể xem cuộc sống khó nhọc như là một sự kiện tích cực; như vậy là chúng ta chuyển hóa sự nghèo khó trở thành hạnh phúc.

Sử dụng bệnh tật như một sự thôi thúc thực hành thiện hạnh

Những vấn đề bất ổn như bệnh tật cũng có thể thôi thúc ta làm những việc hiền thiện. Chúng ta phải hiểu rằng những vọng tưởng mê lầm tạo ra các vấn đề; một khi nhận thức được như vậy chúng ta như được thôi thúc chuyển hóa tâm mình và phát triển tâm từ, tâm bi, hạnh nhẫn nhục, trí tuệ và còn nhiều tâm tốt đẹp khác nữa.

Những vấn đề bất ổn có thể khiến chúng ta quyết tâm hơn nữa trong việc gìn giữ cung cách sống theo đạo đức và đồng thời thôi thúc chúng ta phát nguyện thọ giới, đây là nhân của hạnh phúc hiện nay và tái sinh tốt trong tương lai. Việc trải qua những vấn đề bất ổn có thể khuyến khích chúng ta phát nguyện không làm những việc bất thiện như giết hại, trộm cắp, nói dối... Những hành động này gây hại cho ta cũng như các chúng sinh hữu tình khác.

Sử dụng bệnh tật để thiền định về tánh Không

Chúng ta cũng có thể sử dụng bất kỳ căn bệnh nào mà chúng ta đang phải chịu đựng để thiền định về bản chất rốt ráo, hay tánh Không, của căn bệnh. Nhận ra được bản chất rốt ráo của "cái tôi" là việc cực kỳ quan trọng, vì chứng ngộ này sẽ loại bỏ được vô minh, nguồn gốc của tất cả các vấn đề. Chúng ta có thể nhận ra được bản chất rốt ráo của bệnh tật theo cùng cách thức này.

Luận giảng về chuyển hóa tâm mà tôi đã nêu ra ở trên cũng giải thích rằng: "Khổ đau là một thể hiện của tánh Không." Tôi đã nói về điều này ở các phần trước khi mô tả việc bệnh "AIDS" chỉ là một tên gọi như thế nào. Khi phát hiện một sự thay đổi đặc biệt trong các tế bào của cơ thể một người, bác sĩ bèn gán cho sự việc này nhãn hiệu "AIDS". Trước đó, thậm chí ngay lúc vừa thấy sự thay đổi tế bào, bác sĩ không dùng cái tên bệnh "AIDS"; ông ta chỉ dùng cái tên gọi đó sau khi nhìn thấy sự thay đổi của tế bào. Do vậy, cái mà bác sĩ ngay từ đầu thấy được không phải là bệnh AIDS, mà là cái thực thể [sau đó] được gán đặt tên gọi AIDS. Việc trông thấy cái thực thể này là lý do để bác sĩ gán đặt tên gọi AIDS lên nó, và sau đó ông ta tin vào tên gọi AIDS đó [là có thật]. Nói cách khác, bệnh AIDS chỉ đơn thuần là một khái niệm, một ý tưởng. Bệnh AIDS không gì khác hơn là những gì hoàn toàn được gán đặt bởi tâm của bác sĩ và bệnh nhân.

Do đó, không hề có bệnh AIDS với tự tánh hiện hữu. Bệnh AIDS thật sự có vẻ như tự nó hiện hữu trước chúng ta chỉ là một ảo tưởng. Nó không hề hiện hữu. Bệnh AIDS thật sự có vẻ như hiện hữu độc lập, tự tồn và không liên quan gì với tâm chúng ta hoàn toàn chỉ là một ảo tưởng. Đó chỉ là hư dối, hoàn toàn là Không. Cái bệnh AIDS tự tồn đó là đối tượng cần được bác bỏ.

Thiền định về tánh Không của một căn bệnh - dù đó là bệnh AIDS hay ung thư, hay chỉ đơn giản là bệnh đau đầu - có thể mang lại sự điều trị bệnh rất có hiệu lực. Việc nhận biết được ảo tưởng, rằng không hề có căn bệnh thật sự tự nó hiện hữu, cũng sẽ giúp giảm bớt những cảm xúc tiêu cực như lo âu và sợ hãi. Và thiền định về bản chất rốt ráo của bệnh tật có thể giúp chúng ta chứng ngộ được bản chất rốt ráo của cái tôi, nhờ vậy sẽ đưa chúng ta đến sự giác ngộ.

Sử dụng bệnh tật để phát triển tâm từ

Chúng ta có thể sử dụng một vấn đề bất ổn như bệnh tật để phát triển tâm từ bằng cách suy nghĩ rằng: *"Vô số chúng sinh cũng như tôi, không có hạnh phúc tạm thời cũng như hạnh phúc tối thượng của giác ngộ viên mãn. Vì thế tôi sẽ sử dụng vấn đề của tôi để đem hạnh phúc này đến cho tất cả."*

Sử dụng bệnh tật để phát triển tâm bi

Một trong những lợi lạc to lớn nhất của việc chịu đựng bệnh tật hoặc bất kỳ vấn đề nào khác là chúng ta có thể sử dụng nó để phát triển tâm bi mẫn thương xót những chúng sinh khác đang đau khổ trong luân hồi. Để đánh giá sự lợi lạc này cho thật đầy đủ, chúng ta phải nhận biết được tâm bi có tầm quan trọng và quý giá như thế nào. Nếu không, khi nghe rằng những vấn đề bất ổn sẽ giúp ta phát triển tâm bi, chúng ta có thể nghĩ rằng điều đó không quan trọng.

Tâm bi quý giá và quan trọng không thể tưởng tượng, vì tất cả hạnh phúc bây giờ và mai sau của chúng ta và của mọi chúng sinh khác đều phụ thuộc vào tâm bi của ta. Một khi chúng ta nhận thức được tâm bi quý giá đến mức nào, ta sẽ thấy được những vấn đề bất ổn là quan trọng như thế nào vì chúng giúp ta phát triển tâm bi mẫn đối với người khác. Và như vậy, chúng ta sẽ có cái nhìn về bệnh tật cùng với các vấn đề bất ổn khác theo một hướng tích cực hơn.

Chúng ta sẽ dễ dàng cảm thấy cảm thương cho những người nào có cùng những vấn đề tương tự như ta. Chẳng hạn, nếu chúng ta bị đau đầu như búa bổ, tự nhiên ta cảm thấy cảm thương bất kỳ ai khác có bệnh đau đầu. Các bệnh khác cũng thế. Chúng ta cảm thông và muốn giúp đỡ những người có cùng bệnh tật như mình, vì chúng ta biết rõ nỗi đau đó như thế nào. Nếu chúng ta không có căn bệnh đó, chúng ta sẽ không cảm nhận được tâm bi mãnh liệt này. Chúng ta tự nhiên cảm thương cho những người đồng bệnh và chúng ta có thể mở rộng tâm bi này ngày càng nhiều hơn nữa. Sự cảm thương này và mong muốn giúp đỡ người khác chính là những lợi lạc mà bệnh tật mang lại cho chúng ta.

Tuy nhiên, chúng ta phải nghĩ về những vấn đề theo một chiều kích rộng hơn, phổ quát hơn, và không chỉ tập trung vào một vấn đề, chẳng hạn như một căn bệnh đặc biệt nào đó. Như tôi đã nói trước đây, các vấn đề có nhiều cấp độ khác nhau. Bệnh tật chỉ là một vấn đề nhỏ trong hàng ngàn vấn đề được liệt kê vào loại *khổ khổ*, và ngoài ra chúng sinh hữu tình còn phải chịu hai loại khổ khác là *hoại khổ* và *hành khổ*. Cũng giống như việc bác sĩ chữa trị bệnh hiệu quả thế nào tùy thuộc vào mức độ kiến thức của họ về căn bệnh, chúng ta phát sinh tâm bi mãnh liệt như thế nào là tùy thuộc vào mức độ hiểu biết của chúng ta về khổ đau.

Chúng ta không chỉ nhìn vào bệnh tật của mình mà còn phải thấy hết tất cả những tai hại trong sinh tử luân hồi, trong cõi đời khổ đau của chính chúng ta. Rồi chúng ta còn phải thấy vô số người khác có cùng bệnh tật như ta, có cùng những kinh nghiệm khác của *khổ khổ, hoại khổ* và *hành khổ* như ta. Chúng ta nên nghĩ: "*Bản thân tôi không là gì cả. Vấn đề của tôi cũng không là gì cả. Vô số người khác đang chịu đựng không chỉ những khổ đau này mà thậm chí còn khổ đau hơn nhiều. Thật tuyệt vời biết bao nếu họ được giải thoát khỏi tất cả mọi khổ đau. Tôi sẽ giải thoát họ khỏi tất cả khổ đau."* Bằng cách này chúng ta sử dụng các vấn đề bất ổn của ta để phát triển tâm đại bi.

Mỗi lần chúng ta sử dụng các vấn đề của mình để phát triển tâm đại từ, tâm đại bi, ta tích luỹ được vô lượng công đức và tịnh hóa mọi chướng ngại, là nguyên nhân không chỉ của bệnh tật mà còn là của tất cả khổ đau. Nếu chúng ta có tấm lòng đại từ, đại bi, chúng ta có thể vui thích với bất kỳ vấn đề nào mà chúng ta đang trải qua. Chúng ta có thể thấy thích thú khi bị bệnh ung thư hay bệnh AIDS; chúng ta thậm chí cũng có thể thấy thật thú vị khi chết.

13.

NHỮNG LỢI LẠC LỚN LAO NHẤT CỦA BỆNH TẬT

Cách thức tu tập cốt lõi nhất là sử dụng bệnh tật và tất cả các vấn đề bất ổn khác nữa để phát sinh Bồ-đề tâm, tâm vị tha mong ước thành tựu giác ngộ vì lợi lạc của chúng sinh hữu tình. Tư tưởng từ bi trong Bồ-đề tâm là giáo huấn cốt lõi của Đức Phật Thích-ca Mâu-ni. Bồ-đề tâm là dược phẩm tốt nhất, là đề mục thiền định tốt nhất, là sự tu tập tâm linh tốt nhất. Sống một cuộc sống với Bồ-đề tâm là phương pháp tốt nhất để chăm sóc sức khỏe của chúng ta và là cách tốt nhất để chữa các bệnh nan y như ung thư, AIDS cũng như bất kỳ bệnh tật nào khác. Bồ-đề tâm mang đến sự bảo vệ tốt nhất cho cuộc sống của chúng ta.

Bồ-đề tâm là buông bỏ cái tôi và thương yêu chăm sóc người khác. Cái tôi là nguồn gốc của mọi vấn đề bất ổn về tình cảm của chúng ta và là nguồn gốc của tất cả chướng ngại ngăn cản thành công và hạnh phúc của ta cũng như ngăn cản không cho ta mang hạnh phúc và thành công đến cho vô số chúng sinh hữu tình. Các chúng sinh khác chính là nguồn hạnh phúc của chúng ta - hạnh phúc tạm thời mà chúng ta hưởng được trong đời này cũng như hạnh phúc tối thượng của sự giải thoát và giác ngộ viên mãn. Bởi vì Bồ-đề tâm - tâm vị tha thương yêu chăm sóc người khác và tìm cách mang hạnh phúc đến cho họ - được phát sinh dựa vào sự hiện hữu của chúng sinh hữu tình đang đau khổ, cho nên ta có được mọi hạnh phúc là nhờ sự tử tế của các chúng sinh khác.

Bồ-đề tâm cũng là người bạn tốt nhất của chúng ta. Các người bạn ngoài đời có thể thay đổi, nhưng Bồ-đề tâm thì luôn luôn không thay đổi. Bồ-đề tâm không bao giờ thay đổi và không bao giờ lừa dối chúng ta; Bồ-đề tâm không bao giờ hãm hại chúng ta, ngược lại luôn đem lợi lạc đến cho chúng ta cũng như các chúng sinh khác. Bồ-đề tâm là người bạn tốt nhất, đáng tin cậy nhất.

Bồ-đề tâm cũng là phương tiện tốt nhất để gặt hái thành công trong đời này cũng như các đời sau, đặc biệt là sự thành công trong việc thành tựu giải thoát và giác ngộ viên mãn. Thành công là một [sự kiện] duyên sinh tương thuộc; nó tùy thuộc nhân và duyên. Thành công trong việc tìm thấy hạnh phúc phải đến từ một nhân đặc biệt, một thiện nghiệp, và nhân này phải đến từ một ý định tốt. Với Bồ-đề tâm, tức là suy nghĩ mang lợi lạc đến cho chúng sinh hữu tình, người ta có thể tích lũy công đức vô lượng, tức thiện nghiệp. Như ngài Tịch Thiên đã nói trong Nhập Bồ Tát Hạnh, một người dù trên thực tế không tham dự vào việc làm lợi lạc cho người khác, nhưng chỉ với ý muốn thôi thì người đó cũng đã tích lũy công đức lớn lao như bầu trời.[1] Chỉ đơn thuần bằng ý muốn làm lợi lạc cho người khác cũng đã tích lũy một bầu trời công đức, nên Bồ-đề tâm là phương tiện tốt nhất để đạt được thành công trong việc tìm thấy hạnh phúc. Đây là cách giải thích hợp lý về việc Bồ-đề tâm là suối nguồn của thành công. Cách giải thích này cũng có thể áp dụng vào việc tìm kiếm sự giàu có.

Có được Bồ-đề tâm, chúng ta trở thành bạn của tất cả chúng sinh hữu tình. Nếu chúng ta cảm thấy có sự xa cách với chúng sinh hữu tình, như thể có một bức tường ngăn cách với họ, thì Bồ-đề tâm sẽ phá vỡ bức tường đó, khiến cho chúng

---

[1] Nhập Bồ Tát hạnh của ngài Tịch Thiên, chương 1, kệ số 21 và 22, tạm dịch sang tiếng Việt như sau: "Ngay cả một ý tưởng muốn làm giảm nhẹ chỉ một cơn đau đầu cho chúng sinh hữu tình cũng đã là một thiện ý mang lại vô số điều lành, (kệ số 21) nói gì đến nguyện ước dứt trừ tất cả khổ đau vô tận cho chúng sinh, mong muốn cho tất cả chúng sinh đều nhận thức được vô số phẩm tính tốt đẹp? (kệ số 22)

ta cảm thấy gần gũi với tất cả chúng sinh hữu tình. Một khi thực chứng được Bồ-đề tâm, chúng ta ôm trọn tất cả chúng sinh trong trái tim mình. Tâm từ, tâm bi và Bồ-đề tâm của chúng ta là suối nguồn của mọi hạnh phúc và thành công của ta và của tất cả vô số chúng sinh hữu tình.

Dù cho có bị ốm đau hay được khỏe mạnh, nhưng với Bồ-đề tâm, cuộc sống của chúng ta luôn luôn có lợi cho người khác; mọi sự mà chúng ta làm luôn là lợi lạc cho các chúng sinh hữu tình. Cuộc sống của chúng ta lúc nào cũng có lợi, vì chúng ta luôn sống vì người khác. Với cách sống này, mục đích cuộc sống của chúng ta sẽ được hoàn mãn.

Phát triển Bồ-đề tâm là cách thức nhanh và mãnh liệt nhất để loại trừ hết các chướng ngại của hạnh phúc đồng thời tích lũy được công đức, nhân của hạnh phúc, đặc biệt là hạnh phúc tối thượng của giác ngộ viên mãn. Nếu không có Bồ-đề tâm, chúng ta không thể thành tựu giác ngộ hay thành tựu được mục đích cao cả nhất của cuộc đời là mang tất cả chúng sinh hữu tình đau khổ đến bến bờ giác ngộ. Mong ước tu tập Bồ-đề tâm, hoán đổi mình với người khác, là mong ước tốt nhất trong tất cả mong ước.

Làm sao chúng ta có thể sử dụng các vấn đề bất ổn của chúng ta để làm phát sinh tâm giác ngộ này? Cúng ta phải cứu xét nguồn gốc mọi vấn đề của chúng ta. Cơ bản mà nói, tất cả vấn đề bất ổn của ta đều phát xuất từ tâm vị kỷ - thương yêu chăm sóc cái tôi của mình - cho nên "cái tôi" là đối tượng cần được vĩnh viễn loại bỏ.

Tất cả hạnh phúc của chúng ta đều đến từ sự tử tế của các người khác, nên các chúng sinh hữu tình khác là đối tượng cần được thương yêu chăm sóc mãi mãi. Với lý do như vậy, chúng ta phải từ bỏ cái tôi và thay vào đó thương yêu chăm sóc các chúng sinh hữu tình khác. Để rèn luyện tâm mình trong pháp tu tập hoán đổi mình với người, chúng ta cần phân tích thật chi tiết các nhược điểm của tâm vị kỷ và tìm hiểu kỹ lưỡng những lợi lạc vô tận của sự thương yêu chăm sóc người khác. Trừ bỏ được tâm vị kỷ sẽ giúp chúng ta phát triển Bồ-đề tâm vị tha, là tâm sẽ đưa chúng ta tới hạnh phúc tối thượng của sự giác ngộ viên mãn và làm cho ta có khả năng dẫn dắt mọi người đến giác ngộ. Đồng thời, dù bản thân chúng ta không mong đợi nhưng Bồ-đề tâm tự nhiên sẽ đem đến cho chúng ta những phần thưởng tạm thời như hạnh phúc, thành công, uy tín, sự giàu có và uy lực.

Những tai hại của tâm vị kỷ

Tại sao các tình huống trong cuộc sống trở thành những vấn đề bất ổn? Vì chúng ta sai lầm khi gắn bó, ôm giữ tâm vị kỷ. Hãy lấy thí dụ về các vấn đề phát sinh trong quan hệ với người thân. Chính sự luyến ái nổi lên từ tâm vị kỷ đã khiến cho chúng ta không hài lòng với người bạn đời hiện tại và từ bỏ để đến với một người mới. Chúng ta có thể thấy rõ là vấn đề đó sẽ không xảy ra nếu chúng ta không chạy theo tâm vị kỷ.

Hơn nữa, khi chúng ta sống theo cách đồng nhất chính mình với tâm vị kỷ, chúng ta sẽ bị tổn thương khi người bạn đời của ta không còn yêu thương ta. Tại sao? Vì tâm vị kỷ bị tổn thương. Vì chúng ta đồng nhất mình với tâm vị kỷ, nên khi tâm này bị bất cứ tổn thương nào, ta cũng bị tổn thương. Cách thức đồng nhất chính mình như vậy là hoàn toàn sai lầm, hoàn toàn khác với thực tại của bản thân chúng ta. Khi phân tích những vấn đề mà chúng ta trải qua trong đời thường, chúng ta thấy rằng các vấn đề đó trực tiếp liên quan đến tâm vị kỷ của chúng ta. Bằng chứng của sự khám phá này là, nếu chúng ta buông bỏ được tâm vị kỷ, chúng ta sẽ không còn vấn đề bất ổn nào nữa trong cuộc sống. Chẳng hạn, chúng ta sẽ không thấy phiền muộn khi người bạn đời của ta rời bỏ ta.

Khi chúng ta bị bệnh, nếu chúng ta thuận theo tâm vị kỷ, căn bệnh ấy sẽ gây phiền não cho ta; nếu ta buông bỏ được tâm này thì bệnh sẽ không gây phiền não cho ta. Mặc dầu tình huống bên ngoài giống nhau, nhưng cách thức ta ứng phó với tình huống sẽ tạo ra khác biệt rất lớn lao. Khi chúng ta nhận biết được những vấn đề gây ra bởi tâm vị kỷ, ta sẽ xem đó là nhân của bệnh và không còn xem các yếu tố bên ngoài là nhân của bệnh. Tách biệt được "cái tôi" ra khỏi tâm vị kỷ sẽ giúp chúng ta có cơ hội thấy biết tâm vị kỷ là kẻ thù đích thực của ta.

Mặc dù chúng ta nhìn thấy "cái tôi" như là tự nó hiện hữu, như thể không liên quan gì đến tâm ta, nhưng "cái tôi" này không hề hiện hữu. Cái tôi có thật hiện ra trước mắt chúng ta - nói "có thật" trong ý nghĩa là tự nó hiện hữu - chỉ là một ảo tưởng. Trước đây, tôi đã nêu ra lý do tại sao thân này không phải là cái tôi, tâm này không phải là cái tôi, và ngay cả kết hợp thân và tâm này cũng không phải là cái tôi. Cho dù cái tôi có hiện hữu - nó thực hiện tất cả các hoạt động như ăn ngủ, đi lại, trải nghiệm hạnh phúc cũng như các vấn đề khó khăn - nhưng nó lại không hề hiện hữu ở bất cứ nơi nào trong kết hợp của thân và tâm này.

Cái tôi vốn hoàn toàn được gán đặt bởi tâm, nhưng đối với chúng ta lại có vẻ như một thực thể tự hiện hữu; rồi chúng ta tin vào cái tôi tự hiện hữu này và chúng ta thương yêu chăm sóc nó như thể nó quí báu nhất, quan trọng nhất so với vô số chúng sinh hữu tình khác. Vì thế mà [chúng ta cho rằng] việc quan trọng nhất trên đời là loại bỏ mọi vấn đề khó khăn cho cái tôi này và đạt được hạnh phúc cho nó. Tuy nhiên, thực tế là chúng ta đang thương yêu chăm sóc cho một ảo tưởng. Khi chúng ta phân tích đối tượng vốn là nền tảng của tâm vị kỷ, chúng ta không tìm thấy có gì ở đó để chăm sóc; chỉ là sự trống không. Khi chúng ta không suy xét lại mà chỉ một mực tin vào cái ảo tưởng đó thì dường như thể có một cái tôi thật đáng được thương yêu chăm sóc. Đây là bản chất tâm vị kỷ của chúng ta.

Vì tâm không phải cái tôi, vậy làm sao tư tưởng vị kỷ lại có thể là cái tôi? Cái tôi không phải là tư tưởng vị kỷ; tư tưởng vị kỷ không phải là cái tôi. Chúng hoàn toàn khác nhau. Tư tưởng vị kỷ chỉ là một trong những thực thể được gán đặt tên gọi "cái tôi". Chúng ta phải hiểu điểm này thật rõ ràng.Vì chúng ta chưa phát sinh được trí tuệ qua sự hiểu biết về bản chất tuyệt đối và tương đối của các hiện tượng nên mới có những cái nhìn sai trái của vô minh, xem tâm vị kỷ là cái tôi, và chúng ta tin là cái tôi không thể hiện hữu mà không có tâm vị kỷ. Và nếu tâm này quả thật đồng nhất với cái tôi thì hẳn sẽ có nhiều sai lầm nối tiếp theo nhau. Bởi vì có 84.000 phiền não nên sẽ có 84.000 cái tôi. Và trong trường hợp này, mỗi khi đi lại chúng ta hẳn phải mua vé tàu xe cho hàng ngàn cái tôi! Và chúng ta lẽ ra phải có hàng ngàn người cha, người mẹ. Và vì mỗi bậc cha mẹ đều có hàng trăm ý niệm thiện và bất thiện, nên mỗi một ý niệm đó hẳn cũng là một cái tôi. Và khi chúng ta lập gia đình, hẳn sẽ không có chuyện một vợ một chồng, vì chúng ta phải cưới đến hàng ngàn người phối ngẫu. Rõ ràng điều này hoàn toàn trái ngược với kinh nghiệm thật của chúng ta.

Lại nữa, nếu tâm vị kỷ là cái tôi thì lẽ ra cái tôi phải ngừng dứt khi tâm vị kỷ ngừng dứt. Điều này có nghĩa là một cái tôi có đó nhưng không thể thực hành Bồ-đề tâm và không thể thành tựu giác ngộ viên mãn.

Với các nhận thức vô minh của chúng ta, chúng ta xem tâm vị kỷ là cái tôi, và chúng ta nghĩ rằng không thể nào cái tôi hiện hữu mà không có tâm vị kỷ. Nhưng tâm này không độc lập. Nó hiện hữu tùy thuộc vào các nhân và duyên, và như vậy nó có thể bị loại bỏ bởi các nhân và duyên khác. Chẳng hạn, chúng ta có thể loại bỏ nó bằng sự rèn luyện tâm trong pháp tu hoán đổi mình với người, tức là học cách buông bỏ cái tôi và thương yêu chăm sóc người khác.

Làm sao hoán đổi mình với người? Bằng cách nào để làm được việc chăm sóc người khác thay vì chăm sóc mình? Hãy cứu xét việc ta đã nhận thân thể này từ cha mẹ ta; thân ta ban đầu là một phần của thân thể cha mẹ ta; và thân cha mẹ ta cũng có được từ thân thể của người khác nữa. Bây giờ, ta gán đặt nhãn hiệu "cái tôi" lên thân này, và thương yêu chăm sóc nó, dù cho nó bắt nguồn là một phần thân thể của cha mẹ ta. Tương tự như vậy, vì cái mà ta gọi là "người khác" đó hoàn toàn chỉ là một nhãn hiệu mà tâm ta gán đặt lên thân của người khác, nên tâm chúng ta có thể xoay đổi chuyển từ thương yêu chăm sóc mình sang thương yêu chăm sóc người khác. Đây là cách giải thích hợp lý cho việc chúng ta có thể chuyển đổi từ việc thương yêu chăm sóc chính mình sang thương yêu chăm sóc người khác như thế nào.

Có hai cách suy nghiệm để nhận ra được tất cả các vấn đề bất ổn của chúng ta đều xuất phát từ tâm vị kỷ như thế nào. Cách phân tích thứ nhất là thấy rõ các vấn đề bất ổn của ta xuất phát từ các nghiệp bất thiện thực hiện do tâm vị kỷ như thế nào. Thiền định về các tai hại của tâm vị kỷ cũng là thiền định về nghiệp; nó là một cách thức bao quát và rất hiệu quả để suy ngẫm về nhân của khổ đau. Có quá nhiều vấn đề bất ổn của chúng ta liên quan đến mười bất thiện nghiệp, và các hành vi bất thiện này được thực hiện bởi thái độ vị kỷ của ta. Không hề có nghiệp bất thiện - nhân của khổ đau - nào tự nó hiện hữu. Nó được tạo ra bởi tâm [vị kỷ] của chúng ta.

Cách phân tích thứ hai ngắn gọn hơn là thấy rõ các vấn đề bất ổn hiện nay của chúng ta liên quan trực tiếp đến tâm vị kỷ như thế nào, và tất cả các vấn đề chúng ta trải qua đều có mối quan hệ tức thời với tâm vị kỷ của ta như thế nào. Nếu chúng ta thuận theo tâm này, ta phải hứng chịu các vấn đề bất ổn trong cuộc sống; nhưng ngay giây phút chúng ta nhận biết rõ ràng về tâm vị kỷ và tự tách mình ra khỏi nó, ta sẽ thôi không còn có vấn đề bất ổn nào nữa trong cuộc sống.

Khi chúng ta không phân tích thực tại của đời sống, ta có thể cho rằng tâm vị kỷ là nên thuận theo. Đặc biệt, văn hóa phương Tây khuyên chúng ta rằng tâm vị kỷ có ích và nó bảo vệ chúng ta. Tuy nhiên, nếu ta sử dụng trí tuệ để suy xét sự thật của điều này, ta thấy đó chỉ là một ảo tưởng. Trong thực tế, tâm vị kỷ liên tục gây hại cho ta; nó hủy hoại ta và hạnh phúc của ta. Nó ngăn cản ta đạt được mọi sự thành công, tạm thời cũng như vĩnh viễn.

Mỗi vấn đề bất ổn xảy đến trong cuộc sống đều do chúng ta tạo ra. Tất cả các vấn đề của ta xuất phát từ tâm vị kỷ của chính ta, không phải đến từ ai khác. Tâm ta là nhân chính của các vấn đề, kể cả bệnh tật của ta. Điều rõ ràng là người có tâm vị kỷ mãnh liệt luôn có ít hạnh phúc và bình yên cũng như hay gây ra nhiều vấn đề rắc rối cho người khác. Những người như vậy đi đến bất cứ nơi đâu cũng luôn gây ra sự bất hòa.

Khi chúng ta còn bị tâm vị kỷ chi phối, chúng ta luôn ganh ghét với bất cứ ai vượt hơn ta về sự giàu có, học vấn hay quyền lực. Chúng ta ganh đua với những người chúng ta xem là ngang hàng với mình, và chúng ta cảm thấy cao ngạo với những người ta xem là thua kém. Khi gặp bất kỳ ai, tâm vị kỷ đều thúc đẩy chúng ta phát sinh những tư tưởng điên đảo và tạo nghiệp bất thiện. Tâm vị kỷ liên tục hành hạ chúng ta. Nó chẳng bao giờ để chúng ta yên mà luôn khiến ta phải chịu nhiều lo âu sợ hãi. Nó cũng làm ta phải đau đớn vì tham lam, sân hận, ganh tị, cao ngạo và những tâm mê lầm khác.

Tự chữa trị mình khỏi căn bệnh vị kỷ là việc hết sức quan

trọng, vì thái độ sống vị kỷ là nguồn gốc của quá nhiều điều bất hạnh, của sự tuyệt vọng, cô đơn và căng thẳng. Nếu chúng ta làm mọi việc chỉ để tìm kiếm hạnh phúc cho riêng mình, thậm chí chỉ trong một đời này thôi, động cơ vị kỷ đó sẽ khiến chúng ta căng thẳng. Tâm vị kỷ cũng khiến chúng ta luôn cố giành lấy thắng lợi cho riêng mình và để cho kẻ khác thua thiệt, và điều này có nghĩa là trên thực tế chúng ta bị bắt buộc phải tạo ra nhân của thất bại [về sau]. Điều này sẽ mang đến chúng ta sự thất bại thua thiệt trong hàng ngàn đời sau và tạo ra các chướng ngại cản trở sự giác ngộ.

Chính tâm vị kỷ ngăn cản không cho chúng ta phát sinh tâm bi mẫn, xót thương người khác đang bị khổ đau và ra tay giúp đỡ họ. Nó cũng ngăn cản chúng ta phát triển trí tuệ. Tâm vị kỷ cũng ngăn chúng ta thực hành thiền định và chấm dứt mọi khổ đau; nó ngăn không cho chúng ta đạt được hạnh phúc tối thượng của sự giác ngộ viên mãn.

Do đó, chúng ta phải sử dụng từng vấn đề mà chúng ta đang trải qua như một vũ khí để phá trừ tâm vị kỷ, kẻ thù thực sự của ta. Đối với từng vấn đề mà tâm vị kỷ đưa đến, ta hãy trả lại cho nó để phá trừ nó. Ví dụ, khi chúng ta bị chỉ trích, thay vì thấy mính là đối tượng bị chỉ trích, chúng ta nên chuyển đổi đối tượng và dùng sự chỉ trích đó như một vũ khí để phá trừ tâm vị kỷ của ta. Ngay lập tức chúng ta nên nghĩ rằng: "Đây chính là những gì tôi cần để phá trừ tâm vị kỷ của tôi, vốn thường xuyên hành hạ tôi. Nó cản ngăn hạnh phúc tạm thời và hạnh phúc tối thượng của tôi và gây ra tất cả các vấn đề bất ổn cho tôi. Tâm vị kỷ của tôi còn gây hại chúng sinh khác, trực tiếp hay gián tiếp, từ đời này sang đời khác."

Nếu chúng ta suy ngẫm theo cách này, chúng ta sẽ thấy sự chê bai và những điều không mong muốn khác là hữu ích và cần thiết, vì chúng giúp ta phát triển tâm và hướng đến một cuộc sống tốt hơn. Tâm vị kỷ là một căn bệnh, và sự chê bai chỉ trích là liều thuốc có thể chữa được căn bệnh kinh niên này cho tâm ta.

Chúng ta nên nhận ra rằng tâm vị kỷ là kẻ thù thực sự của ta, trong khi bệnh tật, sự chê bai chỉ trích cũng như mọi vấn đề bất ổn khác đều là vũ khí có thể phá trừ tâm vị kỷ đó. Chúng ta nên vui vẻ tiếp nhận vấn đề và trả lại cho tâm vị kỷ để phá trừ nó, kẻ thù luôn gây hại cho ta. Nó đã gây hại trong quá khứ, nó đang gây hại bây giờ, và nó sẽ gây hại cho ta trong tương lai. Nhận thức rằng các vấn đề bất ổn là có hại cho chúng ta sẽ tan biến khi ta trả những vấn đề bất ổn đó lại cho tâm vị kỷ. Các vấn đề bất ổn sẽ không còn khiến ta bận tâm, vì ta thấy rằng chúng đang làm lợi ích cho ta bằng cách giúp ta có khả năng phá trừ tâm vị kỷ, kẻ thù luôn mang đến tất cả các vấn đề bất ổn cho ta và khiến ta luôn không được hạnh phúc, không được hài lòng.

Những lợi lạc của việc thương yêu chăm sóc người khác

Các chúng sinh hữu tình là nguồn gốc tất cả hạnh phúc của chúng ta. Chúng ta có được hạnh phúc trong quá khứ, hiện tại và tương lai đều là nhờ sự tử tế của các chúng sinh hữu tình. Chẳng hạn, các chúng sinh hữu tình chính là các điều kiện (các duyên) để chúng ta có được một thân người tái sinh quí báu này và để thân thể này của chúng ta được sống lâu trong môi trường an toàn và thanh thản. Các duyên này sở dĩ có được là nhờ trong quá khứ ta đã có những thiện hạnh, sống theo giới nguyện không giết hại chúng sinh khác. Như tôi đã giải thích trước đây, chúng ta có được bốn loại quả hạnh phúc khác nhau khi chúng ta tạo được nhân thiện hạnh sống theo giới nguyện này. Một là chúng ta có được thân người quí báu. Hai là chúng ta sẽ được sống lâu, tức là có quả giống như nhân đã tạo. [Loại thứ ba là] quả báo phụ thuộc, chúng ta được sống ở nơi ít nguy hiểm, ít sợ hãi, và chúng ta có cuộc sống thoải mái, tiện nghi. Và loại thứ tư là trong đời này chúng ta lại tu tập giới nguyện không giết hại, sự tu tập này sẽ tạo ra quả báo giống như nhân.

Mỗi một thiện nghiệp trong mười thiện nghiệp (*Thập thiện*) đều sẽ đưa đến các quả hạnh phúc tương tự như cách trên. Do vậy, cơ bản mà nói, tất cả hạnh phúc mà chúng ta có được trong cuộc sống hằng ngày đều có liên quan mật thiết đến các thiện hạnh mà chúng ta đã làm trong các đời quá khứ. Điểm chính mà tôi muốn nêu ra là, tất cả hạnh phúc mà chúng ta có được là nhờ vào sự tử tế của các chúng sinh hữu tình. Hãy lấy đời tái sinh thân người hoàn chỉnh này làm ví dụ, đây là thân người đang cho chúng ta cơ hội phát triển tâm và thành tựu hạnh phúc tạm thời cũng như hạnh phúc vĩnh cửu như chúng ta mong muốn. Thân người này cũng cho phép chúng ta giải thoát chúng sinh khỏi đau khổ và nhân của khổ đau và mang hạnh phúc đến cho họ. Chúng ta nhận được thân người tái sinh hoàn chỉnh này và kể cả các nhân của thân người (là việc đã giữ giới nguyện không giết hại, đã bố thí cúng dường, đã hồi hướng công đức cho việc tái sinh được thân người hoàn chỉnh) là nhờ vào sự tử tế của những chúng sinh hữu tình khác. Nếu không có các chúng sinh hữu tình khác, chúng ta không có cơ hội tu tập giới hạnh.

Chẳng hạn, khi thực hành giới không giết hại, chúng ta thực hiện lời thệ nguyện đó trong mối quan hệ với từng chúng sinh. Thân người tái sinh hoàn chỉnh của ta có được là tùy thuộc vào sự tử tế của từng chúng sinh đang hiện hữu, từng công đức chúng ta có khả năng tích lũy cũng như từng hạnh phúc mà chúng ta có thể dâng tặng cho tha nhân đều tùy thuộc vào sự tử tế đó. Chẳng hạn, mỗi lần chúng ta phát khởi một nguyện lực với Bồ-đề tâm thì ta sẽ tích lũy được vô vàn công đức, và điều này sở dĩ thực hiện được là nhờ vào sự tử tế của từng chúng sinh hữu tình.

Chúng ta cũng sẽ đạt được các đời tái sinh tốt đẹp trong tương lai nhờ vào sự tử tế của từng chúng sinh, vì việc tạo được các nhân cho một kiếp tái sinh tốt đẹp tùy thuộc vào sự hiện hữu của chúng sinh.

Chúng ta cũng sẽ thành tựu hạnh phúc tối thượng vĩnh cửu của sự giải thoát, với sự chấm dứt tất cả khổ đau và nhân của khổ đau, đều nhờ vào sự tử tế của từng chúng sinh hữu tình. Bằng cách nào? Con đường căn bản cho phép chúng ta đạt được điều vừa nêu trên chính là *giới hạnh*. Tùy thuộc vào sự rèn luyện cao hơn về giới hạnh, chúng ta sẽ đạt được trạng thái *định tâm*. Tùy thuộc vào mức độ định tâm hoàn hảo, chúng ta sẽ đạt được *đại trí tuệ*. Vì thế, chúng ta cũng đạt được các chặng đường đưa tới giải thoát - *giới, định* và *tuệ* - tùy thuộc vào sự tử tế của từng chúng sinh [đã giúp ta có cơ hội tu tập giới hạnh].

Thậm chí là chúng ta cũng đạt được hạnh phúc tối thượng của sự giác ngộ viên mãn, chấm dứt mọi che chướng và hoàn tất mọi thực chứng nhờ vào sự tử tế của từng chúng sinh. Đích đến cuối cùng của con đường Đại thừa là giác ngộ viên mãn, và cội gốc của nó là Bồ-đề tâm, mà Bồ-đề tâm thì tùy thuộc vào chúng sinh. Nếu không có sự hiện hữu của chúng sinh hữu tình chịu đựng đau khổ thì không có cách gì để chúng ta thực hành Bồ-đề tâm. Do đó mỗi chúng sinh hữu tình là cực kỳ quí báu và tử tế vô cùng.

Rõ ràng hơn hết, tất cả sự tiện nghi, tất cả sự vui thích mà chúng ta hưởng thụ trong đời thường đều tùy thuộc vào sự tử tế của chúng sinh. Vô số sâu bọ đã phải chịu khổ đau và chết đi để chúng ta có thể sống trong một căn nhà tiện nghi. Và nhiều chúng sinh khác đã phải tạo nghiệp bất thiện khi gây hại và giết chết những sâu bọ đó. Chúng ta đã nhận được sự tiện nghi của một căn nhà che chở ta khỏi các nguy hại của thiên nhiên thông qua sự khổ đau và chết chóc của vô số chúng sinh hữu tình.

Quần áo chúng ta mặc cũng thế. Nhiều chúng sinh hữu tình đã chịu đau đớn và chịu chết để cho chúng ta hưởng sự tiện nghi êm ấm của quần áo, đặc biệt với quần áo bằng lụa tơ tằm và lông thú thì nhiều người khác đã phải phạm vào tội giết hại.

Chúng ta cũng có được sự sung sướng trong việc ăn uống nhờ vào sự tử tế của chúng sinh hữu tình. Ngay cả khi chúng ta uống một tách trà hay ăn một tô xúp, vô số vi sinh vật phải chịu đau đớn và chết đi. Vô số sâu bọ côn trùng phải chịu đau và chết trên đồng ruộng để cho chúng ta ăn được hạt gạo, và rất nhiều chúng sinh khác phải tạo ra nghiệp bất thiện khi làm hại chúng. Và từng hạt lúa này đã đến từ hạt lúa của mùa trước, và hạt lúa mùa trước lại đến từ hạt lúa mùa trước nữa, vân vân... Khi chúng ta nghĩ về dòng tương tục của một hạt lúa, chúng ta sẽ không thể tưởng tượng nổi số lượng chúng sinh đã chịu khổ đau và chết đi trong suốt quá trình rất lâu dài của một hạt lúa nhỏ bé, cũng như chúng ta không thể nhận biết được số lượng những người đã phải tạo nghiệp bất thiện khi gây hại các chúng sinh đó.

Vì chúng ta nương nhờ sự tử tế của các chúng sinh khác để có được tiện nghi và các phương tiện vui thích trong cuộc sống, nên chúng ta không thể nào sử dụng các tiện nghi và nhiều thứ khác nữa chỉ với suy nghĩ duy nhất là vì hạnh phúc riêng của mình. Thái độ như vậy sẽ rất tàn nhẫn đối với các chúng sinh khác. Vì họ là nguồn gốc cho mọi thích thú của chúng ta, nên chúng ta phải làm điều gì đó để có lợi lạc cho mọi chúng sinh hữu tình.

Mỗi chúng sinh đều quí báu vô cùng và có thể mang rất

nhiều lợi lạc đến cho ta. Thương yêu và chăm sóc dù chỉ một chúng sinh cũng sẽ đưa chúng ta đến giác ngộ, vì điều đó tịnh hóa rất nhiều chướng ngại và tích lũy rất nhiều công đức. Thương yêu chăm sóc dù chỉ một chúng sinh - cho dù đó là cha mẹ, con cái hay kẻ thù của ta - cũng giúp ta có khả năng nhanh chóng phát triển tâm trên con đường đưa tới giác ngộ. Họ thực sự là những người thầy của chúng ta. Bằng cách tỏ lòng yêu thương bi mẫn dù chỉ với một chúng sinh, chúng ta có thể đạt được tất cả những thực chứng của con đường Đại thừa, từ Bồ-đề tâm lên đến sự giác ngộ [viên mãn].

Ngược lại, việc không yêu thương chăm sóc [dù chỉ] một chúng sinh - chẳng hạn như một người không ưa thích chúng ta - sẽ ngăn cản sự giác ngộ của chúng ta. Đó là chướng ngại căn bản ngăn chặn sự thành tựu hạnh phúc vô thượng của giác ngộ viên mãn, vì nó cản trở Bồ-đề tâm, cửa ngõ bước vào con đường Đại thừa.

Tôi đã giải thích việc tất cả các vấn đề bất ổn đều xuất phát từ sự chăm sóc ôm ấp cái tôi như thế nào. Khi tâm vị kỷ vẫn còn thì không có sự giác ngộ, và tâm vị kỷ này là chướng ngại lớn nhất đối với hạnh phúc, dù chỉ là hạnh phúc tạm thời. Đó là lý do tại sao trong cuộc sống hằng ngày chúng ta không thấy được sự bình an. Và vì tâm vị kỷ là cửa ngõ đưa tới mọi vấn đề bất ổn nên chúng ta phải buông bỏ chính mình và thương yêu chăm sóc người khác, cho dù đó chỉ là một chúng sinh. Dù chỉ một chúng sinh khác cũng là quí báu hơn bản thân ta, vì tất cả hạnh phúc và thành công của ta đều đến từ một chúng sinh đó, trong khi mọi vấn đề bất ổn của ta đều đến từ "cái tôi".

Vì chỉ một chúng sinh cũng đã quí báu và quan trọng hơn bản thân ta, tất nhiên là hai chúng sinh phải quan trọng và quí báu hơn nữa, nên chúng ta phải thương yêu chăm sóc và phụng sự họ. Một trăm chúng sinh hữu tình thì càng quan trọng và quí báu hơn bản thân ta rất nhiều, nên ta phải thương yêu chăm sóc và làm việc vì họ. Giờ đây, hiện có vô số chúng sinh nên đương nhiên là quí báu và quan trọng đến mức không tưởng tượng nổi; và vì họ quí báu và quan trọng hơn chúng ta nhiều, rất nhiều như thế, nên chúng ta càng phải thương yêu và chăm sóc họ [nhiều hơn nữa]. Khi so với vô số chúng sinh, chúng ta trở nên hoàn toàn không đáng kể, ta chẳng là gì cả!

Giờ đây, chúng ta có thể nhận ra rằng các vấn đề bất ổn của chúng ta chẳng là gì cả! Khi chỉ quan tâm đến bản thân mình, ta thấy ta có nhiều vấn đề bất ổn. Tuy nhiên, khi thiền định hoán đổi mình với người khác, ta thấy rằng dù có gặp bao nhiêu vấn đề bất ổn đi chăng nữa cũng đều không đáng kể. Trong đời ta không còn có gì quan trọng hơn là việc thương yêu chăm sóc và làm việc vì vô số chúng sinh khác. Mọi công việc nào khác đều chỉ là trống rỗng và vô nghĩa.

14.

TÂM ĐIỂM CỦA VIỆC ĐIỀU TRỊ BỆNH: PHÁP CHO VÀ NHẬN

Phương pháp chữa lành bệnh cho bản thân chúng ta nhanh chóng nhất, mãnh liệt nhất là thực hành Bồ-đề tâm cho và nhận, hay còn gọi là pháp *tong-len*. Trong pháp thiền định cho và nhận này, bằng việc phát sinh tâm đại bi, chúng ta nhận lấy khổ đau và nhân khổ đau của vô số chúng sinh về cho ta và sử dụng điều này để phá trừ tâm vị kỷ, nguồn gốc của tất cả mọi vấn đề; bằng việc phát sinh tâm đại từ, chúng ta sẽ trao tặng cho vô số chúng sinh tất cả những gì ta có: thân xác, người thân, bạn bè, tất cả những gì ta sở hữu, kể cả công đức và hạnh phúc. Chúng ta tu tập thực hành pháp hoán đổi mình với người sau khi thiền quán về những nhược điểm của tâm vị kỷ và sau khi thiền quán về lòng tử tế của các chúng sinh khác cùng với những lợi lạc có được nếu biết yêu thương chăm lo cho họ. Bất cứ khi nào có vấn đề bất ổn, như bị bệnh AIDS, ung thư hay một căn bệnh nào đó, hay khi bị đổ vỡ một mối quan hệ, thất bại trong kinh doanh, hoặc gặp khó khăn trong khi thực hành tâm linh... chúng ta đều nên thực hành thiền định cho và nhận.

Thực hành thiền định cho và nhận là sự thực hành sâu sắc và mạnh mẽ; trong thực hành này chúng ta sử dụng sự đau đớn của chính mình để phát triển lòng bi mẫn xót thương hướng về các chúng sinh hữu tình khác. Thông qua pháp thực hành thiền định cho và nhận này, chúng ta gánh chịu bệnh tật và tất cả các vấn đề bất ổn khác thay cho tất cả chúng sinh. Thực hành tốt pháp thiền này sẽ giúp chúng ta dứt trừ sự đau đớn của mình, và thậm chí việc nó giúp chữa lành bệnh cũng không phải là hiếm gặp. Mục tiêu chính của pháp thiền cho và nhận là giúp tịnh hóa nhân của bệnh ở ngay trong tâm ta.

Hoán đổi mình với người là một pháp thực hành dũng cảm. Nó quan trọng hơn rất nhiều so với pháp quán tưởng ánh sáng đến từ các vị Bổn tôn chữa bệnh hay bất kỳ pháp thiền định nào khác. Bằng cách tự nhận về mình tất cả khổ đau của người khác và trao tặng cho họ tất cả hạnh phúc của riêng mình, chúng ta sử dụng bệnh tật của chính mình để phát sinh tâm hiền thiện tột cùng là Bồ-đề tâm. Đây đích thật là tâm điểm của việc điều trị bệnh.

Thực hành pháp nhận chịu [thay người khác]

Để thực hành cụ thể pháp hoán đổi mình với người, trước tiên bạn hãy phát sinh tâm bi mẫn bằng cách nghĩ đến việc vì sao các chúng sinh không ngừng gánh chịu khổ đau, dù họ không muốn thế. Bạn cũng nghĩ đến các lý do, chẳng hạn như họ mê muội không biết nhân của khổ, hay dù có biết các nhân của khổ nhưng vì lười nhác đến nỗi không thể [tu tập để] từ bỏ chúng. Bạn hãy nghĩ: "Thật tuyệt vời biết bao nếu tất cả chúng sinh được giải thoát khỏi mọi khổ đau và nhân của khổ đau, nghiệp và các vọng tưởng mê lầm." Rồi bạn hãy phát sinh tâm đại bi bằng cách suy nghĩ rằng: "Chính bản thân tôi sẽ giải thoát họ khỏi tất cả mọi khổ đau và nhân của khổ đau."

Kế đến, bạn thiền định nhận biết hơi thở. Khi bạn hít vào, hãy quán tưởng rằng bạn nhận về mình tất cả khổ đau và nhân khổ đau của các chúng sinh hữu tình dưới dạng làn khói đen đi vào hai lỗ mũi. Nếu bạn đang bị bệnh hay đang trải qua một vấn đề bất ổn nào đó, trước tiên bạn hãy tập trung nghĩ đến tất cả vô số chúng sinh hữu tình đang bị cùng căn bệnh hay đang chịu đựng vấn đề giống hệt như bạn, rồi bạn tiếp tục nghĩ tới tất cả các vấn đề khác nữa cùng với nhân của chúng mà các chúng sinh khác đang gánh chịu. Khi bạn từ từ hít khói đen vào, bạn nhận về mình toàn bộ đau khổ này và những nhân của nó. Giống như việc lấy một cái gai ra khỏi da thịt của họ, ngay lập tức bạn giải thoát cho tất cả vô số chúng sinh khỏi những khổ đau của họ.

Kế tiếp, bạn hãy nhận tất cả chướng ngại vi tế từ các vị A-la-hán và các vị Bồ Tát chứng đắc cao hơn. Hãy nhớ là không nhận gì từ các Đạo sư và chư Phật; tất cả những gì bạn có thể làm được là cúng dường lên các ngài.

Khói đen đi vào xuyên qua lỗ mũi của bạn và hấp thụ vào tâm vị kỷ để phá hủy nó hoàn toàn. Tâm vị kỷ, tác nhân tạo ra tất cả mọi vấn đề bất ổn, sẽ không còn tồn tại nữa. Giống như một tên lửa nhắm thẳng đích, bạn hãy nhắm thẳng vào tư tưởng vị kỷ của bạn, cái đích của pháp thiền định này.

Tâm vị kỷ tồn tại trên nền tảng vô minh ôm giữ khái niệm rằng "cái tôi" hiện hữu thật sự. Mặc dù trong thực tại không có sự hiện hữu của một cái tôi thật sự và tự tồn, nhưng chúng ta chăm lo bảo bọc cái tôi giả tạo này và xem nó như một con người quí báu nhất, quan trọng nhất so với tất cả các chúng sinh khác.

Ngay khi tâm vị kỷ của bạn hoàn toàn biến mất, cái tôi giả tạo mà vô minh khư khư cho là thật đó cũng trở nên hoàn toàn là Không, như nó vốn là không trong thực tại. Bạn hãy thiền định càng lâu càng tốt về tánh Không này, bản chất rốt ráo của cái tôi. Thiền định về tánh Không theo cách thức này sẽ đem lại sự tịnh hóa mãnh liệt, xóa sạch nhân đích thực của bệnh tật, đó là cách tốt nhất để chữa lành bệnh.

Để thiền định sâu hơn, bạn có thể quán tưởng nhận từ những người khác tất cả những hoàn cảnh khó khăn, những nghịch cảnh mà họ đang gánh chịu. Thông qua hai lỗ mũi, bạn hãy hít vào làn khói đen tượng trưng tất cả những nơi chốn kinh khủng mà chúng sinh hữu tình phải trải qua. Chẳng hạn, hãy tưởng tượng rằng bạn đang hít vào vùng đất đang cháy đỏ rực của những địa ngục nóng, hay vùng đất đóng băng của những địa ngục lạnh, hay những môi trường nghiệt ngã của cõi ngạ quỷ, súc sinh và những nơi bẩn thỉu của loài người. Khói đen đi qua lỗ mũi thẳng đến tim bạn, ở đó nó thâm nhập tâm vị kỷ của bạn và phá hủy hoàn toàn tâm vị kỷ đó. Tâm vị kỷ của bạn biến mất. Ngay cả cái tôi - đối tượng mà tâm vị kỷ của bạn trân trọng giữ gìn, tức là cái tôi được xem như có thật và tự nó hiện hữu - cũng trở nên hoàn toàn trống rỗng.

Vì chúng sinh là vô số nên việc nhận về mình những khổ đau và nhân khổ đau của chúng sinh sẽ tích lũy công đức vô lượng. Mỗi lần chúng ta tự nhận về mình khổ đau của chúng sinh hữu tình, chúng ta sẽ tích lũy được công đức và thiện nghiệp nhiều như bầu trời. Pháp thiền định nhận về mình này cũng đem lại sự tịnh hóa với năng lực không thể nghĩ bàn, tẩy sạch nhân không chỉ của bệnh tật mà còn của tất cả những vấn đề bất ổn của chúng ta. Nó cũng có thể tẩy sạch tất cả chướng ngại ngăn cản sự phát triển tâm ta. Thiền định về tánh Không cũng là một phương cách có năng lực mãnh liệt để tích lũy công đức và tẩy sạch những chướng ngại. Bằng việc thiền định nhận về mình theo cách này, chúng ta kết hợp hai pháp thực hành gồm có sự thực hành Bồ-đề tâm tương đối - tư tưởng vị tha để đạt giác ngộ - với sự thực hành Bồ-đề tâm tuyệt đối - sự trực nhận tánh Không. Mặc dù chúng ta có thể không sở hữu trí tuệ của Bồ-đề tâm tuyệt đối, nhưng việc thực hành Bồ-đề tâm cho và nhận này của chúng ta sẽ hoà nhập với thiền định về tánh Không.

Thực hành pháp cho tặng

Kế tiếp, bạn hãy phát tâm từ bằng cách nghĩ rằng, mặc dù chúng sinh mong muốn hạnh phúc nhưng họ không có được hạnh phúc bởi vì họ bị mê lầm không nhận biết nhân của hạnh phúc, hoặc lười biếng không [tu tập để] tạo ra nhân hạnh phúc. Và dù có đạt được hạnh phúc tạm thời họ vẫn không có hạnh phúc tối thượng của giác ngộ viên mãn. Bạn hãy nghĩ rằng: "Sẽ tuyệt vời biết bao nếu tất cả chúng sinh đều có được hạnh phúc và nhân hạnh phúc." Rồi bạn phát tâm đại từ bằng cách nghĩ rằng: "Chính tôi sẽ mang đến cho họ hạnh phúc và nhân hạnh phúc."

Bạn hãy quán tưởng thân bạn như một viên ngọc như ý có thể ban mọi điều ước cho chúng sinh. Kế đó, bạn đem hết thảy những gì bạn có trao tặng cho tất cả chúng sinh. Bạn cho đi tất cả thiện nghiệp của bạn trong ba đời và tất cả hạnh phúc có được từ thiện nghiệp đó cho tới khi đạt được giác ngộ; bạn cho đi mọi thứ sở hữu của bạn, gia đình, bạn bè và cả cơ thể của bạn được quán tưởng như là viên ngọc như ý. Bạn cũng dâng cúng những gì vừa nói cho tất cả các đấng giác ngộ.

Mỗi lần chúng ta hiến thân trao tặng cho tất cả chúng sinh hữu tình, ta nhận được cả bầu trời công đức, cả bầu trời thiện nghiệp, nhân của hạnh phúc, kể cả hạnh phúc vô song của giác ngộ. Bằng cách trao tặng tất cả thiện nghiệp của ta cho tất cả chúng sinh, ta cũng nhận được cả bầu trời công đức giống như khi chúng ta tặng cho người khác tất cả hạnh phúc của ta, là kết quả của công đức đó. Đó là một pháp thiền định có năng lực mãnh liệt không thể nghĩ bàn.

Chúng sinh nhận được mọi thứ họ muốn, bao gồm tất cả những thực chứng của con đường tu giác ngộ. Những ai muốn có bạn hữu sẽ tìm thấy bạn hữu; những ai muốn tìm đạo sư sẽ tìm thấy một vị đạo sư đạo hạnh; những ai muốn có việc làm sẽ tìm thấy công việc; những ai muốn có bác sĩ sẽ tìm được một bác sĩ giỏi; những ai muốn thuốc men sẽ tìm thấy thuốc men. Đối với những người bị bệnh nan y thì bạn trở thành thuốc men chữa lành bệnh cho họ.

Vì vấn đề chủ yếu của con người là sự khó khăn trong việc mưu sinh, bạn hãy quán tưởng mỗi chúng sinh đều được nhìn thấy hàng triệu đô la từ thân thể bạn - một viên ngọc như ý. Bạn cũng có thể quán tưởng môi trường xung quanh trở thành cõi tịnh độ - chẳng hạn như cõi tịnh độ của Đức Phật A-di-đà hoặc của Đức Phật Đại Bi (Quán Thế Âm). Bạn ban cho tất cả chúng sinh mọi điều họ muốn, kể cả cõi tịnh độ với những hỷ lạc trọn vẹn. Tất cả những hỷ lạc này chỉ để làm cho họ phát sinh con đường tu giác ngộ trong tâm và tất cả đều trở nên giác ngộ.

Bằng cách quán tưởng thực hành lòng từ ái sâu rộng này, bạn cũng đồng thời - dù không cố ý - tạo ra nhân của sự giàu có và thành công cho chính bạn trong đời này và những kiếp sống tương lai. Bạn sẽ tìm được công việc làm một cách dễ dàng và không bao giờ nghèo đói. Ngoài những lợi ích tạm thời này, bạn sẽ nhận lợi ích tối thượng của sự giác ngộ. Rộng lượng với những người khác sẽ tạo ra nhân thành công cho bạn và với sự thành công đó bạn có thể đem lại lợi ích nhiều hơn cho những người khác. Với cách tương tự như vậy, bạn hãy trao tặng cho chư thiên và a-tu-la mọi thứ họ cần, chẳng hạn như áo giáp bảo vệ. Rồi thì họ cũng trở nên giác ngộ.

Khi bạn thực hành bố thí tới tất cả chúng sinh ở địa ngục, bạn có thể chuyển hóa cảnh giới của họ trở thành cõi tịnh độ hỷ lạc với những niềm vui trọn vẹn và không một chút khổ đau nào. Bạn hãy quán tưởng các địa ngục như là cõi thanh tịnh, tốt đẹp tới mức mà bạn có thể quán tưởng được. Tất cả các ngôi nhà sắt của chúng sinh địa ngục đang bị nung cháy thành lửa sẽ trở thành các dinh thự bằng ngọc quí, các mạn-đà-la. Tất cả các chúng sinh địa ngục nhận được tất cả những gì họ muốn và rồi trở nên giác ngộ.

Bạn cũng làm như thế đối với các ngạ quỷ. Bạn hãy chuyển hóa cõi ngạ quỷ trở thành cõi thanh tịnh và bố thí cho họ hàng ngàn các loại thực phẩm đều có vị như nước cam lồ. Các ngạ quỷ nhận được tất cả những gì họ muốn, nhưng mục đích cuối cùng là tất cả đều trở nên giác ngộ.

Vì những loài súc sinh chủ yếu cần sự bảo vệ, bạn hãy quán tưởng là hiện thân của Đức Vajrapani hay một vị Bổn tôn phẫn nộ khác để bảo vệ chúng khỏi bị những con thú khác tấn công. Chúng nhận được tất cả những gì chúng muốn và mọi thứ chúng nhận được sẽ trở thành nhân để chúng hiện thực hóa con đường tu và trở nên giác ngộ.

Bạn cũng làm như vậy đối với các vị A-la-hán và các vị Bồ Tát. Bạn hãy dâng tặng bất cứ chứng ngộ nào mà các vị cần đến để hoàn tất con đường tu giác ngộ.

Sau khi tất cả mọi chúng sinh đã trở nên giác ngộ theo cách này, bạn hãy vui thích nghĩ rằng: "Thật tuyệt vời biết bao vì tôi đã giúp cho mỗi một chúng sinh đều được giác ngộ."

Hợp nhất pháp thiền cho và nhận với cuộc sống

Bạn hãy thiền định cho và nhận vài lần trong buổi sáng và buổi chiều, và bạn luôn nhớ đến pháp thiền này vào những giờ phút còn lại trong ngày, đặc biệt là khi bạn tự nhận biết mình đang âu lo về những vấn đề nào đó. Nếu bạn cứ ám ảnh trong đầu ý nghĩ: *"Tôi bị bệnh ung thư"* hay *"Tôi bị AIDS"* thì điều đó sẽ làm cho bạn lo âu suy sụp, và như vậy sẽ làm cho thân thể bạn yếu đi. Tuy nhiên, nếu bạn có thể sử dụng việc suy nghĩ về bệnh ung thư hay bệnh AIDS của bạn để phát triển tâm từ và tâm bi thông qua pháp thiền cho và nhận thì bạn có khả năng chuyển họa thành phúc.

Thay vì bị ám ảnh bởi các vấn đề bất ổn hay bị thất vọng suy sụp và như vậy sẽ tạo ra nhiều vấn đề hơn nữa, bạn hãy nhớ đến pháp thực hành cho và nhận. Ngay tức thì, bạn hãy nghĩ rằng: *"Tôi đã khẩn cầu nhận về mình tất cả các vấn đề của chúng sinh, và bây giờ tôi đã nhận được các vấn đề đó. Tôi sẽ chịu đựng chúng thay cho tất cả chúng sinh."* Bạn đã thực hiện quán tưởng và bây giờ bạn đã nhận được những gì bạn khẩn cầu. Thay vì chỉ đơn giản là thọ nhận vấn đề và cam chịu nó, bạn lập tức nhớ rằng bạn đang trải nghiệm, đang gánh chịu nó thay cho các chúng sinh khác.

Bạn hãy nghĩ rằng bạn đang chịu đựng khổ đau của tất cả chúng sinh, hãy nghĩ rằng bệnh tật mà bạn đang mang là của tất cả chúng sinh. Có nghĩa là, thay vì nghĩ rằng bạn đang có vấn đề, hãy nghĩ rằng bạn đang gánh chịu vấn đề thay cho người khác. Vì bạn phải chịu đựng bệnh tật, nên bạn cũng có thể sử dụng nó để phát triển tâm hiền thiện tột đỉnh là Bồ-đề tâm.

Bạn làm việc này như thế nào? Đầu tiên bạn cần quan tâm đến tất cả bệnh tật, tất cả khổ đau khác nữa mà chúng sinh hữu tình đang nhận chịu. Rồi thì, bạn chịu đựng căn bệnh của mình thay cho tất cả những người khác có cùng căn bệnh như bạn. Tiếp tới, bạn chịu đựng căn bệnh thay cho tất cả những người đang bị mọi thứ bệnh khác. Kế tiếp, bạn chịu đựng thay cho vô số chúng sinh đang chịu đựng tất cả các vấn đề bất ổn. Hãy nghĩ rằng bệnh tật của bạn là thay thế cho tất cả bệnh tật cũng như mọi vấn đề bất ổn của tất cả chúng sinh, và hãy nghĩ rằng bạn đang chịu đựng căn bệnh là để cho những người khác thoát khỏi tất cả khổ đau và nhân khổ đau, cũng như tận hưởng hạnh phúc vô song của giác ngộ viên mãn. Trong quá khứ bạn đã khẩn cầu để có khả năng gánh chịu các vấn đề của chúng sinh và để cho họ hưởng hạnh phúc của bạn. Giờ đây, lời khẩn cầu của bạn đã được đáp ứng.

Nếu bạn bị đau đầu, cho dù bạn vẫn phải dùng thuốc trị liệu, nhưng bạn cũng phải tận dụng cơn đau đầu bằng cách nghĩ rằng: *"Tôi đang bị đau đầu thay cho tất cả chúng sinh. Tôi đang chịu đựng cơn đau đầu thay cho vô số chúng sinh đã tạo nhân để phải chịu đau đầu bây giờ và trong tương lai. Cầu mong sao tất cả khổ đau của họ được dẹp yên. Cầu mong sao họ có hạnh phúc nhờ không phải chịu đựng cơn đau đầu này, và nhất là cầu mong sao họ đạt được hạnh phúc tối thượng."*

Bạn hãy áp dụng tương tự như vậy với bất kỳ loại bệnh nào bạn mắc phải, kể cả bệnh ung thư hay bệnh AIDS. Một khi trong tâm xuất hiện suy nghĩ "Tôi bị AIDS" hay "Tôi bị ung thư", ngay trước khi sự lo âu, sợ hãi hay bất kỳ cảm xúc tiêu cực nào kịp nổi lên, bạn lập tức nghĩ rằng: *"Tôi đang chịu đựng bệnh này thay cho tất cả chúng sinh."* Rồi bạn cố gắng duy trì nhận thức như vậy. Nếu bạn để cho tâm bị rối loạn và suy sụp thì bạn không thể tu tập tâm linh được. Hơn nữa, một khi tâm bạn suy sụp, bạn sẽ không còn muốn giao tiếp hay giúp đỡ người khác. Bạn không còn tâm trí nào để nghĩ đến việc giúp người khác.

Hãy sử dụng kinh nghiệm của bạn vào con đường tu giác ngộ. Nếu bạn cống hiến cho người khác, sự chịu đựng của bạn sẽ trở thành con đường giải thoát những người khác khỏi các vấn đề và mang đến cho họ hạnh phúc, nhất là hạnh phúc tối thượng.

Bạn sẽ tích lũy vô vàn công đức mỗi khi bạn hiến dâng chính mình cho người khác bằng việc chịu đựng bệnh tật hay các vấn đề bất ổn thay cho tất cả chúng sinh. Mỗi lần bạn sử dụng căn bệnh của mình để phát triển Bồ-đề tâm, bạn tích lũy được vô lượng công đức, và mỗi lần bạn chịu đựng bệnh tật của mình thay cho các chúng sinh khác, bạn đã làm được sự tịnh hóa vĩ đại. Nếu bạn cảm thấy một cách chân thật và mãnh liệt rằng bạn đang chịu đựng bệnh tật là để thay thế cho những người khác thì cảm xúc đó sẽ tịnh hóa các che chướng với mức độ không thể tưởng tượng. Chỉ cần một phút thực hành Bồ-đề tâm thanh tịnh thông qua việc chịu đựng bệnh tật hay vấn đề bất ổn nào đó của mình vì lợi lạc cho chúng sinh cũng đạt được sự tịnh hóa với năng lực mãnh liệt hơn nhiều so với việc trì tụng hàng trăm ngàn câu chú trăm âm Vajrasattva với tư tưởng vị kỷ.

Vì chúng sinh hữu tình mà bạn đang thay thế chịu đựng đau khổ là vô số nên công đức bạn tích lũy được cũng vô số, và bạn sẽ tịnh hóa không những nhân của căn bệnh bạn đang mắc phải mà còn là nhân của tất cả các vấn đề bất ổn khác nữa. Mỗi lần bạn nghĩ như thế, bạn sẽ tiến gần đến hạnh phúc tột đỉnh của giác ngộ viên mãn. Và theo cách này, việc gánh chịu một vấn đề như bệnh AIDS hay ung thư sẽ giống như một tantra [của Mật thừa], có thể là con đường nhanh chóng đưa đến giác ngộ.

Mục đích của thời khóa buổi sáng thực hành pháp thiền cho và nhận là để phát triển khả năng thực sự có thể hoán đổi mình với người khác trong suốt thời gian của một ngày đêm. Cho dù bạn không thể thiền định suốt ngày, bạn hãy giữ cho được tinh túy của pháp thiền này trong tâm. Bất kể vấn đề của bạn liên quan đến sức khỏe, công việc hay các mối quan hệ, chỉ cần đó là điều mà bạn phải chịu đựng thì bạn có thể làm cho nó trở nên có lợi ích. Hãy nhận về mình tất cả vấn đề của vô số chúng sinh - nhất là những vấn đề giống như của bạn - và nhân của những vấn đề đó, các nghiệp chướng và phiền não. Hãy đưa tất cả các vấn đề và nhân của chúng vào tim bạn và sử dụng chúng để phá trừ tâm vị kỷ.

Khi được yêu cầu một việc khó khăn, bạn hãy chấp nhận làm chứ đừng từ chối hay đùn đẩy cho người khác. Nếu có ai đang mang vác một vật nặng, bạn hãy mang giúp họ, miễn là bạn có đủ sức làm. Nếu người chủ buộc tội oan cho bạn là đã có lỗi lầm, thay vì để ai đó chịu đau khổ bằng cách chứng minh đó không phải lỗi của mình, bạn hãy chấp nhận sự buộc tội đó để người kia được thoát tội. Nếu có công việc khó khăn phải làm, hãy nhận về mình và để người khác có được sự sung sướng thoải mái vì không phải làm công việc đó.

Nếu phải chọn lựa giữa lợi thế và thua thiệt, hãy nhận phần thua thiệt và nhường cho người khác phần lợi thế. Thực ra thì, bằng việc hoán đổi mình với người, bạn mới chính là người được lợi lạc, vì điều đó giúp bạn tiến rất nhanh trên con đường tu giác ngộ. Bạn càng hy sinh bản thân cho người khác và nhận chịu khổ đau vì người khác thì bạn càng đạt đến thành tựu giác ngộ một cách nhanh chóng hơn. Cũng giống như pháp thực hành Tantra (Mật thừa), pháp thực hành Bồ-đề tâm cho và nhận này là con đường tắt mau chóng đưa bạn đến giác ngộ viên mãn.

Bằng cách thực hành pháp cho và nhận, bạn chuyển họa thành phúc và liên tục cảm nhận được hạnh phúc trong lòng. Trong khi đang trải qua vấn đề bất ổn, bạn vẫn có khả năng giữ được tâm mình trong trạng thái bình an hạnh phúc. Các suy nghĩ bất thiện không nổi lên và bạn không dính mắc vào nghiệp xấu có hại cho bạn và cho những người khác. Tư tưởng Bồ-đề tâm là sự che chở kỳ diệu không thể nghĩ bàn.

Thêm nữa, khi bạn có khả năng giữ được tâm mình trong trạng thái hạnh phúc liên tục, bạn sẽ cảm thấy rất tự do và hoan hỉ, và bạn sẽ có khả năng để tâm nhiều hơn đến việc giao tiếp và giúp đỡ người khác. Với tâm hồn rộng mở, hoan hỷ, bạn sẽ không có những va chạm cá nhân với người khác. Bạn sẽ có sự hứng khởi và năng lượng cho việc tu tập tâm linh.

Thay vì xem vấn đề bất ổn của mình là điều không đáng có, hãy xem đó như một điều cần thiết, vì nếu không có vấn đề bất ổn đó, bạn sẽ không có được cơ hội sử dụng nó để tịnh hóa nghiệp chướng và tích lũy công đức hết sức lớn lao. Vấn đề bất ổn đó hoàn toàn hỗ trợ cho bạn qua việc giúp bạn tịnh hóa nhân của khổ đau và đạt đến giác ngộ. Mỗi khi bạn dâng hiến bản thân mình cho tất cả chúng sinh hữu tình, bạn tiến gần hơn tới hạnh phúc, tiến gần hơn tới hạnh phúc vô song của giác ngộ viên mãn.

Hợp nhất pháp cho và nhận với cái chết

Ngay cả vào lúc sắp chết chúng ta cũng có thể sử dụng thiền định cho và nhận. Thời điểm cận tử rất quan trọng, và nếu chúng ta có thể cố gắng sử dụng pháp thiền này để chuyển hóa tâm ta thành Bồ-đề tâm vào lúc đó thì còn hơn cả được trúng số một triệu đô-la. Thay vì sợ hãi không muốn chết, ta có thể dùng cái chết để phát triển tâm ta trên con đường tu giác ngộ. Nếu chúng ta không thực hành pháp thiền này vào thời điểm cận tử thì chúng ta bỏ lỡ mất một cơ hội quí báu không thể tưởng tượng được để làm lợi ích cho chính mình và các chúng sinh khác.

Ngay cả khi sắp chết, chúng ta cũng nên làm sao để cái chết của mình có lợi cho tất cả chúng sinh. Vào lúc cận tử, chúng ta nên nghĩ rằng: "Trong quá khứ tôi đã cầu nguyện sẽ nhận về mình khổ đau của cái chết từ các chúng sinh khác; giờ đây tôi đang chịu đựng cái chết thay cho tất cả những chúng sinh khác cũng đang chết trong lúc này hay sẽ chết trong tương lai. Sẽ tuyệt vời biết bao cho tất cả chúng sinh nếu họ được giải thoát khỏi khổ đau của cái chết và để tôi một mình gánh chịu khổ đau đó. Hãy để cho họ được hưởng hạnh phúc tối thượng."

Chết với tâm vị tha, rằng chúng ta đang chịu đựng cái chết thay cho tất cả chúng sinh hữu tình là một thực hành *chuyển di tâm thức* (powa) tốt nhất, là cách tốt nhất để cho tâm thức chúng ta vãng sanh về cõi tịnh độ của Đức Phật. Cõi tịnh độ như thế không hề có khổ đau của sinh, lão, bệnh, tử. Và dù chúng ta không mong đợi, nhưng tâm nguyện vị tha chịu đựng khổ đau thay cho các người khác tất yếu trở thành pháp *powa* tốt nhất, giúp chúng ta có thể nhanh chóng thành tựu giác ngộ.

Ngài Geshe Chekawa, một Đại sư Kadampa, hằng ngày luôn cầu nguyện tái sinh vào địa ngục để thay thế cho các chúng sinh hữu tình đã bị đọa vào đó và cho những chúng sinh sẽ bị đọa vào đó trong tương lai. Nhưng vào lúc sắp chết tại nơi đang ẩn tu, mặc dù vẫn đang cầu nguyện sinh vào địa ngục, Đại sư Geshe Chakawa có linh kiến thấy được cõi tịnh độ chứ không phải địa ngục. Ngài Geshe Chakawa khi ấy đã nói với vị đệ tử thân cận rằng lời cầu nguyện của ngài đã thất bại.

Pháp thiền định cho và nhận giúp chúng ta có khả năng sử dụng cái chết như một con đường hướng đến giác ngộ cho đến khi nào chúng ta đạt được sự tự chủ trọn vẹn về cái chết và tái sinh. Nó giúp ta tái sinh vào nơi có hoàn cảnh tốt nhất để tiếp tục phát triển tâm ta trên con đường tu giác ngộ - chẳng hạn như sinh vào một gia đình có đủ điều kiện cần thiết cho sự tu tập tâm linh. Và rồi chúng ta có được từ hạnh phúc này đến hạnh phúc khác cho tới khi đạt được hạnh phúc vô song của giác ngộ viên mãn.

Pháp thiền cho và nhận cũng có thể giúp ta tái sinh vào cõi tịnh độ, ở đó chúng ta có thể trực tiếp được Đức Phật cõi đó giảng dạy, nhờ vậy chúng ta hoàn tất con đường tu giác ngộ. Và rồi chúng ta có thể hóa thân thành hàng tỷ hình tướng khác nhau để hiển bày các giáo pháp khác nhau phù hợp với mức độ tâm của mọi chúng sinh hữu tình và dẫn dắt họ đến hạnh phúc tối thượng của giác ngộ viên mãn. Rồi chúng ta sẽ phụng sự các chúng sinh khác một cách liên tục và không mệt mỏi trong suốt thời gian lâu dài khi không gian còn hiện hữu hoặc mãi cho đến khi hết thảy mọi chúng sinh đều đạt đến giác ngộ [viên mãn].

PHẦN HAI
THỰC HÀNH ĐIỀU TRỊ BỆNH

15.

CÁC PHÁP THIỀN ĐƠN GIẢN
ĐỂ CHỮA BỆNH

Mặc dầu trong việc chữa lành bệnh tật, yếu tố tâm lý, tức việc chuyển hóa tâm, đóng một vai trò quan trọng hơn nhiều, nhưng việc quán tưởng các vị Phật, các bảo tháp và những thánh vật khác quả thật cũng có năng lực chữa bệnh. Chỉ cần chiêm ngưỡng một thánh vật cũng đã làm lợi lạc cho tâm và có được sự tịnh hóa mãnh liệt. Đó là lý do tại sao tôi khuyên dùng một bảo tháp hay một tượng tranh Phật làm đối tượng thiền định trong phép thiền ánh sáng trắng để chữa bệnh.

Trong kinh điển, Đức Đạo Sư Thích-ca Mâu-ni Phật có dạy rằng, một người dù với tâm tức giận khi nhìn thấy một bức tranh tượng Phật, nhưng hành vi thấy đó cũng có thể khiến họ cuối cùng sẽ gặp được mười triệu đức Phật. Sở dĩ được như vậy chủ yếu là nhờ vào năng lực tâm thiêng liêng của đức Phật. Hình ảnh vị Phật tượng trưng cho một bậc đại thánh với tâm thanh tịnh - hoàn toàn thoát khỏi các chướng ngại thô và vi tế -, và có tâm đại từ đại bi vô biên đối với tất cả chúng sinh. Tâm của các bậc thánh thiêng liêng chỉ có một suy nghĩ duy nhất là làm lợi lạc cho mọi chúng sinh. Tâm thiêng liêng như vậy có năng lực chữa bệnh vì có trí tuệ toàn giác trong một tâm đại bi vô biên. Do năng lực của một đối tượng [thiêng liêng như thế] nên việc nhìn ngắm một bức tranh tượng Phật, dù với sự giận dữ hay với động cơ không thanh tịnh, cũng sẽ tịnh hóa được rất nhiều nghiệp chướng, và sự tịnh hóa nghiệp chướng giúp cho người đó cuối cùng sẽ gặp được nhiều vị Phật.

Chướng ngại ngăn che tâm ta giống như những đám mây tạm thời che khuất mặt trời. Và cũng giống như những đám mây, các chướng ngại của chúng ta là tạm thời, có thể được tịnh hóa. Mây mỗi lúc một mỏng dần trước khi biến mất, để lộ ra một mặt trời chiếu sáng trên bầu trời xanh trong. Cũng giống như vậy, các chướng ngại của chúng ta càng lúc càng mỏng dần, để lộ ra cho chúng ta thấy ngày càng nhiều hiện tượng hơn. Dù các hiện tượng đó không thực sự mới, nhưng chúng là mới đối với ta vì trước đây ta không thể thấy chúng do có các chướng ngại. Khi ấy chúng ta sẽ có khả năng thấy được các bậc thành tựu giác ngộ viên mãn trong hình tướng thanh tịnh của các vị, được nghe giáo pháp và nhận sự chỉ dẫn trực tiếp từ các vị, như được mô tả trong tiểu sử của các vị hành giả chứng ngộ cao.

Nếu vì lý do tín ngưỡng mà bạn không thể chấp nhận quán tưởng Đức Phật, tùy theo lòng tin bạn cũng có thể quán tưởng Đức Chúa Jesus Christ hay một vị thánh linh tôn giáo khác. Tín ngưỡng giống như một siêu thị có rất nhiều loại thực phẩm khác nhau. Bạn có thể mua bất cứ thực phẩm nào bạn thích.

Điểm chính ở đây là, khi bạn quán tưởng về đối tượng thánh linh theo tín ngưỡng của bạn - chẳng hạn như Đức Chúa Jesus Christ - bạn phải tin rằng Đức Jesus có đủ các phẩm chất của một đấng giác ngộ: có tâm toàn giác, có lòng bi mẫn đối với tất cả chúng sinh hữu tình, và có năng lực để phụng sự một cách hoàn hảo tất cả chúng sinh. Mặc dù bạn gán đặt danh xưng "Jesus" thay vì "Phật" cho hình ảnh đó, nhưng bạn phải quán tưởng rằng Đức Jesus đó có cùng các phẩm chất như

Đức Phật. Rồi thì, bạn qui y vào Đấng toàn hảo đó. Vì thiền định về bất kỳ đối tượng thánh linh nào có cùng những phẩm chất như vậy đều giống như thiền định về Đức Phật, nên bạn sẽ nhận được sự gia hộ của đấng giác ngộ khi bạn thực hành các quán tưởng của Pháp tịnh hóa. Điều này sẽ có ý nghĩa hơn rất nhiều so với việc ngắm nhìn một đối tượng tín ngưỡng như một chúng sinh bình thường, vì khi ấy thì việc thiền định của bạn sẽ không khác gì với việc quán tưởng ánh sáng hay nước cam lồ từ một con bò cái hay một thân cây.

Ngay cả khi bạn không theo một tôn giáo nào cả, bạn vẫn có thể thiền định về việc chữa bệnh bằng ánh sáng trắng, về lòng từ bi, và về pháp cho và nhận. Trong cách thiền định chữa bệnh bằng ánh sáng trắng, hình tượng một bảo tháp được sử dụng như đối tượng thiền quán, vì một bảo tháp tự nó sẵn có năng lực chữa bệnh. Hình dáng của tháp rất quan trọng. Từ đáy tháp lên đỉnh tháp biểu thị toàn bộ con đường giác ngộ, bao gồm nền tảng (hai chân lý, tương đối và tuyệt đối), con đường tu tập (phương tiện và trí tuệ) và kết quả (sự thành tựu thân tâm thiêng liêng hoàn toàn thanh tịnh của một vị Phật).

Tuy nhiên, nếu bạn thích thì bạn có thể quán tưởng năng lực chữa bệnh phổ quát trong dạng ánh sáng trắng đến từ mười phương để điều trị cho bạn khỏi bệnh và các nhân của bệnh đó, các chủng tử bất thiện trong tâm bạn. Tập trung hoàn toàn vào năng lực chữa bệnh phổ quát làm phát sáng thân thể bạn và tịnh hóa cho bạn. Thân thể bạn được chuyển hóa thành bản chất của ánh sáng và tâm bạn trở nên hoàn toàn thanh tịnh. Nếu bạn bị bệnh ung thư, bạn có thể quán tưởng ánh sáng chiếu thẳng vào nơi đang bị ung thư và chữa lành tức khắc cho nơi đó.

Một cách chọn lựa khác là bạn có thể quán tưởng ánh sáng chữa bệnh đến từ một tinh thể pha lê. Đầu tiên, hãy quán tưởng năng lực chữa bệnh phổ quát trong dạng ánh sáng trắng được thu hút vào tinh thể pha lê. Sau đó ánh sáng trắng phát ra từ tinh thể pha lê để chữa lành hoàn toàn bệnh của bạn.

a. Thiền định điều trị bệnh bằng ánh sáng trắng

Trong suốt thời gian thiền định chữa bệnh bằng ánh sáng trắng,[1] bốn đối tượng sẽ được tịnh hóa: bệnh do cơ thể, bệnh do ma quỉ ám, các hành vi bất thiện, và các chủng tử bất thiện.

Bệnh do ma quỉ ám thì ma quỉ chỉ là điều kiện (duyên) của bệnh chứ không phải là nhân chính. Nhân chính của bệnh - cũng như đối với tất cả các vấn đề mà chúng ta trải qua - là các chủng tử bất thiện do những suy nghĩ và hành vi bất thiện đã để lại trong dòng tương tục của tâm thức. Và chính các chủng tử bất thiện này hiển lộ thành các vấn đề bất ổn. Các chủng tử được ghi lại trong tâm thức theo cách giống như các hình ảnh lưu trên âm bản của phim khi chụp hình. Quang cảnh bên ngoài được máy quay phim ghi lại như các dấu ấn lưu trên âm bản của cuộn phim; rồi cuộn phim được đưa vào máy chiếu, dòng điện chạy qua và cuối cùng những cảnh trong phim được chiếu lên màn ảnh. Hạnh phúc hay các vấn đề bất ổn trong cuộc sống đều đến từ tâm của chúng ta theo cách thức như vậy. Hạnh phúc đến từ các suy nghĩ thiện, các vấn đề bất ổn đến từ các suy nghĩ bất thiện. Tất cả các suy nghĩ và hành động thiện hay bất thiện của chúng ta cơ bản đến từ các chủng tử để lại trên dòng tương tục tinh thần, tức tâm thức.

Có sáu thức: nhãn thức, nhĩ thức, tỉ thức, thiệt thức, thân

---

[1] Đây chính là pháp thiền đầu tiên được Lama Zopa chỉ dẫn trong suốt khóa tu tập chữa bệnh tại Viện Tara vào tháng 8 năm 1991.

thức và ý thức. Chính thức thứ sáu - ý thức - sẽ đi từ đời này sang đời khác, tức tái sinh. Năm thức kia sẽ chấm dứt khi cái chết xảy ra, nhưng thức thứ sáu vẫn tiếp tục, chuyển tải tất cả các chủng tử đã lưu lại bởi các suy nghĩ và hành động trong quá khứ. Thức thứ sáu này mang các chủng tử từ hôm qua sang hôm nay, mang các chủng tử từ năm ngoái sang năm này, từ thời trẻ con sang đến hiện nay, và từ nhiều đời quá khứ đến đời này. Chính nhờ dòng tương tục tinh thần (tâm thức) mà ngay giây phút này chúng ta còn có thể nhớ được những gì đã làm vào buổi sáng hôm nay, vào hôm qua, năm ngoái, hay lúc ta còn trẻ.

Các suy nghĩ và hành vi bất thiện cũng như các chủng tử mà chúng lưu lại trên dòng tương tục tâm thức là nhân không những của bệnh tật mà còn là của tất cả các vấn đề bất ổn trong đời sống của chúng ta; do vậy, để tịnh hóa được các nhân của bệnh, chúng ta phải tịnh hóa cả ba yếu tố này trong tâm. Nhưng chúng ta không phải chỉ nghĩ đến việc tịnh hóa bệnh tật mà thôi, vì bệnh chỉ là một trong hàng ngàn vấn đề của vòng luân hồi sinh tử này. Luân hồi liên hệ đến các *uẩn* của chúng ta - hợp thể tâm và thân này; hợp thể này còn được biết như là sự hiện hữu có tính luân hồi, vì các *uẩn* của chúng ta luân chuyển từ đời này sang đời khác.

Cũng giống như trên cánh đồng sẽ trồng các vụ mùa, từ hợp thể thân tâm này mọc lên các vấn đề: sinh, lão, bệnh, tử, phải xa lìa những điều ưa thích, phải gần gũi những đối tượng không ưa thích, không được hài lòng thỏa mãn ngay cả sau khi đã có được những gì mình muốn. Tại sao hợp thể thân tâm hiện tại này sản sinh quá nhiều vấn đề? Vì nó đến từ các nhân bất tịnh, từ nghiệp và vô minh không nhận biết bản chất rốt ráo của cái tôi và các hiện tượng khác. Vì nhân của nó không thanh tịnh, nên hợp thể thân tâm này có bản chất đau khổ và sản sinh rất nhiều vấn đề, và một trong số các vấn đề đó là bệnh tật. Ở đây chúng ta đặc biệt tập trung vào việc tịnh hóa chính mình khỏi các nhân của bệnh tật, nhưng đồng thời cũng tịnh hóa các nhân của tất cả vấn đề khác nữa trong cuộc sống.

Động cơ

Trước khi thiền định, hãy phát khởi một động cơ thanh tịnh. Hãy tự hỏi: Mục đích của đời tôi là gì? Mục đích của đời tôi không phải chỉ để giải quyết các vấn đề của riêng mình và tìm kiếm hạnh phúc cho riêng mình. Mục đích của đời tôi là: giải thoát tất cả mọi chúng sinh đang đau khổ, cứu họ thoát khỏi mọi vấn đề và nhân của các vấn đề đó, đồng thời mang hạnh phúc đến cho họ, nhất là hạnh phúc tối thượng vĩnh cửu của giác ngộ viên mãn. Đây là mục đích của đời tôi. Đây là ý nghĩa sự sống của tôi.

Mục đích của đời tôi rộng lớn như không gian vô tận. Trách nhiệm của tôi là giải thoát tất cả chúng sinh khỏi tất cả các vấn đề bất ổn và nhân của các vấn đề đó, mang đến cho họ hạnh phúc tạm thời và nhất là hạnh phúc tối thượng.

Để thực hiện được nghĩa vụ to tát này đối với tất cả chúng sinh, tôi cần phát triển cho được trí tuệ và tâm từ bi đối với tất cả chúng sinh. Do đó, tôi cần được khỏe mạnh và tôi cần sống lâu. Chính vì lý do này mà tôi sắp thực hành thiền định chữa bệnh bằng ánh sáng trắng.

Thiền định

Hãy ngồi trong tư thế nào mà cơ thể bạn cảm thấy thoải mái và hãy thư giãn. Nếu cần, thậm chí bạn có thể nằm. Điểm quan trọng nhất không phải tư thế ngồi mà là tâm bạn phải trong trạng thái thiền định.

Đầu tiên, bạn hãy hít vào chậm, rồi thở ra chậm. Khi bạn thở ra, hãy quán tưởng rằng tất cả bệnh tật hiện tại và bệnh tật trong tương lai và tất cả nhân của các vấn đề - các hành vi và suy nghĩ bất thiện của bạn cùng với các chủng tử của chúng trong tâm bạn - đều theo hơi thở đi qua các lỗ mũi ra ngoài dưới dạng khói đen, giống như khói thoát ra từ ống khói nhà máy. Tất cả bệnh tật của bạn, ma quỷ ám, các hành vi và suy nghĩ bất thiện, cùng với các chủng tử của chúng đều thoát ra ngoài dưới dạng khói đen, và tất cả khói đó bay đi mất, bay vượt khỏi quả đất này. Hãy cảm nhận rằng bạn đã trở nên khỏe mạnh cả thân và tâm.

Khi bạn hít vào, hãy quán tưởng ánh sáng giống như các tia sáng mặt trời đến với bạn từ một bảo tháp tượng trưng cho tâm thiêng liêng thanh tịnh của một vị Phật.[1] Hãy nghĩ rằng, tâm toàn giác của một vị giác ngộ đã hóa thân thành hình tướng bảo tháp này.

Ánh sáng trắng phát ra rất mạnh từ bảo tháp đó đi thẳng vào trong tim bạn, rọi sáng toàn thân thể bạn. Hãy nghĩ rằng tất cả bệnh tật do cơ thể, bệnh do ma quỷ ám, các hành vi và suy nghĩ bất thiện, và các chủng tử của các hành vi bất thiện đó ngay tức thời được tịnh hóa. Đặc biệt là hãy nghĩ rằng, bất kỳ bệnh gì bạn đang có đều đã biến mất đi. Toàn thân bạn trở thành như bản chất của ánh sáng trắng. Hãy cảm thấy rất hoan lạc. Cảm giác hoan lạc tràn ngập thân bạn, từ đỉnh đầu xuống tới tận các ngón chân.

Và hãy nghĩ rằng tuổi thọ của bạn đã được kéo dài thêm, năng lực tích cực của bạn - nhân của hạnh phúc và thành công - đã được tăng thêm. Trí tuệ, từ bi, sự hiểu biết và các thực chứng về con đường tu giác ngộ đã được phát triển một cách trọn vẹn trong tâm bạn.

---

[1] Về đối tượng thiền quán, bạn có thể sử dụng một hình tháp thật hay một tượng Phật (hoặc bất kỳ đối tượng tín ngưỡng nào), hay một quả cầu pha lê, hay nguồn năng lượng chữa lành phổ quát. Nếu không có tháp hay tượng Phật, bạn cũng có thể dùng các bức tranh, ảnh chụp, hay chỉ đơn giản là hình dung ra các hình tượng này.

Thực hiện một lần nữa pháp thiền định tịnh hóa mình và tiếp nhận ánh sáng từ bảo tháp. Hãy thở ra và tịnh hóa; hít vào và tiếp nhận ánh sáng trắng chữa bệnh, và tự giải thoát mình khỏi tất cả các vấn đề cùng với nhân của chúng. Thân thể bạn trở nên ngập tràn ánh sáng và hoan lạc. Hãy thiền định như vậy lặp lại nhiều lần.

Hồi hướng

Giờ đây, hãy chân thành dâng hiến năng lực tích cực mà bạn đã tạo ra bằng sự thực hành thiền định này cho hạnh phúc của tất cả chúng sinh.

Nhờ vào các hành vi và chủng tử hiền thiện mà con vừa tạo ra bây giờ, cũng như đã tạo ra trong quá khứ và sẽ tạo ra trong tương lai, cầu mong sao con phát triển được Bồ-đề tâm hiền thiện tối thượng và đạt được hạnh phúc vô song của giác ngộ viên mãn. Cầu mong sao con dẫn dắt được tất cả chúng sinh đạt tới tâm bình an trọn vẹn của giác ngộ viên mãn.

Nhờ vào tất cả công đức được tạo ra bởi sự phát khởi động cơ hiền thiện và thực hành thiền định tích cực này, cầu mong sao bất kỳ chúng sinh nào chỉ cần được thấy con, hay nghe, chạm vào con, hoặc nhớ nghĩ đến con, hoặc nói về con, cũng đều lập tức được giải thoát khỏi tất cả chướng ngại ngăn cản hạnh phúc - như bệnh tật, ma quỷ ám, các hành động tiêu cực, và các che chướng - và nhanh chóng thành tựu hạnh phúc tối thượng của giác ngộ viên mãn.

b. Thiền định về tâm bi mẫn

Vì thiền định về tâm bi là thực hành quan trọng nhất cho việc điều trị bệnh nên hãy lưu tâm đến pháp thiền định này trong cuộc sống hằng ngày của bạn.[1] Mỗi khi nhìn thấy những người khác, hay thậm chí là các con vật, hãy nhớ lại rằng mục đích của đời bạn là giải thoát tất cả chúng sinh khỏi khổ đau và mang hạnh phúc đến cho họ. Khi nhìn thấy những người trong gia đình, hay thậm chí chỉ là những người đi đường xa lạ, bạn hãy nghĩ: "Tôi có mặt ở đây là để mang hạnh phúc đến cho họ". Hãy cố gắng cảm nhận tâm đại từ đại bi này.

Thực hành như vậy trong cuộc sống hằng ngày là rất tuyệt vời, vì điều đó sẽ mang hạnh phúc và sự mãn nguyện đến cho bạn và khiến cho cuộc sống của bạn trở nên có ý nghĩa. Và với thái độ này, bạn sẽ vui thích với cuộc sống.

Thiền định

Tất cả các vị Bồ Tát đều có tâm đại bi, và mục đích sự có mặt của các ngài ở thế gian này là để cứu khổ và đem hạnh phúc đến cho tất cả chúng sinh. Hãy quán tưởng toàn bộ tâm đại bi của các vị Bồ Tát đi vào thân thể bạn ở dạng ánh sáng trắng.

Dù không có lòng tin vào sự hiện hữu của các vị Bồ Tát, bạn vẫn biết rằng có một số người có lòng từ bi hơn so với những người khác. Một số người có mức độ từ bi rất ít, một số người khác có mức độ từ bi vừa phải, và một số người khác nữa có mức độ từ bi mãnh liệt. Bất cứ ai cũng đều có lòng thương xót bi mẫn, ít nhất là đối với một người.

Các đấng giác ngộ có tâm đại bi trùm khắp vô biên, yêu thương hết thảy mọi loài, bi mẫn với từng chúng sinh không bỏ sót một ai. Hãy tưởng tượng toàn thể tâm đại bi này chảy thành dòng rót vào tâm bạn, và rồi tâm bạn ngập tràn tâm đại bi trùm khắp vô biên đó. Hãy cảm thấy xót thương bi

---

[1] Lama Zopa đã chỉ dạy pháp thiền này vào một trong các khóa tu tập ở Auckland, New Zealand vào tháng 2 năm 1993.

mẫn với từng chúng sinh riêng lẻ, mong ước tất cả đều được giải thoát khỏi khổ đau và nhân của khổ đau trong tâm họ. Hãy mở rộng tâm bi mẫn này đến với từng người - tất cả những người trên đường phố, trong các cửa hiệu, trong mọi nhà, trong các văn phòng làm việc... và kể cả mọi súc vật, côn trùng...

Bây giờ, hãy thiền định về tâm đại bi bằng cách nghĩ rằng: "Tôi sẽ tự mình nhận lấy trách nhiệm giải thoát từng chúng sinh hữu tình khỏi khổ đau và mang hạnh phúc đến cho họ." Tâm bi sẽ lớn thành tâm đại bi khi bạn tự mình nhận lấy trách nhiệm như vậy.

Hồi hướng

Nhờ vào tất cả những thiện hạnh của con trong quá khứ, hiện tại và tương lai cũng như các thiện hạnh mà những người khác đã làm, cầu mong sao tâm từ bi - suối nguồn của tất cả sự chữa lành bệnh cũng như của hạnh phúc - được phát sinh trong tâm con và trong tâm của tất cả mọi người, nhất là những người đang bị bệnh AIDS, ung thư, và các bệnh khác. Vì thiếu tâm từ bi và trí tuệ nên bệnh tật đã trở thành một vấn đề bất ổn trong tâm, cầu mong sao tâm từ bi và trí tuệ phát sinh, và cầu mong sao tất cả bệnh tật được chữa lành tức khắc.

c. Thiền định cho và nhận[1]

Bạn hãy trì tụng các lời cầu nguyện khởi đầu như thường

---

[1] Pháp thiền này được ngài Rato Rinpoche soạn ra để hướng dẫn cho một sinh viên Singapore đã được chẩn đoán dương tính HIV. Người sinh viên này hoàn toàn được chữa khỏi chỉ sau 4 ngày thực hành pháp thiền này một cách hết sức chân thành.

lệ.[1] Sau đó, hãy trì tụng đoạn kệ sau đây, đồng thời hãy khởi tâm chân thành, tận đáy lòng mong muốn làm theo nội dung lời kệ. (Bạn có thể trì tụng bằng tiếng Tây Tạng hay tiếng Việt đều được, miễn là bạn hiểu rõ và cảm nhận được điều mình đang tụng đọc.)

Âm tiếng Tây Tạng:

> *de-na je-tsn la-ma tug-je-chn*
> *ma-gyur dro w dig-drib dug-ngl-kn*
> *ma-l da-ta dag-Ia min-pa-dang*
> *dag-gi de-ge zhn-la tang-wa-yi*
> *dro-kn de-dang dn-par jin gyi lob*

Tiếng Việt:

> *"Cầu mong sao các nhân của việc làm bất thiện, các chướng ngại, và khổ đau của tất cả chúng sinh hữu tình từng là mẹ của con, sẽ trổ quả ở con ngay lúc này.*

> *"Và cùng với việc hiến tặng tất cả phước đức và hạnh phúc của con, cầu xin gia hộ cho con có thể hiến tặng niềm vui đến tất cả chúng sinh hữu tình."[2]*

Bạn hãy tưởng tượng các vi rút gây bệnh, cùng với tâm ích kỷ chỉ biết quan tâm cho mình, đều có hình tướng như một quả cầu màu đen nằm ngay trong tim.

Bây giờ, hãy tưởng tượng các chúng sinh trong sáu cõi[3]

---

[1] Nghi thức khởi đầu này bao gồm việc quy y, phát tâm Bồ-đề, bốn tâm vô lượng, bài cầu nguyện bảy nhánh và cúng dường mạn-đà-la. (Xem trang 403-405)

[2] Bài kệ tụng về pháp thiền cho và nhận này được trích ra từ một bài cầu nguyện của con đường tu từng bước đi đến giác ngộ trong **Lama Chưpa**, hay Guru Puja, một pháp thực hành du-già đạo sư được thực hành hằng ngày bởi rất nhiều hành giả phái Gelug thuộc Phật giáo Tây Tạng.

[3] Sáu cõi: bao gồm cõi trời, cõi người, cõi a-tu-la, địa ngục, ngạ quỷ và

đang vây quanh bạn với hình tướng con người, đặc biệt là những người đang bị bệnh giống như bạn. Hãy nghĩ đến nỗi đau khổ của họ - nhất là nỗi đau khổ của những người có căn bệnh giống như bạn hay những người có thể sắp bị bệnh, và nỗi đau khổ của chúng sinh các cõi khác.

Bây giờ, hãy quán tưởng là bạn kéo lấy tất cả khổ đau ra khỏi thân của tất cả chúng sinh qua lỗ mũi phải của họ, đi ra ngoài với dạng một luồng ánh sáng có màu đen rồi đi thẳng vào lỗ mũi trái của bạn. Luồng ánh sáng màu đen đi thẳng vào quả cầu màu đen trong tim bạn và phá hủy hoàn toàn quả cầu đó.

Hãy quán tưởng là bạn đã hoàn toàn làm cho tất cả chúng sinh thoát khỏi khổ đau. Hãy cầu nguyện rằng bạn chịu đựng mọi khổ đau thay cho họ, và rồi bạn quán tưởng rằng quả cầu màu đen - tức là vi-rút gây bệnh và tâm vị kỷ của bạn - đã hoàn toàn bị phá hủy.

Kế tiếp, hãy tưởng tượng là bạn đang hiến tặng hạnh phúc, thân thể, mọi thứ sở hữu cùng với năng lực tích cực của mình cho tất cả chúng sinh quanh bạn. Tất cả những thứ này sẽ đi qua lỗ mũi phải của bạn, thoát ra ngoài dưới dạng luồng ánh sáng trắng. Luồng ánh sáng trắng này đi vào lỗ mũi trái của tất cả chúng sinh và làm cho họ được ngập tràn hạnh phúc.

Đây là pháp thực hành thiền định có kèm theo sự trì tụng cầu nguyện. Pháp thiền định này rất cao cấp và người nào thực hiện một cách chân thành sẽ có được hiệu quả rất đáng kể.

---

súc sinh. Tất cả chúng sinh trong luân hồi đều tái sinh theo nghiệp lực không ngoài sáu cõi này. (ND)

16.

PHÁP THIỀN ĐỨC PHẬT DƯỢC SƯ

Thiền định về bổn tôn[1]

Để biết được vị Bổn tôn chữa bệnh nào thích hợp nhất cho một người, việc xác định cần dựa theo nghiệp riêng của người đó và cần có một vị Lama đạo hạnh xem xét lại. Sau đó, hành giả nên thọ lễ quán đảnh để được phép tu tập vị Bổn tôn đó, trong lễ quán đảnh sẽ có phần ban khẩu truyền trì tụng mật chú Bổn tôn. Vì việc ban khẩu truyền mật chú đã được truyền lại đến ngày nay theo một dòng truyền thừa không gián đoạn, nên nó chứa đựng sự gia trì của vị Bổn tôn và của tất cả các vị Lama đạo hạnh trong dòng truyền cho đến vị thầy mà hành giả [trực tiếp] thọ nhận sự truyền thừa. Mục đích việc thọ nhận lực gia trì theo truyền thừa như thế này là để làm tăng thêm năng lực thiền định về Bổn tôn và sự hành trì mật chú Bổn tôn đó.

Khi chúng ta thực hành thiền định Bổn tôn và trì tụng mật chú, năng lực chính để chữa bệnh sẽ đến từ động cơ từ ái, bi mẫn và Bồ-đề tâm của chúng ta. Động cơ là yếu tố rất quan trọng; còn việc trì tụng mật chú và các thực hành khác nữa là thứ yếu. Dĩ nhiên, các yếu tố bổ sung như quán tưởng các đối tượng thiêng liêng và trì tụng mật chú quả thật có làm gia tăng năng lực chữa bệnh của pháp thực hành này. Với những bệnh nhân đã được chữa khỏi bệnh nan y, tôi thường đã khuyên họ không những thực hành thiền định và trì tụng mật chú mà còn phải phát khởi một động cơ vị tha, hiền thiện. Tuy nhiên, dường như có một số người đã được

---

[1] Bổn tôn (deity), còn được dịch là vị Phật hộ, hay Pháp chủ. (ND)

khỏi bệnh ung thư chỉ hoàn toàn nhờ vào việc quán tưởng ánh sáng trắng và có niềm tin mãnh liệt rằng việc đó chữa lành bệnh cho họ.

Đôi khi bệnh nhân được khỏi bệnh nhờ tự mình thực hành thiền định, và đôi khi nhờ có người khác hành trì thiền định vì họ. Bệnh nhân tự hành trì thiền định thì tốt hơn; nếu người khác hành trì thiền định để giúp chữa bệnh thì mất thời gian lâu hơn, nhưng vẫn có hiệu quả. Có một cô sinh viên người Ý đã thọ nhận quán đảnh Kalachakra, làm việc ở khoa ung thư trong một bệnh viện. Một trong các bệnh nhân của cô bị ung thư vú, nên khi ngồi cạnh người ấy cô ta thường quán tưởng chính mình là hình tướng Kalachakra và chiếu ánh sáng chữa bệnh đến vùng bị ung thư của bệnh nhân đó. Sau khi cô hành trì như vậy được ba tháng, khối u của bệnh nhân đã giảm đi một nửa kích thước so với ban đầu.

Chúng ta có thể thực hành thiền định giúp cho những người tự họ không thiền định được, chẳng hạn như trẻ con hay người già không thể nhiếp tâm khi thiền định, hoặc có thể vì họ thấy khó hiểu hay khó tiếp nhận các pháp quán tưởng và trì tụng mật chú. Chúng ta có thể giúp những người như vậy bằng cách thiền định vì họ, hay chú nguyện vào nước với các mật chú Phật Dược sư, mật chú Quán Thế Âm Bồ Tát, mật chú Tara, hay một vị Phật khác [rồi cho họ uống]. (Xem chương 21)

Để chữa bệnh cho người khác, chúng ta nên công phu hành trì về vị Bổn tôn mà chúng ta có mối liên kết mãnh liệt về nghiệp quả, vì mối liên kết chặt chẽ với vị Bổn tôn đó sẽ giúp mang lại hiệu quả nhanh hơn. Nhưng năng lực chữa bệnh xuất phát từ lòng tin của chúng ta nhiều hơn so với việc quán tưởng vị Bổn tôn một cách rõ ràng hay sự trì tụng mật chú một cách chính xác. Điểm quan trọng nhất là chúng ta phải cảm nhận được vị Bổn tôn chữa bệnh có trí tuệ toàn giác, có tâm đại từ bi vô biên đối với ta và tất cả chúng sinh khác, đồng thời có năng lực hoàn hảo để dẫn dắt ta. Đây là điểm cốt lõi của pháp thực hành này. Việc quán tưởng hình tướng (của Bổn tôn) rõ ràng không tạo nên khác biệt lớn, nhưng bạn nhất thiết không được bỏ qua điểm cốt lõi vừa nêu.

Việc phát khởi niềm tin mạnh mẽ rằng bạn đã hoàn toàn tịnh hóa được bệnh và nhân của bệnh là cực kỳ quan trọng, vì chính tâm tin tưởng này là tâm chữa bệnh đích thực. Trí tuệ và tâm từ bi là quan trọng trong các pháp thực hành khác, nhưng trong các pháp thực hành liên quan đến việc thiền định về Bổn tôn và trì tụng mật chú thì việc chữa lành bệnh liên quan mật thiết đến việc phát khởi niềm tin mạnh mẽ rằng bạn đã được tịnh hóa. Tâm tin tưởng này là tác nhân chữa bệnh thực sự.

Trước khi sử dụng mật chú để chữa bệnh cho người khác, trước hết bạn phải nhập thất tu tập pháp Bổn tôn này với sự trì tụng nhiều mật chú, vì điều này giúp phát sinh năng lực chữa bệnh. Và trong thời khóa tu tập hằng ngày, nếu bạn trì tụng càng nhiều mật chú thì bạn càng phát triển được nhiều hơn năng lực chữa bệnh.

Trước khi tụng chú, bạn hãy khởi lên trong tâm động cơ mong muốn thực hành ý nghĩa mật chú của Bổn tôn chữa lành bệnh - vốn chứa đựng toàn bộ con đường đưa tới giác ngộ - càng nhanh càng tốt vì lợi ích của tất cả chúng sinh. Hãy nghĩ rằng: *"Thông qua mật chú này, cầu mong sao tôi có khả năng chữa khỏi bệnh tật cũng như mọi vấn đề bất ổn khác cho tất cả chúng sinh. Cầu mong sao bất kỳ ai nghe được mật chú này sẽ tức thì khỏi bệnh. Cầu mong cho họ tức thì được giải thoát khỏi tất cả khổ đau và nhân của khổ đau và tịnh hóa được mọi nghiệp chướng. Cầu mong họ ngay tức thì thực hành được toàn bộ con đường (đưa tới giác ngộ) chứa đựng trong mật chú."*

Sự hiến tặng [mọi điều tốt đẹp đến chúng sinh] như vậy có thể tạo ra năng lực chữa bệnh trong tâm. Và rồi thân, khẩu, ý chúng ta sẽ có năng lực chữa bệnh cho người khác, ngay tức thì cứu họ thoát khỏi bệnh tật và cả những vấn đề bất ổn khác nữa cũng như nhân của chúng.

Một động cơ Bồ-đề tâm thanh tịnh về phía người điều trị thực sự là yếu tố quan trọng nhất trong việc chữa bệnh, cho dù đối với bệnh nhân thì có vẻ như việc thiền định, trì chú hay thuốc men mới là quan trọng. Nếu tiến hành lễ puja hay trì chú cho bệnh nhân, việc trì chú sẽ có năng lực chữa bệnh mạnh hơn nếu chúng ta có tâm thiện. Cho dù mật chú và thuốc men có khả năng chữa bệnh, nhưng lợi lạc lớn nhất mà người điều trị có thể làm được là phát sinh tâm thiện. Và đây là yếu tố quan trọng nhất của người điều trị, vì nó bảo đảm rằng việc thiền định và trì chú của người điều trị trở nên Pháp thanh tịnh và là nhân của sự giác ngộ.

Các lợi lạc của pháp thực hành đức Phật Dược Sư

Vì sao có sự hóa hiện cụ thể hình tướng của bảy Đức Phật Dược Sư? Tâm giác ngộ viên mãn có khả năng toàn giác, tức là thấy biết được tất cả các thời quá khứ, hiện tại và vị lai, có tâm đại bi vô lượng đối với tất cả chúng sinh, có năng lực hoàn hảo để dẫn dắt tất cả chúng sinh đến bờ giác ngộ. Vì trí tuệ thanh tịnh của tâm toàn giác gắn liền với lòng đại bi vô lượng đối với tất cả chúng sinh nên đã hóa hiện dưới nhiều hình tướng khác nhau, trong đó có hình tướng bảy Đức Phật Dược Sư, để dẹp bỏ mọi chướng ngại mà chúng sinh phải gánh chịu và mang đến cho chúng sinh hạnh phúc tạm thời cũng như rốt ráo, đặc biệt là hạnh phúc vô song của giác ngộ viên mãn.

Sở dĩ pháp tu tập Đức Phật Dược Sư có năng lực mãnh liệt để đạt được sự thành công tạm thời cũng như rốt ráo là vì trong quá khứ khi các Đức Phật Dược Sư còn là các vị Bồ Tát, các Ngài đã thệ phát những đại nguyện rất lớn lao đối với chúng sinh, các Ngài đã hứa là trong thời mạt pháp khi các giáo huấn của Đức Phật Thích-ca Mâu-ni suy tàn, các Ngài sẽ làm cho tất cả lời cầu nguyện của chúng sinh đều trở thành hiện thực. Các Ngài đã phát khởi một quyết tâm mãnh liệt đạt giác ngộ vì tâm nguyện này; đây là động cơ thiền định cũng như sự hiện thực hóa con đường tu giác ngộ của các Ngài.

Chúng ta đang sống trong thời đại mà năm sự suy thoái (tâm thức suy thoái, tuổi thọ suy thoái, chúng sinh suy thoái, thời đại suy thoái và nhận thức suy thoái) đang phát triển mạnh. Về cơ bản thì do sự suy thoái của tâm thức mà dẫn đến tất cả các sự suy thoái khác. Tham lam, sân hận, si mê và các mê lầm khác đang gia tăng vì chúng sinh không tu tập phát triển tâm linh.

Điều này dẫn tới sự suy thoái tuổi thọ, khiến cho tuổi thọ trung bình ngày càng ngắn hơn. Vài ngàn năm trước, đa số con người đều sống được trăm tuổi, và trước đó nữa người ta sống lâu hơn nhiều. Những con người đầu tiên sống đến nhiều ngàn năm trong [môi trường] tương đối hòa bình và hạnh phúc. Ngày nay, hầu hết con người chỉ sống được sáu mươi hay bảy mươi tuổi. Sự suy thoái tuổi thọ này là do suy thoái tâm thức.

Sự suy thoái tâm thức cũng đã dẫn tới sự suy thoái của chúng sinh, tâm chúng sinh trở nên rất bướng bỉnh và khó điều phục; họ rất khó tu tập nhẫn nhục, nhân ái, từ bi, vân vân... Dù có nhận được sự giảng giải cần thiết, họ cũng không có khả năng thực hành Pháp, hay thấy là rất khó tu tập. Vì tâm họ bất an, không được điều phục, nên dù có được nghe giảng họ cũng không thể hiểu được Chánh pháp.

Sự suy thoái về thời đại được thấy rõ qua việc ngày càng có nhiều cuộc chiến tranh, tranh chấp giữa các quốc gia cùng với các thiên tai như động đất, hạn hán, nạn đói và dịch bệnh.

Sự suy thoái tâm thức cũng dẫn tới sự suy thoái về nhận thức, quan điểm. Ngày càng có ít người tin vào chân lý và càng có nhiều người tin vào những lời nói dối và giảng giải sai trái. Khi có ai đó nói ra chân lý một cách chân thành từ trái tim thì những người khác thấy là khó hiểu hay khó tin; nhưng khi người ta nói dối thì người khác lại thấy rất dễ tin. Ở đây chúng ta đang nói đến chân lý tương đối, không phải chân lý tuyệt đối. Con người cũng ôm giữ những quan điểm sai trái, chẳng hạn như cho rằng đạo đức không phải là nhân của hạnh phúc và phi đạo đức không phải là nhân của khổ đau. Họ sẵn sàng chấp nhận những giải thích sai lầm về nguyên nhân của hạnh phúc và khổ đau nhưng lại thấy khó hiểu hay không tin vào những sự giảng giải chân chánh. Con người cũng thấy khó hiểu được về chân lý tuyệt đối.

Vì năm sự suy thoái lan tràn khắp nơi nên nhiều loại bệnh mới xuất hiện và các triệu chứng bệnh cũng thay đổi. Các bác sĩ gặp khó khăn khi chẩn đoán các bệnh mới và không biết cách chữa trị. Những điều này hoàn toàn đúng như Đạo sư Liên Hoa Sinh (*Guru Padmasambhava*) dự báo cách đây hơn ngàn năm!

Vì tâm thức của chúng sinh ngày càng suy thoái hơn nên mọi sự vật cũng đều suy đổi theo. Công năng của thực phẩm và thuốc men đang giảm dần, và ngay cả năng lực của mật chú cũng suy giảm. Đây là lý do tại sao khi thực hành pháp [thiền định] về Bổn tôn chúng ta thường phải trì tụng mật chú nhiều lần hơn trước đây. Tuy nhiên, nhờ vào nguyện lực của những đại nguyện mà các Đức Phật Dược Sư đã phát khởi trước đây nên mật chú Đức Phật Dược Sư thực sự trở nên có năng lực ngày càng mãnh liệt hơn khi thời đại càng suy thoái. Đây là một lý do giải thích vì sao việc trì tụng mật chú Phật Dược Sư là rất quan trọng.

Các Đức Phật Dược Sư trong quá khứ đã phát đại nguyện rằng các lời khẩn cầu của chúng sinh trong thời đại suy thoái chắc chắn sẽ được thành tựu. Mỗi vị Phật Dược Sư đều đã có nhiều đại nguyện để có thể đáp ứng các vấn đề [khác nhau] của chúng sinh, bạn có thể hiểu được sự mở rộng của các đại nguyện đó của các Ngài thông qua các bản văn dài hay trung bình về nghi lễ puja Đức Phật Dược Sư.

Trong kinh [Dược Sư] Lưu Ly Quang [Như Lai] (*Beams of Lapis Lazuli*), Đức Bổn Sư Thích-ca Mâu-ni hỏi vị thị giả của Ngài: "*Này A-nan, ông có tin lời Ta nói về công hạnh của Đức Phật Dược Sư hay không?*" Ngài A-nan đáp: "*Con không nghi ngờ những lời dạy của Ngài, Bậc Giác ngộ.*" Đức Phật hỏi tiếp ngài A-nan về lý do của sự tin tưởng như vậy, ngài A-nan đáp: "*Công hạnh của Đức Phật không thể nghĩ bàn. Tâm viên giác của Đức Phật có thể trực tiếp thấy biết mọi sự vật đang hiện hữu, bao gồm cả mức độ tâm và nghiệp của mỗi chúng sinh. Đó là lý do tại sao con không hề nghi ngờ những gì Đức Phật giảng dạy.*" Rồi Đức Phật khuyên: "*Này A Nan, cho dù ai chỉ nghe được hồng danh của Đức Phật Dược Sư hay mật chú của Ngài cũng đủ để không sinh vào các cảnh giới thấp.*" Như vậy, điều chắc chắn là nếu chúng ta xưng tán hồng danh của Đức Phật Dược Sư hay trì tụng mật chú của Ngài mỗi ngày thì ta sẽ không bao giờ tái sinh vào các cảnh giới thấp.

Việc cầu nguyện các Đức Phật Dược Sư có năng lực mãnh liệt và nhanh chóng mang lại sự thành công, không chỉ trong việc chữa bệnh mà còn trong các công việc khác nữa. Đây là lý do tại sao việc hành trì cầu nguyện Đức Phật Dược Sư mỗi ngày là rất quan trọng, không chỉ cho việc chữa bệnh mà còn cho sự thành công của việc tu tập tâm linh cũng như các hoạt động khác. Nhờ năng lực mãnh liệt từ tâm đại bi và vị tha của các Đức Phật Dược Sư muốn làm lợi lạc cho chúng sinh nên chúng ta sẽ được thành tựu nếu thực hành trì tụng và thiền định về Đức Phật Dược Sư cũng như cầu nguyện các Ngài hộ trì. Về phía các Ngài, các Ngài đã có nhiều đại nguyện đối với chúng sinh hữu tình, các Ngài đã hứa sẽ làm cho các lời cầu nguyện của chúng ta trở thành hiện thực, đặc biệt trong các thời kiếp suy đồi. Nếu chúng ta cầu nguyện các Đức Phật Dược Sư, chúng ta sẽ mau chóng có khả năng thành tựu mọi điều mà chúng ta mong ước. Lợi lạc tối thượng mà các Ngài có thể mang lại cho chúng ta là sự giác ngộ.

Làm lợi lạc cho người hấp hối và người đã chết

Bảy vị Phật Dược Sư có năng lực mãnh liệt không chỉ đối với việc chữa lành bệnh tật mà còn cả trong việc tịnh hóa nghiệp chướng cho người đang sống và người đã chết. Bạn hãy phát khởi động cơ Bồ-đề tâm, rồi ghé vào bên tai của người hay con vật đang hấp hối mà xưng tán hồng danh cũng như trì tụng mật chú của Đức Phật Dược Sư; điều này sẽ rất tuyệt vời vì sẽ giúp cho người hay con vật đó không tái sinh vào các cảnh giới thấp. Nếu người hấp hối không còn nghe được nữa, bạn có thể trì chú Dược Sư rồi thổi vào thân thể họ, hay thổi lên bột đá mịn có trộn hương thơm, hay thổi vào chai lọ đựng nước hoa rồi rắc bột hay tưới nước hoa lên thân thể họ.

Với người đã cận kề cái chết, bạn có thể sử dụng việc hành trì Phật Dược Sư để làm pháp *powa*, tức là pháp *chuyển di tâm thức*. Cách làm như sau: Hãy quán tưởng Đức Phật Dược Sư ở trên đỉnh đầu người hấp hối. Một tia sáng hình trụ phát ra từ tim của Đức Phật Dược Sư, tạo thành một ống dẫn bên trong thân người hấp hối. Ống dẫn này có hình cán dù, bên trong rỗng nhưng bịt kín ở cuối ống và được kéo dài xuống ngay bên dưới rốn người hấp hối. Hãy quán tưởng tâm thức của người hấp hối ở dạng một đốm sáng trắng cỡ một hạt mù-tạt, nằm ngay tim. Nó không cứng chắc và nặng mà là cực kỳ nhẹ.

Các tia sáng màu đỏ có hình móc câu phát ra từ tim của Đức Phật Dược Sư, móc dính vào đốm sáng tâm thức của người sắp chết, rồi bay theo ống dẫn hình trụ lên tới tim của Đức Phật Dược Sư. Sau khi được hút vào tim Phật Dược sư, tâm thức sẽ hiện ra từ một đóa sen trong cõi tịnh độ của Phật Dược Sư. Rồi người đó sẽ được nghe Giáo pháp từ Đức Phật Dược Sư cũng như được thọ ký về sự giác ngộ của mình.

Nếu bạn có tâm từ bi mãnh liệt và định lực cao trong khi hành trì thiền định như vậy, bạn có thể giúp người hấp hối khỏi bị tái sinh vào các cảnh giới thấp.

Bạn cũng có thể sử dụng các viên *powa* vào lúc cận tử. Các viên *powa* mà tôi đã làm khi ở Dharamsala có chứa các viên *powa* khác đã được ngài Pabonka Dechen Nyingpo làm phép chú nguyện. Các viên *powa* này cũng được đức Dalai Lama chú nguyện, ngài đã giữ các viên đó trong phòng ngài nhiều ngày, và chúng cũng được chú nguyện bởi ngài Kirti Tsenchab Rinpoche cùng các Lama khác nữa. Ngoài các chất liệu chính, các viên *powa* đó có chứa các chất quí báu như chất sắt từ tính và các xá lợi được chính Đức Phật Bổn Sư Thích-ca Mâu-ni chú nguyện, từ pho tượng Phật Thích-ca Mâu-ni nổi tiếng tại đền Ramoche ở Lhasa.

Khi người hấp hối có triệu chứng bắt đầu ngưng thở, bạn hãy đặt viên *powa* lên đỉnh đầu của họ, đặt như vậy trong một lát. Năng lực của những chất liệu trong viên *powa* đó, đặc biệt là các xá lợi của các hành giả cao cấp sẽ tác động lên tâm thức người vừa chết và làm cho họ có được tái sinh tốt.

Khi xác chết sắp mang đi, hãy kéo mạnh tóc ở đỉnh đầu để giúp tâm thức của họ xuất khỏi kênh trung tâm đi ra ngoài qua đỉnh đầu. Nếu tâm thức xuất ra qua chỗ đỉnh đầu, họ thường sẽ được tái sinh vào cõi trời thuộc Vô sắc giới hay các cõi tịnh độ.

Việc thực hành pháp Đức Phật Dược Sư có thể tịnh hóa được nghiệp của một chúng sinh cho dù đã chết rồi, và có thể giúp họ giải thoát khỏi khổ đau. Cũng sẽ rất lợi lạc khi chúng ta trì tụng chú Dược Sư và thổi lên thịt chúng ta ăn, hay thổi lên thân người chết hay thổi vào các xương đã cũ, vì việc làm này giúp tịnh hóa các nghiệp chướng và giúp chúng sinh đó tái sinh vào các cảnh giới cao hơn hay vào cõi tịnh độ. Nếu bạn ăn thịt, bạn phải làm lợi lạc cho con vật bị giết lấy thịt bằng cách trì tụng mật chú tịnh hóa nghiệp rất có năng lực này trước khi ăn thịt và bạn thành khẩn hồi hướng tha thiết cầu nguyện con vật đó được chuyển kiếp tức thì từ kiếp súc sinh lên cõi tịnh độ hay một kiếp cao hơn và không bao giờ bị rơi lại xuống các cảnh giới thấp.[1]

Ngay cả trường hợp một người hay một con vật đã chết hàng trăm năm hay hàng ngàn năm mà tâm thức vẫn còn trong các cảnh giới thấp thì việc trì tụng chú Dược Sư và thổi vào xương cũng có thể chuyển tâm thức đó lên cõi tịnh độ hay lên cõi cao hơn. Sau khi trì tụng chú Dược Sư xong, chúng ta thổi vào nước, vào cát, vào bột đá có trộn dầu thơm và rắc lên xương hay da của người chết hay con vật bị chết. Làm được như vậy thì ít nhất cũng có thể giúp rút ngắn thời gian chịu khổ đau ở các cảnh giới thấp.

---

[1] Đoạn thuyết giảng này cần được hiểu trong bối cảnh đất nước Tây Tạng, nơi mà nếu không ăn thịt thì sẽ không có đủ thực phẩm. Vì thế, việc ăn thịt đã trở thành một điều không thể tránh được, ngay cả đối với người tu tập Bồ-đề tâm. Khi hoàn cảnh cho phép, tốt nhất là chúng ta nên từ bỏ hẳn việc ăn thịt thì sẽ thuận lợi hơn rất nhiều cho việc tu tập và phát triển Bồ-đề tâm. (ND)

Nghi lễ puja Phật Dược Sư cũng có rất nhiều lợi lạc cho người hấp hối hay người đã chết. Khi có ai bị đau nặng, chúng ta cần thực hiện lễ puja Phật Dược Sư cho thật chi tiết kỹ lưỡng, bao gồm các đại nguyện của từng vị Phật Dược Sư. Thường thì người ta cho rằng lễ puja này sẽ quyết định việc bệnh nhân đó sống hay chết. Hoặc là người bệnh đó sẽ khỏi bệnh ngay, hoặc sẽ chết trong vòng một hay hai ngày với tâm trạng bình thản thay vì kéo dài cuộc sống trong đau đớn. Thực hiện lễ puja Phật Dược Sư sẽ có hiệu quả tốt đối với bệnh nặng, nhưng chúng ta còn có thể áp dụng nghi lễ này để cầu được thành công trong việc tu tập tâm linh hay trong các hoạt động khác.

Cũng có thể thực hành thiền định và thực hiện nghi lễ puja Phật Dược Sư để chữa bệnh cho người bị hôn mê. Dĩ nhiên, sự phục hồi là một sự kiện duyên sinh tương thuộc; nó tùy thuộc vào nghiệp của người đó nặng hay nhẹ. Nếu nghiệp của người đó không nặng lắm, thì thực hành một thời gian ngắn có thể phục hồi được. Nhưng nếu nghiệp nặng, bạn nên thực hiện lễ puja Phật Dược Sư nhiều lần -thậm chí mười lần hay hai mươi, ba mươi, bốn mươi lần... Khi nghiệp chướng sâu dày thì sự khỏi bệnh sẽ không xảy ra trừ phi có nhiều nỗ lực thực hành thiền định và thực hiện nghi lễ puja Phật Dược Sư.

Geshela Lama Kưnchog kể với tôi rằng ngài đã trao một bức tranh tượng Đức Phật Dược Sư cho một đệ tử của ngài có người bạn ở Đài Loan đang bị hôn mê. Tôi nghĩ có lẽ ngài đã thực hiện nghi lễ puja Phật Dược Sư rất chi tiết kỹ lưỡng cho bệnh nhân đó. Bức tranh tượng Phật Dược Sư được đặt ở đầu giường bệnh nhân đêm trước và sáng hôm sau bệnh nhân đã tỉnh lại, không còn hôn mê nữa.

Chú nguyện vào thuốc

Bằng việc trì tụng mật chú Phật Dược Sư, chúng ta cũng có khả năng gia tăng năng lực của thuốc men mà chúng ta dùng hay đưa cho người khác dùng. Cách làm như sau: Đặt thuốc vào chén và để chén đó trước mặt bạn, quán tưởng một mặt trăng như hình cái dĩa ở bên trên chén. Quán tưởng trên cái dĩa có chữ OM màu xanh da trời và bao quanh chữ OM là các chữ của câu chú Phật Dược Sư theo chiều kim đồng hồ: "OM BEKANDZE BEKANDZE MAHA BEKANDZE RANDZE SAMUNGATE SOHA".

Trong khi trì chú bạn hãy quán tưởng nước cam lồ chảy từ các mẫu tự của câu chú, chảy xuống và được thấm hút vào thuốc. Rồi các mẫu tự mật chú và dĩa trăng đều tan biến vào thuốc, và lúc này thuốc sẽ trở nên rất có hiệu lực để chữa lành các bệnh do cơ thể, bệnh do ma quỷ ám, cùng với các nhân của chúng, tức là nghiệp bất thiện và vọng tưởng mê lầm. Nếu bạn đang chữa cho bệnh nhân bị ung thư, bạn hãy quán tưởng rằng thuốc có năng lực đặc biệt có thể chữa lành bệnh ung thư. Nếu bạn phát sinh càng nhiều niềm tin và trì tụng mật chú càng nhiều thì thuốc sẽ càng có nhiều năng lực hơn.

Các thầy thuốc Tây Tạng sau khi chế biến thuốc men thường thực hành pháp thiền định Đức Phật Dược Sư và trì tụng mật chú để chú nguyện vào thuốc. Nhờ vậy thuốc có hiệu quả hơn, vì ngoài hiệu quả của dược liệu có trong thuốc, thuốc còn có thêm năng lực tâm linh giúp tịnh hóa tâm và mang đến sự hồi phục nhanh chóng.

Nếu bạn là người điều trị bệnh thì việc nhập thất ẩn tu thực hành pháp Phật Dược Sư trong một hay hai tháng và xưng tán hồng danh Phật Dược Sư cũng như trì tụng mật chú mỗi ngày là rất tốt. Nếu bạn làm như vậy, các vị thiên nữ dược sư và các vị hộ thần sẽ giúp bạn chẩn đoán đúng bệnh và kê toa chính xác. Với sự thực hành này, bạn thậm chí còn có thể thành tựu được năng lực thấu thị. Một dấu hiệu chứng tỏ sự thành tựu này là trước khi bệnh nhân trực tiếp đến gặp bạn, bạn thấy họ đến trong giấc mơ và bạn chẩn đoán bệnh cho họ; ngày hôm sau, họ trực tiếp đến và bạn có thể kê toa thuốc đúng bệnh của họ. Một dấu hiệu nữa là, khi bạn chú tâm nghe mạch của bệnh nhân, bạn có thể tức thì nhận ra bệnh tình của bệnh nhân và kê toa chính xác. Cũng vậy, khi bạn thăm mạch, các thiên nữ có thể hiện ra trong không trung xung quanh bạn và nói cho bạn biết bệnh tình của bệnh nhân cũng như cách chữa trị.

Ý nghĩa của mật chú Phật Dược Sư

Bản văn mật chú Phật Dược Sư gồm có các bản dài, trung bình và ngắn gọn. Bản chú Dược Sư dài, được đề cập trong kinh Phật Dược Sư, sẽ được tìm thấy trong cả hai pháp thực hành Phật Dược Sư được trình bày sau đây, và cũng có cả bản mật chú ngắn "OM BEKANDZE BEKANDZE MAHA BEKANDZE RANDZE SAMUNGATE SOHA".

Trước sự hiện diện của tám Đức Phật Dược Sư, Bồ Tát Văn Thù khẩn cầu: "Như các Ngài đã hứa trước đây, cầu xin các Ngài ban cho một mật chú đặc biệt để nhanh chóng mang sự thành tựu đến cho chúng sinh hữu tình trong thời mạt pháp, vì họ có công đức quá mỏng và bị ngập tràn khổ đau, kể cả bệnh tật do cơ thể và bệnh bị ma quỷ ám hại. Cầu mong sao các chúng sinh hữu tình đó được gặp tất cả chư Phật và đạt được tất cả những mong ước của họ."

Liền sau đó, cùng một giọng nói, tám Đức Phật Dược Sư ban mật chú Phật Dược Sư, đáp ứng sự khẩn cầu của Bồ Tát Văn Thù. (Khi đề cập đến tám đức Phật Dược Sư ở đây là bao gồm cả Đức Phật Thích-ca Mâu-ni, nếu không thì chỉ có bảy đức Phật Dược Sư.)

Nếu chúng ta trì chú Dược Sư như một thực hành hằng ngày thì tất cả chư Phật và chư Bồ Tát sẽ quan tâm đến ta như người mẹ hiền chăm sóc đứa con thương yêu của mình, và sẽ luôn dẫn dắt chúng ta. Cũng vậy, Đức Kim Cang Thủ (Vajrapani), hiện thân năng lực của tất cả chư Phật, bốn vị Hộ Pháp chính (Tứ Thiên vương) cùng với các vị hộ pháp khác sẽ luôn che chở và dẫn dắt ta. Việc trì chú Dược Sư như vậy cũng giúp tịnh hóa tất cả các nghiệp bất thiện và nhanh chóng loại bỏ được bệnh tật do cơ thể và các bệnh do ma quỷ ám hại. Việc trì chú này cũng mang đến sự thành công; mọi sự đều đạt được chính xác như mong muốn của chúng ta.

Trong mật chú Phật Dược Sư, BEKANDZE có nghĩa là loại trừ sự đau đớn, và MAHA BEKANDZE có nghĩa là loại trừ mọi sự đau đớn một cách mãnh liệt và triệt để. Có một giải thích rằng mẫu tự BEKANDZE đầu tiên ám chỉ loại bỏ sự đau đớn của khổ đau thực sự, không phải riêng khổ đau về bệnh tật mà còn cả khổ đau đến từ tất cả các vấn đề của thân và tâm. Nó cũng loại bỏ sự đau đớn của cái chết và sự tái sinh gây ra bởi nghiệp và các vọng tưởng phiền não.

Mẫu tự BEKANDZE thứ hai loại bỏ tất cả nhân thực sự của khổ đau, vốn ở bên trong tâm chứ không phải từ bên ngoài. Điều này ngụ ý nghiệp và các vọng tưởng phiền não, tức là các nhân bên trong, đã làm cho các yếu tố bên ngoài như thức ăn hay phơi mình ra nắng trở thành các điều kiện cho bệnh xuất hiện. Các nhà khoa học tuyên bố rằng tắm nắng gây ung thư da; tuy nhiên, như tôi có giải thích trước đây, đích thực nhân bên trong chứ không phải cái gì khác đã làm cho các hiện tượng bên ngoài trở thành điều kiện cho bệnh hiện ra. Nếu không có nhân trong tâm thì sẽ không có gì để làm cho các yếu tố bên ngoài trở thành điều kiện của bệnh.

Nhóm mẫu tự thứ ba, MAHA BEKANDZE, tức là sự loại

bỏ tất cả sự đau đớn một cách mãnh liệt và triệt để, hai mẫu tự này hàm nghĩa sự loại bỏ luôn cả những chủng tử vi tế do các vọng tưởng phiền não để lại trong tâm thức.

Thực ra, mật chú Phật Dược Sư chứa đựng phương thuốc của toàn bộ con đường từng bước đưa tới giác ngộ, từ lúc bắt đầu cho tới khi đạt hạnh phúc vô song của giác ngộ viên mãn. Mẫu tự BEKANDZE đầu tiên chứa đựng con đường từng bước đưa tới giác ngộ cho chúng sinh sơ căn nói chung; mẫu tự BEKANDZE thứ hai tương ứng con đường đưa tới giác ngộ cho chúng sinh trung căn nói chung; và MAHA BEKANDZE ứng với con đường từng bước tới giác ngộ cho chúng sinh thượng căn. Việc trì chú sẽ để lại các chủng tử trong tâm chúng ta, thúc đẩy chúng ta có khả năng làm cho con đường trong mật chú trở thành hiện thực. Nó tạo nên sự gia hộ của toàn bộ con đường trong tâm chúng ta; và rồi, chúng ta phát sinh toàn bộ con đường từng bước tới giác ngộ (*Lam-rim*), như được biểu thị bởi BEKANDZE BEKANDZE MAHA BEKANDZE.

Mẫu tự OM được kết hợp bởi ba âm riêng biệt là "AH", "O", và "MA", biểu thị trọn vẹn thân thiêng liêng, khẩu thiêng liêng và tâm thiêng liêng của Đức Phật Dược Sư. Hiện thực hóa toàn bộ con đường đưa tới giác ngộ sẽ tịnh hóa thân bất tịnh, khẩu bất tịnh và tâm bất tịnh của chúng ta và chuyển hóa thân, khẩu và tâm đó thành ra thân thiêng liêng, khẩu thiêng liêng và tâm thiêng liêng của Đức Phật Dược Sư. Rồi chúng ta có thể trở thành người dẫn đường hoàn hảo cho chúng sinh hữu tình. Với tâm toàn giác, chúng ta có thể thấy biết một cách trực tiếp không cần dụng công và không lỗi lầm về mức độ tâm của mỗi chúng sinh hữu tình, đồng thời thấy biết toàn bộ các phương pháp nào phù hợp với họ để đưa họ từ hạnh phúc này đến hạnh phúc khác, và cuối cùng là hạnh phúc vô thượng của giác ngộ viên mãn.

Chúng ta cũng có năng lực toàn hảo để hóa hiện nhiều hình tướng khác nhau thích hợp với mỗi chúng sinh hữu tình và đưa ra nhiều phương pháp cần thiết để dẫn dắt họ, có thể là giúp đỡ vật chất, giáo dục tri thức hoặc thuyết giảng Chánh pháp. Bất cứ khi nào một chủng tử thiện hạnh trong quá khứ của chúng sinh vừa chín mùi, không một chút chậm trễ, dù là một giây phút, chúng ta có thể đưa ra ngay những phương tiện thích hợp khác nhau để dẫn dắt chúng sinh đó đạt đến giác ngộ.

A. THỰC HÀNH PHÁP PHẬT DƯỢC SƯ

Phần dẫn nhập

Khi bạn thực hành pháp Phật Dược Sư này để giúp cho một bệnh nhân hay một con vật bị đau ốm hoặc đang hấp hối, bạn hãy quán tưởng bảy Đức Phật Dược Sư, vị này ở trên vị khác và vị dưới cùng ở lơ lửng phía trên người ốm hay con vật bị ốm.[1] Trước tiên, hãy quán tưởng Đức Như Lai Thiện Danh Xưng Cát Tường Vương Phật ở bên trên hết, cam lồ xuất ra từ Ngài tịnh hóa cho chúng sinh đó thoát khỏi tất cả nghiệp chướng bất thiện. Hãy xưng tán hồng danh Đức Như

---

[1] Phép thực hành Phật Dược Sư này trích từ bộ sưu tập giáo huấn có tên "Kho Tàng Pháp Bảo" do Đức Liên Hoa Sinh giảng dạy, nhằm thực hiện chẩn đoán và điều trị thành công cho bệnh nhân, đặc biệt cho thời đại suy thoái này. Quyển luận giảng này được Lama Zopa Rinpoche dịch sang tiếng Anh và được ngài Thubten Gyatso hiệu đính vào tháng 1 năm 1981. Sau đó được nhà xuất bản Wisdom Publication phát hành lần đầu tiên năm 1982. Đến tháng 7 năm 1999, sách tiếp tục được Ven. Constance Miller của Bộ phận Phụ trách Giáo dục của FPMT chỉnh sửa bổ sung. Riêng phần này còn được chỉnh sửa một lần nữa trước khi đưa vào sách này, có bổ sung các tư liệu từ nghi thức cúng dường Thangka Đức Phật Dược Sư ở Viện Vajrapani vào tháng 9 năm 1997.

Lai Thiện Danh Xưng Cát Tường Vương Phật bảy lần, sau đó quán tưởng cam lồ thấm vào Đức Phật ở kề ngay bên dưới.

Tiếp tục theo cách như vậy, hãy xưng tán hồng danh mỗi Đức Phật bảy lần, rồi quán tưởng cam lồ thấm vào Đức Phật kế tiếp bên dưới nữa.

Với Đức Phật Dược Sư ở dưới cùng, hãy trì tụng mật chú với số lần tùy ý, và một lần nữa hãy quán tưởng sự tịnh hóa mãnh liệt. Hãy nghĩ rằng, bệnh nhân hay con vật bị đau ốm đó đã được hoàn toàn tịnh hóa, hãy nghĩ rằng không có bất kỳ nghiệp xấu ác nào còn hiện hữu trên dòng tương tục tâm thức của chúng sinh bị bệnh đó nữa. Thân của họ đã trở nên thanh tịnh và trong sáng như pha lê. Rồi Đức Phật Dược Sư tan vào ánh sáng, thấm vào thân chúng sinh đó, và gia hộ để cho thân, khẩu và tâm của chúng sinh đó trở thành một với thân thiêng liêng, khẩu thiêng liêng, và tâm thiêng liêng của Đức Phật Dược Sư. Tâm của chúng sinh đó chuyển hóa thành tâm thiêng liêng của Đức Phật Dược Sư. Hãy thiền định mãnh liệt về tính chất hợp nhất này.

Sau đó bạn có thể nghĩ rằng các tia sáng xuất ra từ Đức Phật Dược Sư sẽ tịnh hóa tất cả các chúng sinh hữu tình, nhất là những bệnh nhân ung thư, AIDS cũng như các bệnh khác nữa. Hoặc bạn quán tưởng bảy Đức Phật Dược Sư ở trên đỉnh đầu của mỗi chúng sinh hữu tình và tịnh hóa họ theo cách như vậy. Đặc biệt hãy chú tâm mãnh liệt vào bệnh nhân hay con vật mà bạn đang cầu nguyện, nhưng cũng nghĩ rằng đang có bảy Đức Phật Dược Sư ở trên đỉnh đầu của mỗi chúng sinh hữu tình khác.

Động cơ

Hãy bắt đầu bằng việc khởi lên một động cơ thanh tịnh để làm cho việc thực hành pháp thiền này được lợi lạc lớn nhất qua việc trở thành nguyên nhân giúp bạn đạt đến sự thành tựu giác ngộ viên mãn. Như vậy, bạn mới có thể giải thoát tất cả chúng sinh khác khỏi mọi khổ đau và nhân của khổ đau và đưa họ đến giác ngộ viên mãn.

Hãy nghĩ rằng: "Mục đích của đời tôi không phải là giải quyết các vấn đề riêng của tôi và tìm kiếm hạnh phúc của riêng tôi. Mục đích của đời tôi chính là việc giải thoát tất cả chúng sinh khỏi mọi khổ đau và nhân khổ đau của họ, và mang họ đến hạnh phúc vô thượng của giác ngộ viên mãn. Vì lý do này tôi cần phát triển tâm, phát triển trí tuệ và từ bi. Bằng việc thực hành con đường chữa trị tâm linh này, tôi loại bỏ tất cả mọi che chướng thô và vi tế khỏi tâm mình. Để đạt được điều đó, tôi cần được sống lâu và cần loại bỏ mọi chướng ngại bên ngoài như bệnh tật và chướng ngại bên trong như các suy nghĩ và hành động bất thiện cùng với các chủng tử của chúng trong tâm tôi. Do đó, để làm lợi lạc và mang hạnh phúc đến cho mọi chúng sinh, tôi sắp sửa thực hành pháp thiền định này về bảy vị Phật Dược Sư."

Quán tưởng

Hãy quán tưởng một hoa sen hiện ra lơ lửng cách trên đỉnh đầu bạn khoảng một tấc. Ở giữa hoa sen đó là một mặt trăng màu trắng có hình cái dĩa, và vị thầy gốc của bạn, tinh túy Pháp thân của chư Phật, hiện thân hình tướng Đức Phật Dược Sư ngự trên dĩa mặt trăng đó. Ngài có màu xanh da trời và thân Ngài phát ra ánh sáng xanh. Tay phải Ngài bắt ấn ban các thực chứng tối cao (*mudra of granting sublime realizations*), bàn tay đặt trên đùi phải và cầm nhánh cây *arura*[1] bằng ngón cái và ngón tay trỏ. Tay trái, trong tư thế

---

[1] Một loại cây trong tiếng Anh gọi là Myrobalan hay Myrobalan Chebulic, tên khoa học là *terminalia chebula*, thuộc họ Trâm bầu (*Combretaceae*). Cây mọc tự nhiên ở tiểu lục địa Ấn Độ và các vùng lân cận, từ xưa đã được dân bản xứ xem như một loại cây thuốc quý chữa được rất nhiều bệnh. Hơn nữa, tất cả các thành phần của cây

bắt ấn tập trung (*mudra of concentration*), đang cầm một cái bát lưu ly đựng đầy nước cam lồ. Ngài ngồi trong tư thế kim cang và khoác ba tấm áo cà sa. Ngài có đủ mọi hiện tướng và phẩm hạnh của một vị Phật.

Quy y và phát bồ-đề tâm

Từ nay cho đến khi giác ngộ viên mãn,
Con xin qui y nương tựa vào Phật, Pháp, Tăng
Nhờ công đức con tích tụ được bằng thực hành bố thí và
các Ba-la-mật khác,
Cầu mong sao con mau chóng thành tựu Phật quả để
dẫn dắt tất cả chúng sinh hữu tình đến bờ giác ngộ.

(3 lần)

Phát khởi Tứ Vô lượng tâm

Thật tuyệt vời biết bao khi tất cả chúng sinh hữu tình
tràn ngập tâm xả, thoát khỏi tham ái và sân hận.
Mong sao chúng sinh hữu tình đạt được điều đó.
Con quyết tâm làm cho chúng sinh hữu tình tràn ngập
tâm xả thoát khỏi tham ái, và sân hận.
Cầu xin đấng Đạo sư Như Lai gia hộ cho con có đủ khả
năng làm được điều đó.

Thật tuyệt vời biết bao khi tất cả chúng sinh hữu tình
có được hạnh phúc và nhân hạnh phúc.
Mong sao chúng sinh hữu tình đạt được điều đó.
Con quyết tâm làm cho chúng sinh hữu tình có được
hạnh phúc và nhân hạnh phúc.
Cầu xin đấng Đạo sư Như Lai gia hộ cho con có đủ khả
năng làm được điều đó.

đều có công dụng chữa bệnh. Vì thế, cây này xuất hiện trong kinh điển như biểu tượng của một loại cây thuốc chữa được tất cả các bệnh tật của chúng sinh (Dược vương). Chúng ta nên hiểu về nó như một biểu tượng hơn là một loại cây thuốc cụ thể. (ND)

Thật tuyệt vời biết bao khi tất cả chúng sinh hữu tình thoát khỏi đau khổ và nhân của khổ.

Mong sao chúng sinh hữu tình đạt được điều đó.

Con quyết tâm làm cho chúng sinh hữu tình thoát khỏi đau khổ và nhân của khổ.

Cầu xin đấng Đạo sư Như Lai gia hộ cho con có đủ khả năng làm được điều đó.

Thật tuyệt vời biết bao khi tất cả chúng sinh hữu tình không bao giờ xa rời hạnh phúc, tái sinh cõi cao và được giải thoát.

Mong sao chúng sinh hữu tình đạt được điều đó.

Con quyết tâm làm cho chúng sinh hữu tình không bao giờ xa rời hạnh phúc này.

Cầu xin đấng Đạo sư Như Lai gia hộ cho con có đủ khả năng làm được điều đó.

Gieo trồng Bồ-đề tâm đặc biệt

Đặc biệt vì lợi lạc cho tất cả chúng sinh hữu tình từng là mẹ của con, con sẽ nhanh chóng, rất nhanh chóng đạt được trạng thái trân quí của Phật quả viên mãn. Vì lý do này, con sẽ thực hành pháp du-già này của Đức Phật Dược Sư.

Cầu nguyện bảy nhánh

Con phủ phục đảnh lễ Đức Phật Dược Sư với thân khẩu ý.

Và dâng cúng vô số phẩm vật hiện thực cũng như từ tâm hóa hiện.

Con xin sám hối những tội lỗi từ vô thỉ đến nay,

Và hoan hỷ tán dương những phước đức của tất cả chư Phật và chúng sinh.

Xin khẩn cầu Đức Phật Dược Sư ở lại cho đến khi cõi luân hồi chấm dứt,

Và quay bánh xe Pháp dẫn dắt chúng con, tất cả chúng sinh hữu tình.

Nhờ công đức của con và các chúng sinh khác, cầu mong con đạt được Bồ-đề tâm và Phật tánh vì lợi ích cho tất cả chúng sinh hữu tình.

Dâng cúng mạn-đà-la (tùy ý)

Mặt đất này được trang hoàng với hoa và hương
Núi Tu-di, bốn lục địa, mặt trời, mặt trăng:
Được quán tưởng đây là Phật địa và con dâng cúng các Ngài,
Cầu xin tất cả chúng sinh hữu tình được an lạc trong cõi Tịnh độ này.

IDAM GURU RATNA MANDALAKAM NIRYATAYAMI

Các lời tụng khẩn cầu

Con thành tâm khẩn cầu Đức Như Lai Dược Sư Phật, thân thiêng liêng bằng ngọc lưu ly xanh biếc biểu hiện trí toàn giác và tâm từ bi mênh mông như không gian vô tận, khẩn xin Ngài gia hộ cho con.

Con thành tâm khẩn cầu Bậc Đạo sư Dược Sư Phật, Đấng Đại Bi, tay phải của Ngài cầm một cây thuốc là vua của mọi loại thuốc, biểu thị lời nguyện của Ngài cứu giúp chúng sinh khốn khổ trong cõi luân hồi bị 424 thứ bệnh, khẩn xin Ngài gia hộ cho con.

Con thành tâm khẩn cầu Bậc Đạo sư Dược Sư Phật, Đấng Đại Bi, tay trái của Ngài đang cầm một bát đựng nước cam lồ, biểu thị rằng Ngài nguyện ban nước cam lồ bất tử tuyệt diệu của Chánh pháp để loại bỏ mọi sự suy thoái như bệnh tật, già chết, khẩn xin Ngài gia hộ cho con.

Bởi vì các Ngài, bảy vị Phật Dược Sư, đã khởi lên những đại nguyện vô lượng trong quá khứ, cam kết rằng các đại nguyện đó sẽ được thực hiện trong thời mạt pháp, khẩn xin các Ngài trực tiếp hiển bày cho con và các chúng sinh hữu tình khác thấy được sự thật của các đại nguyện này.

Đức Bổn Sư Thích-ca Mâu-ni Phật đã hoan hỷ tán dương rằng nếu ai chuyên tâm thực hành cúng dường và cầu nguyện các Ngài là bảy Đức Phật Dược Sư, thì sẽ nhanh chóng được gia hộ. Con khẩn cầu các Ngài, vì tâm đại bi, xin hiển bày cho con và các chúng sinh hữu tình khác thấy được năng lực này.

Quán tưởng

Hãy quán tưởng phía trên đỉnh đầu Đức Như Lai Dược Sư Phật có một viên ngọc như ý, bản chất tinh túy của viên ngọc đó chính là vị Đạo sư của bạn.

Trên đầu Ngài là một hoa sen và dĩa mặt trăng, và Đức Như Lai Pháp Hải Thắng Huệ Du Hí Thần Thông Phật (*King of Clear Knowing*) toàn thân màu đỏ đang ngồi trên dĩa mặt trăng. Tay phải bắt ấn ban các thực chứng tối thượng, tay trái bắt ấn tập trung nhất tâm.

Tiếp theo trên đầu vị Phật thứ hai này là một hoa sen và dĩa mặt trăng, và Đức Như Lai Pháp Hải Lôi Âm Phật, toàn thân màu vàng, đang ngồi. Hai tay bắt ấn giống như vị Phật ở ngay kế bên dưới.

Tiếp theo trên đỉnh đầu vị Phật thứ ba này là một hoa sen và dĩa mặt trăng, và trên dĩa mặt trăng là Đức Như Lai Vô Ưu Tối Thắng Cát Tường Phật, thân màu hồng, hai tay bắt ấn tập trung nhất tâm.

Tiếp theo trên đầu vị Phật thứ tư này là một hoa sen và dĩa mặt trăng, và trên dĩa mặt trăng là Đức Như Lai Kim

Sắc Bảo Quang Diệu Hạnh Thành Tựu Phật, thân màu vàng nhạt. Tay phải bắt ấn diễn giải Pháp và tay trái bắt ấn tập trung.

Tiếp theo trên đầu vị Phật thứ năm này là một hoa sen và dĩa mặt trăng, và trên đó là Đức Như Lai Bảo Nguyệt Trí Nghiêm Quang Âm Tự Tại Vương Phật, thân màu vàng đỏ. Hai tay bắt ấn giống như vị Phật ở ngay kế bên dưới.

Trên đỉnh đầu vị Phật thứ sáu này là một hoa sen và dĩa mặt trăng, và trên đó là Đức Như Lai Thiện Danh Xưng Cát Tường Vương Phật, thân màu vàng. Hai tay bắt ấn giống như vị Phật ở ngay kế bên dưới.

Khẩn cầu các vị Phật Dược Sư

Bạn chấp hai tay và phủ phục lạy sát trên sàn nhà, vừa lạy vừa đọc bảy lần lời khẩn cầu với hồng danh từng vị Phật, và bạn khởi lên sự chân thành tận đáy lòng mình qui y vào vị Phật vừa xướng danh để bảo đảm cho lời khẩn cầu của bạn được có kết quả nhanh chóng, cho dù là bạn đang cầu xin cho một bệnh nhân được phục hồi hoặc cầu xin thành công trong công việc riêng hay cho một Pháp sự.

Nếu bạn đang hành trì pháp Dược Sư Phật này cho một người đang hấp hối hay đã chết rồi, bạn hãy khởi lên trong tâm mình sự cầu xin cho người đó được tái sinh ở một cõi Tịnh độ hay ở các cảnh giới cao.

Sau lần tụng thứ bảy, khi bạn tụng lời khẩn cầu, [hãy quán tưởng] vị Dược Sư Phật ở bên trên sẽ hòa nhập vào vị Dược Sư Phật ở ngay kế bên dưới. [Sau đây là các lời khẩn cầu:]

Con thành tâm đảnh lễ, cúng dường và qui y nương tựa
vào Đức Như Lai Thiện Danh Xưng Cát Tường Vương

Phật,[1] *đấng thấu biết chân tánh của mọi sự, đấng toàn giác dứt trừ mọi ô nhiễm (7 biến)*

Cầu mong sao đại nguyện mà Đức Phật đã phát khởi cũng như các lời nguyện con đang khẩn cầu, tất cả đều được trở thành sự thực ngay tức thì cho con và cho tất cả chúng sinh hữu tình khác.

Lúc này, bạn hãy quán tưởng rằng Đức Như Lai Thiện Danh Xưng Cát Tường Vương Phật hoan hỷ chấp nhận lời khẩn cầu của bạn và rót xuống người bạn nước cam lồ để tẩy sạch tất cả bệnh tật, ma quỷ ám, nghiệp chướng xấu xa khỏi thân và tâm bạn. Rồi Đức Thiện Danh Xưng Cát Tường Vương Phật tan thành ánh sáng và hòa nhập vào Đức Bảo Nguyệt Trí Nghiêm Quán Âm Tự Tại Vương Phật.

[Bạn cũng quán tưởng như vậy sau khi đọc câu khẩn cầu này với từng vị Phật sau đây:]

Con thành tâm đảnh lễ, cúng dường và qui y nương tựa vào Đức Như Lai Bảo Nguyệt Trí Nghiêm Quán Âm Tự Tại Vương Phật, đấng thấu biết chân tánh mọi sự, đấng toàn giác dứt trừ mọi ô nhiễm. (7 lần)

Cầu mong sao đại nguyện mà Đức Phật đã phát khởi cũng như các lời nguyện con đang khẩn cầu, tất cả đều

---

[1] Hồng danh của bảy vị Phật Dược Sư trong Tạng ngữ (và Anh ngữ) như sau: 1. Tsen-leg-pa Yang-drag PI-gyi Gyl-po (Renowned Glorious King of Excellent Signs), 2. Rin-po-che-dang Da-wa-dang P-m Rab-tu Gyn-pa Ke-pa Zi-ji Dra-yang gyi Gyl-po (King of Melodious Sound, Brilliant Radiance of Skill, Adorned with Jewels, Moon, and Lotus), 3. Ser-zang Dri-me Rin-chen Nang-tl Zhug-pa (Stainless Excellent Gold, Great Jewel Who Accomplishes All Vows), 4. Nya-ngn Me-chog-pl (Supreme Glory Free from Sorrow), 5. Chư-drag Gya-tsư Yang (Melodious Ocean of Proclaimed Dharma), 6. Chư-gya-tso Chog-gi-lư Nam-par Rưl-p Ngưn-par Kyn-pe Gyl-po (Delightful King of Clear Knowing, Supreme Wisdom of an Ocean of Dharma), 7. Men-gyi-lha Bi-dur-y Ư-gyi Gyl-po (Medicine Guru, King of Lapis Light).

được trở thành sự thực ngay tức thì cho con và cho tất cả chúng sinh hữu tình khác.

Con thành tâm đảnh lễ, cúng dường và qui y nương tựa vào Đức Như Lai Kim Sắc Bảo Quang Diệu Hạnh Thành Tựu Phật, đấng thấu biết chân tánh mọi sự, đấng toàn giác dứt trừ mọi ô nhiễm. (7 lần)

Cầu mong sao đại nguyện mà Đức Phật đã phát khởi cũng như các lời nguyện con đang khẩn cầu, tất cả đều được trở thành sự thực ngay tức thì cho con và cho tất cả chúng sinh hữu tình khác.

Con thành tâm đảnh lễ, cúng dường và qui y nương tựa vào Đấng Như Lai Vô Ưu Tối Thắng Cát Tường Phật, đấng thấu biết chân tánh mọi sự, đấng toàn giác dứt trừ mọi ô nhiễm. (7 lần)

Cầu mong sao đại nguyện mà Đức Phật đã phát khởi cũng như các lời nguyện con đang khẩn cầu, tất cả đều được trở thành sự thực ngay tức thì cho con và cho tất cả chúng sinh hữu tình khác.

Con thành tâm đảnh lễ, cúng dường và qui y nương tựa vào Đấng Như Lai Pháp Hải Lôi Âm Phật, đấng thấu biết chân tánh mọi sự, đấng toàn giác dứt trừ mọi ô nhiễm. (7 lần)

Cầu mong sao đại nguyện mà Đức Phật đã phát khởi cũng như các lời nguyện con đang khẩn cầu, tất cả đều được trở thành sự thực ngay tức thì cho con và cho tất cả chúng sinh hữu tình khác.

Con thành tâm đảnh lễ, cúng dường và qui y nương tựa vào Đấng Như Lai Pháp Hải Thắng Huệ Du Hý Thần Thông Phật, đấng thấu biết chân tánh mọi sự, đấng toàn giác dứt trừ mọi ô nhiễm. (7 lần)

Cầu mong sao đại nguyện mà Đức Phật đã phát khởi cũng như các lời nguyện con đang khẩn cầu, tất cả đều được trở thành sự thực ngay tức thì cho con và cho tất cả chúng sinh hữu tình khác.

Con thành tâm đảnh lễ, cúng dường và qui y nương tựa vào Đấng Như Lai Dược Sư Lưu Ly Quang Vương Phật, đấng thấu biết chân tánh mọi sự, đấng toàn giác dứt trừ mọi ô nhiễm. (7 lần)

Cầu mong sao đại nguyện mà Đức Phật đã phát khởi cũng như các lời nguyện con đang khẩn cầu, tất cả đều được trở thành sự thực ngay tức thì cho con và cho tất cả chúng sinh hữu tình khác.

Quán tưởng khi trì chú Dược Sư Phật

[Bạn hãy quán tưởng rằng,] để đáp ứng thỉnh nguyện của bạn, các tia sáng trắng bất tận xuất ra từ thân thiêng liêng và từ tim của Đức Như Lai Dược Sư Phật chiếu thẳng đến làm cho thân bạn ngập tràn ánh sáng từ đầu đến chân. Các tia sáng tịnh hóa cho bạn sạch hết tất cả bệnh tật, ma quỉ ám, cùng với nhân của chúng, và tẩy sạch mọi nghiệp chướng. Thân của bạn trở nên trong suốt như pha lê.

Rồi đến lần hai và lần thứ ba, ánh sáng rót đầy vào thân, làm bạn tràn ngập đại hỷ lạc. Sau lần thứ ba, Đức Phật Dược Sư tan vào ánh sáng trắng hoặc xanh da trời và hòa nhập vào thân bạn qua đỉnh đầu. Dòng tương tục tâm thức của bạn hoàn toàn được tịnh hóa và bạn trở thành Đức Phật Dược Sư.

(Nếu bạn chưa nhận đại lễ quán đảnh giai đoạn Tantra Hành động hay Tantra Du-già Tối thượng thì phải quán tưởng Đức Như Lai Dược Sư Phật tan vào ánh sáng, đi vào người mình qua điểm giữa hai chân mày,[1] gia hộ cho thân, khẩu và tâm của bạn).

---

[1] Đây là luân xa sáu. (ND)

Ngay tim bạn xuất hiện một đóa sen và một dĩa mặt trăng. Ngay trên chính giữa dĩa mặt trăng là mẫu tự OM màu xanh, và bao quanh mẫu tự này là các mẫu tự của mật chú Dược Sư Phật.

Khi bạn trì tụng mật chú, bạn hãy quán tưởng rằng những tia sáng từ các mẫu tự ở tim bạn phát ra mọi hướng và làm tràn ngập ánh sáng trong thân chúng sinh hữu tình trong sáu cõi và thân họ cũng phát sáng. Nhờ vào tâm đại từ của bạn mong muốn chúng sinh được hạnh phúc và tâm đại bi của bạn mong muốn chúng sinh thoát khỏi mọi đau khổ, bạn sẽ tịnh hóa tất cả chúng sinh sạch hết mọi bệnh tật, ma quỉ ám cùng với nhân của chúng, cũng như mọi nghiệp chướng.

Mật chú Dược Sư Phật (bản dài):

OM NAMO BHAGAWATE BEKANDZE / GURU BENDURYA PRABHA RANDZAYA / TATHAGATAYA / ARHATE SAMYAKSAM BUDDHAYA / TAYATHA / OM BEKANDZE BEKANDZE / MAHA BEKANDZE RANDZA / SAMUNGATE SOHA.[1]

Mật chú Dược Sư Phật (bản ngắn):

(TAYATHA)[2] / OM BEKANDZE BEKANDZE / MAHA

---

[1] Bản chú này được dịch âm từ Phạn sang Hán và chuyển âm Hán Việt trong kinh Dược Sư của Hán tạng như sau: 南無薄伽伐帝，鞞殺社窶嚕，薛琉璃，鉢喇婆，喝囉闍也。怛陀揭多耶。阿囉喝帝三藐三勃陀耶。怛姪他。唵鞞殺逝。鞞殺逝。鞞殺社。三沒揭帝。莎訶。 – Nam-mô Bạc-già-phạt-đế, Bệ-sái-xã lũ-rô. Bệ-lưu-ly, Bát-lạt-bà, hát-ra-xà-giả. Đát-đà-yết-đa-da A ra-hát-đế. Tam miệu. Tam-bột-đà-da. Đát-điệt-tha. Án. Bệ-sái-thệ. Bệ-sái-thệ. Bệ-sái-xã. Tam-một-yết-đế, Tá-ha! - Khi so sánh với bản chú trong âm Tạng ngữ này thì thấy có khác biệt nhỏ ở những chữ gần cuối đoạn. (ND)

[2] Chữ tayatha chỉ có nghĩa đơn giản là "như sau đây", nên được dùng để mở đầu trước khi thực sự đi vào đoạn mật chú. Vì thế bạn có thể tụng đọc chữ này vài ba lần vào lúc bắt đầu việc trì tụng chú.

BEKANDZE RANDZA / SAMUNGATE SOHA[1]

Khi chấm dứt việc trì tụng mật chú, bạn hãy quán tưởng rằng tất cả chúng sinh hữu tình được chuyển hóa thành hình tướng Đức Phật Dược Sư. Với sự hoan hỷ lớn lao, bạn hãy cảm nhận rằng bạn đã có khả năng dẫn dắt chúng sinh hữu tình đến cõi giác ngộ của Đức Phật Dược Sư.

Pháp quán tưởng đơn giản

Hãy quán tưởng Đức Phật Dược Sư ở trên đỉnh đầu bạn và tụng lời cầu nguyện sau đây:

Con thành tâm đảnh lễ, cúng dường và qui y nương tựa vào Đấng Như Lai Dược Sư Lưu Ly Quang Vương Phật, đấng thấu biết chân tánh mọi sự, đấng toàn giác dứt trừ mọi ô nhiễm. (7 lần)

Cầu mong sao đại nguyện mà Đức Phật đã phát khởi cũng như các lời nguyện con đang khẩn cầu, tất cả đều được trở thành sự thực ngay tức thì cho con và cho tất cả chúng sinh hữu tình khác.

Sau đó, bạn hãy trì tụng mật chú và quán tưởng rằng các tia sáng xuất ra từ tim và thân thiêng liêng của Đức Phật Dược Sư có khả năng tịnh hóa nghiệp. Các tia sáng chiếu đến người bạn, làm cho bệnh tật do cơ thể, hay bệnh do ma quỉ ám cũng như nhân của chúng, và các nghiệp chướng đều được loại trừ hết. Thân bạn tràn ngập ánh sáng và trở nên trong suốt như pha lê. Rồi các tia sáng chiếu từ thân bạn ra bên ngoài phát đi mọi hướng, chữa lành bệnh tật và khổ đau của tất cả chúng sinh hữu tình, những người từng là mẹ của bạn.

---

[1] Bản mật chú ngắn này thật ra chỉ là phần kết thúc của bản mật chú dài. (ND)

Hòa nhập

Sau khi trì tụng mật chú, Đức Phật Dược Sư tan vào ánh sáng và hòa nhập vào tim bạn. Tâm bạn trở thành một với Pháp thân, tinh túy của tất cả chư Phật.

Hồi hướng

Nhờ vào công đức tích lũy được từ việc hành trì Pháp Phật Dược Sư này, cầu mong sao con hoàn tất được hạnh Bồ Tát mênh mông như đại dương; cầu mong sao con trở thành nơi nương tựa thánh thiện thiêng liêng và là người dẫn dắt chúng sinh hữu tình luân lạc [trong luân hồi], là những người đã từng thương yêu tử tế với con trong vô lượng kiếp quá khứ.

Nhờ vào tất cả công đức của con trong quá khứ, hiện tại và vị lai, cầu mong sao bất kỳ chúng sinh nào được thấy con, nghe con, chạm vào người con, nhớ nghĩ đến con hay nói về con sẽ lập tức được giải thoát mọi khổ đau và hưởng được hạnh phúc viên mãn mãi mãi.

Nhờ vào tất cả công đức mà con tích lũy được trong ba đời cùng với tất cả công đức của chư Phật, chư Bồ Tát và tất cả chúng sinh, cầu mong sao con trở thành nền tảng cho sự sống của mọi chúng sinh nhiều như không gian, giống như tâm bi mẫn của Đức Phật Dược Sư ôm trọn tất cả chúng sinh hữu tình.

Nhờ vào tất cả công đức này (vốn là không), cầu mong sao bản thân con (vốn là không) mau chóng thành tựu sự giác ngộ của Đức Phật Dược Sư (vốn là không) và chỉ riêng một mình con (vốn là không) sẽ dẫn dắt tất cả chúng sinh hữu tình (vốn là không) đạt đến sự giác ngộ đó (vốn là không).

B. ĐỨC PHẬT DƯỢC SƯ

Pháp tu tập tuy đơn giản nhưng sâu sắc này thiền định về Đức Phật Dược Sư và bốn thiên nữ dược sư được ngài Liên Hoa Sinh, một vị đại sư Ấn Độ giảng dạy.[1] Pháp thiền này giúp chữa lành bất kỳ bệnh nào mà chúng ta đã mắc phải và bảo vệ chúng ta không bị bệnh trong tương lai. Dĩ nhiên, dù áp dụng pháp thiền định hay kỹ thuật nào khác đi chăng nữa thì phương pháp chữa lành bệnh rốt ráo nhất thiết phải liên quan đến tâm chúng ta, đến thiện tâm của ta. Trên tất cả, chúng ta nhất định phải cần đến sự quán sát tâm và bảo vệ tâm khỏi bị những suy nghĩ phiền não gây rối. Trong khi các pháp thiền định về Bổn tôn có thể giúp chúng ta nhận được sự gia trì, thì cách quan trọng nhất vẫn là thực hành bảo vệ tâm trong đời sống hằng ngày.

Động cơ

Dù bạn làm bất cứ việc gì thì chủ yếu vẫn là phải phát sinh một động cơ tốt lành. Do đó, bạn hãy phát tâm như sau: *"Mục đích của đời con là giải phóng tất cả chúng sinh hữu tình thoát khỏi các vấn đề và nhân của các vấn đề đó đang nằm trong tâm, đồng thời mang tất cả chúng sinh đến bến bờ hạnh phúc và bình yên, đặc biệt là hạnh phúc vô thượng của giác ngộ viên mãn, và điều này vô cùng cần thiết. Đối với con, để làm được như vậy thì tâm và thân của con phải được khỏe*

---

[1] Pháp thiền định chữa bệnh này do ngài Liên Hoa Sinh giảng dạy, được Lama Zopa Rinpoche dịch sang tiếng Anh tại Viện Tara vào ngày 1 tháng 9 năm 1991, khi bế giảng khóa tu tập chữa bệnh lần đầu tiên. Phần "động cơ" và "hồi hướng" được thêm vào văn bản gốc. Sách được nhà xuất bản Wisdom xuất bản lần đầu vào năm 1994 với tựa đề Anh ngữ: The Healing Buddha: A Practice for the Prevention and Healing of Disease. (Đức Phật Điều Trị Bệnh: Một pháp thực hành để ngăn ngừa và điều trị bệnh)

mạnh, thanh tịnh và hoàn hảo. Cho nên, vì mục đích đem lợi lạc đến cho chúng sinh hữu tình vô lượng như không gian bao la, con sắp sửa thực hành pháp thiền định chữa bệnh này."

Thiền định

Hãy quán tưởng chính mình trong thân thể bình thường của bạn, với quả tim nằm giữa lồng ngực nhưng ở tư thế đảo ngược, quay đỉnh lên phía trên. Bên trong quả tim có một đóa sen trắng với tám cánh hoa. Ở giữa đóa sen là một dĩa mặt trăng, trên đó Đức Phật Dược Sư đang ngồi, Ngài mang hình tướng hóa sanh siêu việt nhất.[1] Thân thiêng liêng của Ngài trong suốt mà bản chất là ánh sáng màu xanh đậm, tay phải của Ngài cầm một nhánh cây *arura*, tay trái cầm một bình bát.

Phía trước mặt Đức Phật Dược Sư là thiên nữ dược sư màu trắng tên là Trí Tuệ Hiện Tiền (*Actualized Wisdom*), phía bên phải là thiên nữ dược sư màu vàng, tên là Tài Lộc Tức Thời (Simultaneous Wealth); phía sau lưng là thiên nữ rừng (*forest goddess*) màu đỏ có tên là Cổ Họng Chim Công (Peacock's Throat); phía bên trái là thiên nữ cây (*tree goddess*) màu xanh lá cây có tên là Thiên Nữ Lộng Lẫy (Radiant One). Mỗi thiên nữ đều có bản chất là ánh sáng tỏa chiếu hỷ lạc, có một mặt và hai tay. Một cành cây *arura* ở trên tay phải và một cái chén trang trí bằng nhiều trang sức khác nhau ở trên tay trái các thiên nữ. Bốn thiên nữ ngồi kiết già, nhưng không giống tư thế kiết già kim cang trọn vẹn, mà trong tư thế kính cẩn dâng phẩm vật cúng dường lên Đức Phật Dược Sư.

Sau khi quán tưởng, bạn đọc lời khẩn cầu như sau:

Con thành tâm đảnh lễ Đức Như Lai, Bậc Tịch Tĩnh, Bậc Minh Hạnh Túc, Bậc Thiện Thệ và bốn thiên nữ

---

[1] Điều này có nghĩa là tương tự như hình tướng Đức Phật Thích-ca Mâu-ni.

dược sư của Ngài Con khẩn cầu Ngài lập tức trừ dứt cơn bệnh đang gây đau khổ cho con ngay bây giờ và giúp con tránh được mọi bệnh tật trong tương lai.

Các tia sáng có màu tương ứng (với màu thân của từng vị) chiếu tỏa ra từ năm vị Bổn tôn ở tim bạn (Đức Phật và bốn thiên nữ). Tim bạn và khắp toàn thân bạn đều tràn ngập ánh sáng hỷ lạc, tịnh hóa mọi bệnh tật, ma quỷ ám, và các hành vi bất thiện cùng với chủng tử của chúng. Các chùm tia sáng ngũ sắc chiếu ra từ các lỗ chân lông trên thân thể bạn, nước cam lồ màu trắng từ bình bát của Đức Phật Dược Sư và từ bốn cái chén của bốn thiên nữ chảy xuống làm ngập tràn thân và tim bạn. Bạn hãy khởi lên một niềm tin mãnh liệt và xác quyết rằng bạn đã chế ngự được mãi mãi tất cả bệnh tật và bạn không bao giờ bị ốm đau nữa.

Trong khi thiền định tập trung nhất tâm vào sự quán tưởng này, bạn hãy trì tụng mật chú Phật Dược Sư, bản dài hoặc bản ngắn, bảy biến, hai mươi mốt biến, một trăm lẻ tám biến hoặc nhiều hơn nữa.

Mật chú Phật Dược Sư, bản ngắn:

(TAYATHA) / OM BEKANDZE BEKANDZE / MAHA BEKANDZE RANDZE / SAMUNGATE SOHA.

Mật chú Phật Dược Sư, bản dài:

OM NAMO BHAGAWATE BEKANDZE / GURU BENDURYA PRABHA RANDZARA / TATHAGATAYA / ARHATE SAMYAKSAM BUDDHAYA / TAYATHA / OM BEKANDZE BEKANDZE / MAHA BEKANDZE RANDZE / SAMUNGATE SOHA.

Nếu bạn đang bị bệnh thì sau khi đọc xong mật chú bạn hãy nhổ một ít nước bọt lên lòng bàn tay trái, rồi lấy đầu ngón tay đeo nhẫn của bàn tay phải chà lên chỗ nước bọt đó, rồi đặt đầu ngón tay đeo nhẫn vừa thấm nước bọt lên chỗ vách ngăn ở giữa hai lỗ mũi, nơi được cho là nơi có dây thần kinh Vua Tất Cả Các Hạnh (*All-Doing King Nerve*), rồi bôi chỗ nước miếng đó vào chỗ bị đau trên cơ thể. Sau đó, hãy trì tụng càng nhiều lần càng tốt ba mật chú theo âm Sanskrit như dưới đây, nhớ đọc đầy đủ cả ba mật chú:

1. Các nguyên âm tiếng Phạn (Sanskrit vowels):

OM A AA I II U UU RI RII LI LII E AI O AU AM AH SVAHA.

2. Các phụ âm tiếng Phạn (Sanskrit consonants):

OM KA KHA GA GHA NGA / TSA TSHA DZA DZHA NYA / TA THA DA DHA NA / TA THA DA DHA NA / PA PHA BA BHA MA / YA RA LA VA / SA SHA SA HA KSHA SVAHA.

3. Tâm yếu duyên khởi (The Heart of Dependent Arising)

OM YE DHARMA HETU-PRABHAVA HETUN TESHAN TATHAGATO HYA VADAT / TESHAN CA YO NIRODHA / EVAM-VADI / MAHA-SRAMANAH YE SVAHA.

Pháp thực hành này là một Pháp bảo (*terma*) của Ngài Liên Hoa Sinh, giúp che chở bạn tránh được những bệnh gây khổ đau trong hiện tại và cả những bệnh mà bạn chưa mắc phải.

Hồi hướng

Nhờ vào tất cả thiện hạnh mang đến hạnh phúc mà con đã làm trong quá khứ, hiện tại và kể cả tương lai, cầu mong sao thiện tâm tối thượng - là tâm chăm sóc tất cả chúng sinh hữu tình và là nguồn hạnh phúc trong ba đời của chính con và của những người khác - sẽ được khởi sinh trong tâm của những ai chưa có thiện tâm đó, và sẽ được tăng trưởng trong tâm của những ai đã sẵn có.

Nhờ vào thiện hạnh trong ba đời của con và của tất cả các bậc thánh giả với tâm hoàn toàn thanh tịnh, cầu mong sao tất cả chúng sinh hữu tình từng là cha, mẹ của con đều có được hạnh phúc. Cầu mong sao chỉ riêng mình con tạo ra được điều đó, và cầu mong sao cả ba cõi xấu ác đều vĩnh viễn trống không.

Cầu mong sao các đại nguyện của tất cả các vị thánh giả - những người đã hiến dâng cuộc đời cho hạnh phúc của các chúng sinh khác - được thành tựu tức thì, và cầu mong sao chỉ riêng mình con tạo ra được điều đó.

Nhờ vào các thiện hạnh trong ba đời của con và của tất cả các bậc thánh giả, cầu mong sao con đạt được hạnh phúc vô thượng của giác ngộ viên mãn - trạng thái tâm thoát khỏi mọi lỗi lầm và hoàn tất mọi thiện hạnh - và dẫn dắt tất cả chúng khác đạt được trạng thái đó.

17.

GIỚI THIỆU VỀ PHÓNG SINH

Phóng sinh là một phương pháp rất thực tiễn và có năng lực giúp kéo dài mạng sống khi một người chưa già nhưng đang trong tình trạng nguy hiểm có thể chết bất kỳ lúc nào. Việc thực hành [các pháp] về Tara Trắng, Namgyalma hay về một đấng giác ngộ nào khác dĩ nhiên cũng cần được thực hiện để cầu nguyện kéo dài tuổi thọ. Bệnh nhân cần nhận lễ quán đảnh về một vị Bổn tôn trường thọ (*long-life deity*) từ một vị Lama đạo hạnh, và sau đó chuyên tâm thiền định và trì tụng các mật chú phối hợp với vị Bổn tôn này. Để bảo đảm được kéo dài thọ mạng, người ta cũng thường làm các *tsa-tsa*[1] để tịnh hóa nghiệp chướng.

Những cái chết được gọi là "oan uổng" khi người ta bất thình lình bị chết ngay cả khi họ còn đủ phước đức để sống lâu hơn nữa.[2] Họ đã làm những thiện hạnh trong quá khứ nhờ đó đã tạo được nhân để lẽ ra được sống lâu hơn, nhưng đồng thời họ đã làm một hành vi bất thiện nặng nề do tâm vị kỷ thúc đẩy hay vì một trong những mê lầm khác nào đó thúc đẩy, và như vậy họ tạo nên chướng ngại cho cuộc sống, khiến

---

[1] Tức là hình tượng các Bổn tôn làm bằng đất sét nhồi hay thạch cao. (ND)

[2] Bản kinh Dược Sư trong Hán tạng dùng chữ "hoạnh tử" (横死) để chỉ các trường hợp chết oan uổng như thế này. Theo Bồ Tát Cứu Thoát dẫn lời Phật dạy để đáp lời ngài A-nan thì có 9 cách chết oan uổng khác nhau. Thông thường ta vẫn gọi là chết yểu hay yểu mạng, nhưng như vậy chưa đủ chính xác vì nó hàm ý người chết còn trẻ tuổi, không bao gồm được những trường hợp người lớn tuổi nhưng vẫn có thể chết "oan uổng" nếu phước đức của họ cho phép sống lâu hơn nữa. Xin tham khảo thêm bản Việt dịch kinh Dược Sư của Đoàn Trung Còn và Nguyễn Minh Tiến, NXB Tôn giáo. (ND)

phải chịu đựng cái chết. Một cái chết oan uổng có thể xảy ra do bệnh tật, tai nạn xe hơi hay một nguyên nhân nào khác.[1]

Để phóng sinh, bạn hãy mua các con vật đang còn sống tại những nơi chúng chắc chắn sẽ bị giết hoặc bán cho người ta giết thịt, rồi mang các con vật đó đến thả ở một nơi càng an toàn càng tốt, một nơi để chúng có thể được sống lâu hơn.

Điểm mấu chốt của phóng sinh là thông qua việc cứu các con vật khỏi bị giết, bạn kéo dài sự sống cho chúng và đương nhiên là cuộc sống của bạn sẽ được kéo dài thêm. Gieo nhân nào thì gặt quả đó. Nếu bạn trồng khoai tây thì mọc lên khoai tây; nếu bạn trồng ớt thì mọc lên cây ớt. Cây nào mọc lên tất nhiên là tùy thuộc vào loại giống mà bạn gieo trồng xuống. Tương tự như vậy, một thiện hạnh bạn đã làm để kéo dài cuộc sống cho các con vật, đương nhiên thiện hạnh đó cũng sẽ kéo dài cuộc sống cho bạn.

Vì phóng sinh là cách thức để ngăn ngừa sự chết oan uổng và kéo dài cuộc sống, nên cách thức này thường rất có lợi khi áp dụng cho trường hợp bệnh nan y, đặc biệt là ung thư. Nhiều người đã áp dụng cách thức này và đã phục hồi bệnh ung thư giai đoạn cuối. Ở chương hai, tôi đã đề cập trường hợp cô Alice bị ung thư và đã phóng sinh hàng ngàn con vật; đó là một trong những cách thức giúp kéo dài cuộc sống của cô.

---

[1] Bản kinh Dược Sư trong Hán tạng, Bồ Tát Cứu Thoát dẫn lời đức Phật lược nói về 9 trường hợp chết oan uổng như sau: 1. Vì ngu si tin theo tà kiến điên đảo đành phải chết oan uổng. 2. Vì bị vua quan bức tử. 3. Vì tham dâm, mê rượu, phóng túng vô độ, bị loài phi nhân đoạt mất tinh khí mà chết. 4. Vì nạn lửa đốt cháy mà chết. 5. Vì chìm dưới nước mà chết. 6. Vì bị các loài thú dữ ăn thịt. 7. Vì té ngã nơi núi non hiểm trở mà chết. 8. Vì trúng thuốc độc, do trù ếm, chú thuật, các loài ma quỷ hại chết. 9. Vì quá đói khát, không có thức ăn uống mà chết. Ngoài ra vẫn còn có rất nhiều trường hợp chết oan uổng khác nữa. Nói chung là người chết lẽ ra vẫn còn đủ phước đức để sống thêm nữa nhưng do gặp phải một chướng duyên quá mạnh mẽ nên phải chết bất ngờ. (ND)

Nói chung, nếu chúng ta muốn khỏe mạnh và sống lâu trong kiếp này cũng như nhiều kiếp sau, chúng ta nên phát nguyện không giết hại các chúng sinh khác. Những cách thực hành khác nữa để kéo dài cuộc sống có thể kể đến như nguyện giữ Tám Giới Đại Thừa và trì tụng một số mật chú có năng lực mãnh liệt. Việc phóng sinh cơ bản là để kéo dài cuộc sống, và việc trì tụng mật chú có tác dụng nhiều hơn trong việc chữa lành bệnh hay để che chở bệnh nhân khỏi bị ám hại bởi ma quỉ, vì trong một vài trường hợp, ma quỉ ám trở thành điều kiện (duyên) của bệnh. Phóng sinh cũng giống như việc ăn uống theo chế độ đặc biệt để tăng cường sức khỏe, trong khi trì tụng mật chú giống như uống thuốc để diệt vi trùng gây bệnh.

Mặc dù nghi lễ puja hay các pháp khác có thể áp dụng để kéo dài cuộc sống, nhưng phóng sinh là một pháp thực hành đặc biệt hữu hiệu. Việc phụng sự chúng sinh cũng là một cách hữu hiệu. Việc giúp đỡ bệnh nhân bằng cách cung cấp thức ăn uống, quần áo, chỗ ở hay thuốc men cũng tạo nhân kéo dài cuộc sống, cũng giống như việc cho người đang bị đói ăn.

Cách tốt nhất để cứu sống một con vật là bạn có thể tự mình chăm sóc nó. Bằng cách cho các con vật ăn hằng ngày, bạn thực hành Pháp bố thí và tạo ra nhiều thiện nghiệp, nhân của hạnh phúc. Bạn không chỉ mang hạnh phúc đến cho con vật mà còn liên tục tạo nhân cho hạnh phúc của chính mình trong tương lai. Hơn nữa, nếu con vật đó là loài ăn thịt, bạn sẽ giúp ngăn cản việc nó giết hại các con vật khác.

Phóng sinh không chỉ thực hiện vì lợi ích cho bản thân mình. Bạn cũng có thể hồi hướng công đức cho những người trong gia đình hay những người khác. Thực ra, bạn có thể hồi hướng cho tất cả chúng sinh hữu tình. Nếu bạn không có nhiều tiền, cách dễ làm nhất và rẻ nhất là bạn mua giun và phóng sinh chúng. Nếu bạn phóng sinh cá ở sông hồ, có thể chúng sẽ bị cá lớn ăn thịt, trong khi đó, như tôi đã nói, những con giun được thả ra sẽ biến ngay vào lòng đất. Việc phóng sinh cá thường là rất khó trừ phi bạn có thể thả chúng vào những ao hồ đặc biệt không có những kẻ thù trong thiên nhiên làm hại chúng.

Phóng sinh là cách thực hành rất phổ biến trong giới Phật tử người Hoa và thường được tiến hành tại các chùa, đền Trung Hoa. Các ngôi đền ở Singapore, Đài Loan, Hồng Kông thường có hồ lớn đặc biệt được bảo vệ để nuôi rùa. Khi người ta phóng sinh rùa, họ mang rùa đến chùa và thả vào các hồ đó. Du khách đến viếng chùa thường mang cho thực phẩm hoặc chỉ đơn giản là dạo chơi và ném bánh mì hay các loại thức ăn khác cho rùa.

Thực hành phóng sinh với sáu pháp ba-la-mật

Khi việc phóng sinh được thực hiện một cách hoàn hảo thì nó bao gồm cả sáu pháp ba-la-mật: bố thí, trì giới, nhẫn nhục, tinh tấn, thiền định và trí tuệ.

Việc thực hành cúng dường hay bố thí có bốn loại: *từ ái thí* (bố thí tình thương), *vô úy thí* (giúp chúng sinh khỏi sự sợ hãi), *Pháp thí* (giảng Pháp), và *tài thí* (cho tặng tiền bạc hay vật chất).

[Khi thực hành phóng sinh] chúng ta tu tập *từ ái thí*, vì chúng ta không chỉ mong muốn cho các con vật có được hạnh phúc mà còn thực sự đem hạnh phúc đến cho chúng bằng việc cứu thoát chúng.

[Khi thực hành phóng sinh] chúng ta thực hành *vô úy thí*, vì chúng ta ngay tức thì giải thoát chúng khỏi sự sợ hãi bị giết hay bị hãm hại. Vì nghi thức phóng sinh cũng tịnh hóa nghiệp cho các con vật được phóng sinh, nên ta cũng giúp giải thoát chúng khỏi các cảnh giới thấp.

[Khi thực hành phóng sinh] chúng ta cũng thực hành *Pháp thí* khi trì tụng các mật chú có năng lực mãnh liệt để chú nguyện vào nước và sau đó rưới lên các con vật; việc này sẽ đem lợi lạc cho chúng vì tịnh hóa được các nghiệp bất thiện và giúp chúng có sự tái sinh tốt đẹp như ở cõi người, cõi trời hay cõi Tịnh Độ.

Khi chúng ta cho các con vật được phóng sinh ăn, đó là hình thức bố thí thứ tư, *tài thí*, tức bố thí vật chất.

[Khi thực hành phóng sinh] chúng ta tu tập *trì giới* vì tránh không làm hại các chúng sinh khác.

[Khi thực hành phóng sinh, chúng ta] tu tập *nhẫn nhục* theo ba ý nghĩa: sự nhẫn nhục tuyệt đối chỉ nghĩ đến Chánh pháp, sự nhẫn nhục tự nguyện gánh chịu khổ đau [thay cho chúng sinh] và sự nhẫn nhục không giận dữ với người khác hay sinh vật khác vào lúc phóng sinh.

Còn việc kiên trì chịu đựng khó nhọc khi phóng sinh, như đi mua các con vật phóng sinh rồi chuyên chở tới nơi thả chúng, những hành động này thuộc về hạnh *tinh tấn*.

[Khi thực hành phóng sinh, chúng ta] tu tập *thiền định* vì khi duy trì sự tỉnh thức về động cơ làm việc phóng sinh sao cho chúng ta không ngừng có những suy nghĩ hiền thiện trong suốt quá trình phóng sinh.

Còn sự tu tập trí tuệ là thấy biết bản thân chúng ta, hành động phóng sinh và các con vật được phóng sinh, tất cả chỉ hoàn toàn là do tâm gán đặt tên gọi.

Những lợi lạc của pháp thí

Điều hết sức quan trọng là chúng ta phải thực hiện việc phóng sinh theo cách thức hữu hiệu nhất - không chỉ là để cho bản thân ta hay một người nào khác sẽ sống lâu hơn, mà là để việc phóng sinh này sẽ thực sự làm lợi lạc cho các con vật. Theo ý nghĩa này thì việc thực hành *Pháp thí* là cực kỳ quan trọng. Nếu chúng ta chỉ mua các con vật từ nơi chúng sắp bị giết rồi đem thả ở nơi mà sự sống của chúng không còn bị đe dọa, thì chúng ta không mang đến cho chúng được nhiều lợi lạc. Vì không có cơ hội nghe Pháp nên sau khi chết đa số chúng sẽ tái sinh làm súc vật trở lại hay rơi vào các cảnh giới thấp hơn.

Dĩ nhiên, việc làm của ta cũng mang một phần lợi lạc cho chúng vì giúp chúng kéo dài sự sống, nhưng lợi lạc lớn nhất là giúp chúng được nghe trì tụng mật chú và những giáo pháp của đức Phật. Việc tụng đọc các giáo pháp về tánh Không, Bồ-đề tâm và mật chú sẽ để lại chủng tử trong tâm các con vật và bảo đảm rằng trong tương lai chúng sẽ được thân người, sẽ được nghe Pháp và tu tập Pháp, và sẽ thực hành con đường tu tập hướng tới giác ngộ. Việc tụng đọc giáo pháp của Đức Phật cho chúng nghe sẽ không chỉ giúp chấm dứt khổ đau của chúng trong luân hồi, mà còn làm cho chúng có khả năng đạt tới giác ngộ viên mãn. Như vậy chúng ta mang đến cho các con vật điều lợi lạc tối thượng, cứu giúp chúng hoàn toàn thoát khỏi sự khổ đau trong luân hồi cùng với nhân của khổ đau đó. Chính điều này khiến cho việc phóng sinh của chúng ta cực kỳ quý giá, cực kỳ thú vị.

Có rất nhiều câu chuyện cho thấy rõ những lợi lạc từ việc Pháp thí theo cách này. Chẳng hạn, sau khi Đức Phật Bổn Sư Thích-ca Mâu-ni giảng Pháp cho 500 con thiên nga thì đến kiếp sau tất cả đều trở thành các vị tăng sĩ và A-la-hán. Nói cách khác, chúng hoàn toàn chấm dứt kiếp luân hồi. Một con chim bồ câu đã từng nghe Tôn giả Long Thọ (Nagarjuna) tụng kinh và sau tái sinh làm người, trở thành một vị sư rồi thành một Tôn giả. Tương tự, Tôn giả Thế Thân (Vasubandhu) nuôi một con chim bồ câu, từng được nghe Tôn giả tụng kinh. Và trong kiếp sau, con chim bồ câu đó tái sinh làm người, trở thành một nhà sư và đã viết bốn luận giảng về các giáo pháp đã được nghe khi còn là con chim bồ câu trong kiếp trước.

Có một câu chuyện về các thương gia Ấn Độ đang bị nguy khi chiếc tàu của họ sắp bị một con cá mập rất lớn nuốt chửng. Khi các thương gia lớn tiếng tụng bài kệ qui y, con cá liền ngậm miệng lại rồi chết. Sau đó nó tái sinh thành người tên là *Shrijata*, rồi trở thành nhà sư và tu tập chứng quả A-la-hán. Cũng chính con cá này trong kiếp quá khứ vốn là một con ruồi đã từng đậu trên một đống phân [trôi] nhiều quanh bảo tháp, nhờ thiện nghiệp này mà kiếp sau nó tái sinh được vào chùa và trở thành một nhà sư.

Câu chuyện Shrijata: Những lợi lạc khi đi nhiễu quanh bảo tháp

Mãi đến lúc đã già, ông Shrijata mới bắt đầu tu tập Pháp, nhưng ông trở thành vị A-la-hán chỉ trong một đời. Khi tám mươi tuổi, ông Shrijata vẫn còn tại gia, nhưng ông chán nản vì gia đình đối xử không tốt. Các đứa trẻ luôn trêu chọc ông. Vào một ngày, ông cảm thấy hoàn toàn thất vọng vì bị trêu chọc quá đáng, nên ông ta nghĩ rằng "Cuộc sống sẽ rất bình an nếu mình rời nhà vào sống trong tu viện."

Và Shrijata bỏ nhà ra đi xin vào sống trong một tu viện gần nhà, vị Tu viện trưởng là Ngài Xá Lợi Phất, một đệ tử lớn của Đức Phật Thích-ca Mâu-ni.

Ngài Xá Lợi Phất, bậc trí tuệ siêu việt, muốn biết xem ông lão có căn duyên trở thành nhà sư hay không, nhưng Ngài không thể quán sát thấy được gì cả. Ngài Xá Lợi Phất liền bảo với ông già: "Thông thường ở trong tu viện, các sư đều phải học, nếu không thể học được thì phải quét dọn hay phục vụ các sư khác. Ông thì quá già không học được, cũng không phục vụ người khác được." Rồi Ngài Xá Lợi Phất từ chối việc xuống tóc xuất gia cho ông lão.

Shrijata rất bức xúc vì bị từ chối. Ông khóc, khóc mãi và đập đầu vào cổng tu viện. Sau một lúc, ông bỏ đi ra đến một công viên gần đó và tiếp tục khóc. Vào lúc này, Đức Phật Thích-ca Mâu-ni đang ở Ấn Độ. Tâm toàn giác của Đức Phật luôn luôn thấy biết mọi chúng sinh trong bất kỳ lúc nào, nên khi một chúng sinh có nghiệp đúng lúc cần sự dẫn dắt của Ngài thì Ngài lập tức xuất hiện trước mặt với bất kỳ hình tướng nào thích hợp với tâm thức họ, để dẫn dắt họ.

Theo con mắt người thường thì Đức Phật đang ở xa Shrijata, nhưng Ngài lập tức hiện ra trước mặt ông lão và hỏi xem ông ta phiền muộn điều gì. Ông lão kể lại rõ ràng mọi sự, kể cả việc Ngài Xá Lợi Phất đã từ chối không cho ông vào tu viện. Đức Phật bảo rằng ông lão quả có căn duyên xuất gia. Đức Phật dạy: "Xá Lợi Phất chưa tích lũy đủ hai loại công đức là trí tuệ và phương tiện. Tuy nhiên, Ta có đầy đủ hai loại công đức đó và đã thành tựu giác ngộ viên mãn, nên Ta thấy biết ông quả thật có thiện nghiệp trở thành người xuất gia."

Lời dạy của Đức Phật có nghĩa rằng, dù Ngài Xá Lợi Phất đã là một vị A-la-hán nhưng vẫn còn bị che chướng nên không thể thấy biết được hết các hiện tượng vi tế. Theo nghĩa đen, A-la-hán có nghĩa là "bậc chiến thắng kẻ thù". Đây không nói đến kẻ thù bên ngoài, mà nói đến đến kẻ thù bên trong, tức các vọng tưởng mê lầm (vô minh) và nhân của chúng, từ đó phát sinh tất cả khổ đau. Khi đã hoàn toàn trừ dứt kẻ thù bên trong, các vị A-la-hán thành tựu hạnh phúc giải thoát tối thượng vĩnh viễn, nhưng vì chưa hoàn tất sự tích lũy hai loại công đức, các Ngài vẫn còn những che chướng vi tế. Mặc dù các Ngài đạt được những chứng ngộ và thần thông không thể nghĩ bàn, nhưng các Ngài không thấy biết hết các hiện tượng vi tế.

Ngược lại, Đức Phật đã hoàn tất hai loại công đức, có nghĩa là Đức Phật đã tịnh hóa hết hai loại che chướng, thành tựu tâm toàn giác, do đó thấy biết hết mọi nghiệp vi tế. Nói cách khác, thiện nghiệp trở thành người xuất gia của ông lão là một thiện nghiệp vi tế mà chỉ có Đức Phật mới thấy biết được.

Đức Phật thấy rằng Shrijata đã tạo được nghiệp trở thành người xuất gia, dù thiện hạnh đó đã được làm ở một nơi xa xôi và vào một thời gian rất lâu trong quá khứ không thể tưởng tượng được. Đức Phật dạy rằng, trong một kiếp quá khứ rất lâu xa, Shrijata là một con ruồi bay quanh cái tháp. Có một giải thích khác là con ruồi đậu trên đống phân bò và đống phân ấy nổi trên mặt nước chảy quanh cái tháp. Lại một giải thích khác nữa là con ruồi bay theo mùi phân bò nằm rải rác chung quanh cái tháp và vì thế đã may mắn hoàn tất được một vòng nhiễu quanh cái tháp.

Cho dù con ruồi chẳng hề biết cái tháp là vật thiêng liêng, hay việc bay quanh cái tháp sẽ là nhân cho sự giải thoát, nhưng việc bay quanh tháp một cách vô ý thức đó đã tịnh hóa được nghiệp và tích lũy công đức, và như vậy đã trở thành nhân cho hạnh phúc. Con ruồi đã hành động hoàn toàn vì tham luyến mùi phân bò. Động cơ của nó hoàn toàn là không phước đức. Tuy nhiên, nhờ năng lực của thánh vật (bảo tháp) nên việc bay vòng quanh bảo tháp trở nên có phước đức. Đức Phật dạy rằng, thiện hạnh nhỏ của việc bay quanh tháp đã tạo ra nhân khiến Shrijata trở thành người xuất gia.

Khi Đức Phật quán xét xem ai có mối quan hệ nghiệp với ông lão để có thể chăm sóc dạy bảo ông ta, Ngài biết rằng Mục Kiền Liên, vị A-la-hán thần thông bậc nhất sẽ là thầy của Shrijata. Trong số hai đệ tử lớn của Đức Phật, Xá Lợi Phất có trí tuệ bậc nhất và Mục Kiền Liên có thần thông bậc nhất. Để có khả năng dẫn dắt, vị thầy cần có mối liên hệ nghiệp với người học trò. Nếu không có mối liên hệ nghiệp, vị thầy không thể thực sự làm lợi lạc cho học trò được. Và Đức Phật gửi Shrijata đến Ngài Mục Kiền Liên, lúc đó cũng là Tu viện trưởng ở một tu viện khác.

Sau khi Shrijata xuất gia, các tăng sĩ trẻ trong tu viện này lại trêu chọc ông lão, biến ông thành trò cười. Vào một ngày, ông lão bức xúc tột cùng vì bị trêu chọc nên bỏ tu viện ra đi. Ông quyết định nhảy sông tự tử. Ngay lúc đó, Ngài Mục Kiền Liên đi tìm ông lão. Vì không thấy ông trong tu viện, Ngài dùng thần thông quán xét xem ông ta đang ở đâu và thấy được ông lão nhảy sông tự tử. Ngài Mục Kiền Liên sử dụng thần thông xuất hiện tại chỗ và kéo ông lên. Shrijata rất đỗi ngạc nhiên vì ông không hề báo trước cho thầy của mình về ý định tự tử. Ông đã không nói nên lời. Ngài Mục Kiền Liên hỏi lý do thì ông lão đứng lặng thinh, miệng há hốc vì quá kinh ngạc. Cuối cùng, ông lão hoàn hồn và nói ra lý do thì Ngài Mục Kiền Liên dạy rằng: "Lý do mà ông bỏ tu viện đi tự tử là vì ông chưa có sự chán bỏ luân hồi." Rồi Ngài Mục Kiền Liên bảo ông lão nắm chéo áo của Ngài, và Ngài cùng với ông lão bay lên bầu trời.

Họ bay qua nhiều biển rộng cho đến khi tới một ngọn núi lớn bằng xương. Họ đáp xuống ngọn núi bằng xương đó và ông lão hỏi thầy: "Những xương này là của ai?" Ngài Mục Kiền Liên trả lời: "Ồ! Những xương này đều là của ông trong đời quá khứ." Ông lão trước đây từng sinh ra làm một con cá mập [khổng lồ]. Ngay khi nghe thầy nói như vậy, lông trên người Shrijata dựng đứng lên và lập tức phát sinh tâm buông bỏ luân hồi. Nhận thức được rằng luân hồi có bản chất đau khổ, mọi sự đều vô thường, ông lão phát sinh một quyết tâm dũng mãnh thoát khỏi luân hồi, thoát khỏi khổ đau và nhân của khổ đau.

Và vì thế, Shrijata đi vào con đường tu tập và trở thành A-la-hán ngay trong đời đó. Mặc dù sau tám mươi tuổi mới bắt đầu tu tập Pháp, nhưng Shrijata không những trở thành tăng sĩ mà còn đạt được quả vị A-la-hán, vượt khỏi vòng sinh diệt, hoàn toàn tự giải thoát mình khỏi khổ đau của luân hồi. Vị A-la-hán đạt sự giải thoát trọn vẹn, thoát khỏi mọi khổ đau và nhân khổ đau, bao gồm cả hạt giống của vọng tưởng mê lầm. Vị A-la-hán an trụ trong trạng thái như vậy nhiều kiếp, cho đến khi Đức Phật thấy đã đến lúc dẫn dắt tâm của vị đó vào con đường Đại thừa. Rồi Đức Phật chiếu các chùm tia sáng từ bàn tay và đọc một câu kệ nào đó cho vị A-la-hán, và như vậy vị A-la-hán đi vào con đường Đại thừa và tu tập để hiện thực hóa con đường Đại thừa, từng bước chấm dứt các ô nhiễm vi tế. Khi tất cả các ô nhiễm vi tế đã hoàn toàn trừ dứt, vị đó thành tựu con đường tu tập và trở nên giác ngộ; và rồi vị đó có thể giác ngộ cho vô số chúng sinh hữu tình khác.

Ông lão này có được khả năng giác ngộ vô số chúng sinh hữu tình là nhờ vào sự giác ngộ của ông ta; sự giác ngộ của ông ta đến từ việc đi vào con đường Đại thừa; việc ông ta đi vào con đường Đại thừa đến từ việc đi vào con đường giải thoát và trở thành một vị A-la-hán, và quả vị A-la-hán đến từ việc ông xuất gia. Và ông ta đã có khả năng trở thành một người xuất gia là nhờ vào nghiệp quả rất vi tế khi còn là con ruồi đã nhiễu quanh cái tháp. Con ruồi không hề biết cái tháp là một thánh vật có khả năng tịnh hóa tâm chúng sinh, nó chỉ vì tham đắm mùi phân bò mà đã bay vòng quanh cái tháp và hoàn tất sự bay nhiễu quanh thánh vật. Tất cả mọi sự phát xuất từ thiện hạnh rất nhỏ do đã bay quanh cái tháp. Mọi sự - mọi thực chứng của năm con đường nối tiếp dẫn đến giải thoát[1] và mọi thực chứng của con đường Đại thừa đưa đến giác ngộ - đều bắt đầu từ thiện nghiệp rất nhỏ mà con ruồi đã tạo ra. Điều này cho thấy bảo tháp, tranh tượng, các bản kinh văn và các thánh vật khác nữa đều có năng lực mang đến những chứng ngộ. Tất cả các thánh vật đều rất lợi lạc trong việc tịnh hóa tâm, mang đến mọi thứ hạnh phúc và cuối cùng dẫn đến giác ngộ. Bảo tháp là thánh vật có năng lực mãnh liệt đến nỗi ngay cả một sự đi nhiễu không cố ý quanh đó cũng giúp cho chúng sinh tịnh hóa các nghiệp bất thiện và tích lũy công đức.

Từ đó có thể suy ra rằng, một khi có dụng tâm đi nhiễu quanh bảo tháp với một thái độ tích cực mong muốn làm lợi lạc cho chúng sinh hữu tình thì thiện hạnh đó sẽ có năng lực tích cực rất mãnh liệt. Việc chúng ta đi nhiễu quanh bảo tháp sẽ có được kết quả tốt đẹp lớn lao và nhanh chóng hơn so với việc con ruồi nhiễu quanh tháp hoàn toàn không hiểu biết, không dụng ý tích cực. Mỗi lần nhiễu quanh tháp sẽ mang đến những kết quả không thể nghĩ bàn. Nó không chỉ chữa lành bệnh tật mà còn giúp chúng ta tịnh hóa được các nghiệp chướng trong quá khứ, vốn là nhân của bệnh tật. Ngoài việc giúp chúng ta chữa bệnh một cách triệt để, đi nhiễu quanh tháp còn là nhân cho sự hiện thực hóa toàn bộ con đường tu tập đưa tới hạnh phúc vô song của giác ngộ viên mãn.

Do vậy, một phương pháp thực tiễn để giúp giải thoát các con vật là mang chúng đi nhiễu quanh các thánh vật. Chẳng hạn, bạn mang một thùng chứa một trăm con giun đi nhiễu quanh tháp hay quanh một thánh vật nào khác, cứ đi một vòng thì bạn đã ban tặng món quà lớn nhất là sự giác ngộ đến cho một trăm con giun đó. Nếu bạn mang một ngàn con

---

[1] Năm giai đoạn là: giai đoạn tích lũy, giai đoạn nối kết, giai đoạn nhìn thấy, giai đoạn thiền định và giai đoạn không còn gì để học. (Tư lương đạo, Gia hành đạo, Thông đạt đạo, Tu tập đạo và Vô học đạo) (ND)

giun, thì cứ mỗi lần đi vòng quanh bạn mang sự giác ngộ đến cho một ngàn chúng sinh hữu tình từng là mẹ của bạn. Bạn cũng đang giúp giải thoát các chúng sinh này khỏi luân hồi; bạn đang giúp chấm dứt khổ đau luân hồi của họ, một dòng tương tục từ vô thỉ đến nay - điều đáng sợ nhất của khổ đau luân hồi là nó không có điểm khởi đầu. Bạn đang giúp một ngàn chúng sinh hữu tình từng là mẹ của bạn thoát khỏi cõi luân hồi từ vô thỉ này. Bạn cũng đang giúp họ có một tái sinh tốt; bạn đang mang lại sự tái sinh tốt cho hàng trăm hay hàng ngàn đời cho một ngàn chúng sinh hữu tình từng là mẹ của bạn.

Chỉ một lần đi nhiễu quanh các thánh vật có thể tạo ra nhân để có hàng trăm hay hàng ngàn tái sinh tốt, vì nghiệp có tính phát triển - sức phát triển của nghiệp mạnh hơn nhiều so với các hiện tượng vật chất bên ngoài tâm. Một hạt giống nhỏ có thể mọc lên thành một cây to với hàng chục ngàn cành lá, hoa quả, nhưng nghiệp gia tăng thậm chí còn nhiều hơn thế.

Trong nghi thức phóng sinh, việc giúp tịnh hóa [nghiệp của] các con vật bằng cách dùng nước đã chú nguyện là rất tốt, nhưng cũng rất tốt [nếu có thể] mang các con vật đi nhiễu quanh những thánh vật. Bằng cách này, bạn không chỉ giải thoát các con vật khỏi những cảnh giới thấp mà còn mang chúng đến với sự giác ngộ bằng cách giúp chúng tạo ra nhân cho sự giác ngộ.

Lợi ích của mật chú được trì tụng trong lễ phóng sinh

Cho dù những câu chuyện tôi vừa kể về kết quả của các chủng tử có được nhờ việc lắng nghe giáo lý Đức Phật là khó tin đối với đầu óc những người bình thường như chúng ta, nhưng việc trì tụng kinh điển, cầu nguyện và trì tụng mật chú quả thật lợi lạc ngoài sức tưởng tượng. Nếu chúng ta trì tụng các mật chú có năng lực mạnh để tịnh hóa nghiệp xấu thì các con vật được nghe các mật chú đó sẽ không tái sinh vào các cảnh giới thấp nữa.

Chẳng hạn, bất kỳ người hay con vật nào nghe được hồng danh Đức Phật Rinchen Tsug-tor Chen thì sẽ không tái sinh ở các cảnh giới thấp. Nếu người đang hấp hối vẫn còn có khả năng nghe và không bị mất trí, bạn có thể trì tụng lời cầu nguyện đảnh lễ Đức Phật Rinchen Tsug-tor Chen vào tai họ.[1] Nếu họ không còn nghe được nữa, thì bạn có thể xưng tán hồng danh Đức Phật này, hay trì tụng bất kỳ mật chú nào được nêu trong phần thực hành phóng sinh (Chương 18) rồi thổi vào thân họ sau khi tụng xong. Hay bạn có thể thổi vào nước hay vào bột đá có pha dầu thơm rồi rắc nước, rải bột đó lên thân thể họ để tịnh hóa nghiệp bất thiện. Bằng cách này, họ sẽ không tái sinh vào các cảnh giới thấp và có cơ may tái sinh vào cõi tịnh độ của một vị Phật.

Một trong những cách tốt nhất để làm lợi lạc các con vật trong lễ phóng sinh là làm phép chú nguyện (thổi vào nước, bột, nhang, dầu thơm...) sau khi trì tụng các mật chú hiệu lực mạnh như chú Quán Thế Âm, Namgyalma, Luân Xa Như Ý (Wish-granting Wheel) và các mật chú chư Phật khác, xong rảy nước vào các con vật để tịnh hóa nghiệp cho chúng. Các mật chú này có hiệu lực rất mạnh, cho dù bản thân bạn chưa có thực chứng về Bồ-đề tâm, tánh Không, vân vân... hãy trì tụng với niềm tin trọn vẹn và hãy nghĩ rằng bạn đã tịnh hóa được nghiệp bất thiện cho các con vật. Đây là một phương pháp rất cụ thể để giúp giải thoát các con vật khỏi sự khổ đau

---

[1] Lời cầu nguyện này trong Tạng ngữ là: "Chom-dn-d de-zhin shek-pa dra-chom-pa yang-dak-par dzog-pi sang-gye rin-chen tsug-tor chn-la chag-tsl-lo."

của các cảnh giới thấp. Một khi nghiệp bất thiện được tịnh hóa, các con vật sẽ không còn bị rơi vào các cảnh giới thấp.

Có vẻ như việc tịnh hóa nghiệp bất thiện của một chúng sinh và làm thay đổi sự tái sinh của họ thật quá dễ dàng! Nhưng trên thực tế, việc này không phải hoàn toàn đơn giản và không phải chúng sinh nào cũng có kết quả tốt. Chúng sinh đó cần phải có nghiệp [tương ứng] đã tới lúc chín mùi để việc này xảy ra và kết quả cũng tùy thuộc vào niềm tin của chúng ta vào mật chú. Pháp thực hành này có năng lực vì kinh điển của Đức Phật là chân đế và tâm bi mẫn của Đức Phật đối với chúng sinh là không thể nghĩ bàn, nhưng pháp này chỉ có tác dụng nếu chúng sinh đó có được duyên nghiệp thích hợp để nó phát huy tác dụng. Không phải bất kỳ chúng sinh nào khi sắp chết cũng đều có duyên nghiệp với một hành giả chân tu có thể cứu họ thoát khỏi tái sinh vào các cảnh giới thấp hay chuyển di tâm thức vào cõi tịnh độ. Điều này chỉ xảy ra với một số chúng sinh mà thôi.

Lợi lạc của mật chú Quán Thế Âm

Những lợi lạc của việc trì chú Quán Thế Âm, OM MANI PADME HUM, là lớn lao như không gian vô tận.[1] Trong kinh điển có nói rằng việc Đức Phật giảng nói về lợi lạc của mật chú này sẽ không bao giờ có thể cùng tận. Dĩ nhiên, những lợi lạc mà bạn nhận được còn tùy thuộc vào mức độ hoàn hảo khi bạn trì chú, và điều này được xác định bởi động cơ [của việc trì chú] cũng như phẩm chất của tâm bạn.

Có mười lăm lợi lạc chính của việc trì tụng chú Quán Thế Âm, áp dụng cho cả bản ngắn và bản dài của mật chú. Ngoài

---

[1] Phần Lợi lạc của mật chú Quán Thế Âm này nằm trong bài giảng của Lama Zopa Rinpoche tại Singapore vào ngày 25 tháng Giêng năm 1993. (LYWA #899)

hai lợi lạc chính là chữa lành bệnh và che chở chống lại các tác hại khác nhau, việc trì chú Quán Thế Âm còn có các lợi lạc chính khác như sau:

Trong tất cả mọi kiếp tái sinh, bạn sẽ được gặp các vị vua đức hạnh và thành tín.

Bạn sẽ tái sinh vào nơi thiện đức, có Pháp tu tập.

Bạn sẽ hưởng được các duyên lành cho việc tu tập Pháp.

Bạn sẽ luôn gặp được các vị thầy tâm linh.

Bạn sẽ luôn có được thân người hoàn chỉnh.

Tâm bạn sẽ luôn quen thuộc và hòa hợp với con đường tu giác ngộ.

Bạn sẽ không thối chuyển các thệ nguyện của bạn.

Những người chung quanh bạn sẽ hòa hợp với bạn

Bạn sẽ luôn được giàu có.

Bạn sẽ luôn được che chở và được phục vụ.

Tiền bạc tài sản của bạn sẽ không bị mất cắp.

Bạn sẽ đạt được tất cả những gì mong ước.

Bạn sẽ luôn được các vị chư thiên và thiện long thần che chở.

Trong tất cả mọi kiếp tái sinh, bạn sẽ được gặp Phật, nghe Pháp.

Nhờ vào việc nghe Pháp thanh tịnh, bạn sẽ hiện thực hóa tánh Không, ý nghĩa sâu sắc của Pháp.

Kinh điển có nói rằng, bất kỳ ai trì tụng mật chú Quán Thế Âm với tâm bi mẫn đều sẽ nhận được mười lăm lợi lạc này.

Lợi lạc của mật chú Namgyalma

Mật chú Phật Namgyalma, một vị Phật mẫu giúp sống lâu và giúp tịnh hóa, có vô lượng lợi lạc. Mật chú này có năng lực mãnh liệt đến mức bất kỳ ai nghe được cũng sẽ không bao giờ phải tái sinh vào các cảnh giới thấp nữa.

Có một câu chuyện liên quan đến xuất xứ của mật chú Namgyalma này. Có người con trai tên là Cực Kỳ An Trụ (Extremely Stable One) của một thiên thần nọ thấy biết được rằng sáu kiếp tái sinh sắp tới của ông ta sẽ rơi vào cõi súc sinh thành chó, khỉ, vân vân... Khi sắp chết, các thiên thần có khả năng nhớ được các kiếp quá khứ và thấy được các kiếp tương lai. Trong cõi trời, các thiên nhân có cuộc sống tràn ngập lạc thú và chịu đựng khổ đau vật chất rất ít; tuy nhiên, khi thấy biết rằng sắp phải tái sinh vào các cảnh giới thấp, tinh thần của họ sẽ đau khổ không thể tưởng tượng được.

Khi thần Cực Kỳ An Trụ thấy mình sắp bị tái sinh lần lượt thành sáu loài súc vật khác nhau, ông rất bức xúc và đến gặp thiên vương Đế Thích để hỏi xem mình phải làm gì. Thiên vương Đế Thích khuyên ông nên đến tham vấn Đức Phật Thích-ca Mâu-ni. Khi ông ta đến, Đức Phật hóa hiện thành hình Bổn tôn Namgyalma và ban mật chú Namgyalma cho ông ta. Thần Cực Kỳ An Trụ trì tụng mỗi ngày sáu lần, và sau bảy ngày ông đã tịnh hóa được tất cả nhân phải tái sinh thành sáu con vật. Mật chú này đã mang lại sự tịnh hóa rất mãnh liệt.

Đức Phật Thích-ca Mâu-ni Phật vì lòng từ bi đã dạy cho bốn vị [Thiên vương] Hộ Pháp các lợi lạc sau đây của việc trì chú Namgyalma.

Nếu bạn tắm rửa và thay y phục sạch sẽ, thọ trì tám giới rồi trì tụng mật chú này một ngàn biến, thì dù đang bị nguy hiểm sắp chết, thọ mạng sắp cạn kiệt, bạn vẫn có thể kéo dài mạng sống thêm nữa, các che chướng của bạn có thể được tịnh hóa, và bạn có thể thoát khỏi bệnh tật.

Nếu bạn trì chú vào tai của những con vật, điều này sẽ bảo đảm những con vật đó không còn tái sinh lại cõi súc sinh nữa. Nếu có người nào bị đau rất nặng, bác sĩ không chẩn đoán được bệnh, thì việc trì mật chú Namgyalma như đã mô tả trên đây sẽ làm cho họ khỏi bệnh và sẽ không tái sinh vào các cảnh giới thấp. Sau khi chết họ sẽ vãng sinh Tịnh độ. Đối với loài người, [ai trì chú này] sẽ không bao giờ còn phải tái sinh từ bào thai (thai sinh).

Nếu bạn trì mật chú Namgyalma hai mươi mốt biến rồi thổi vào hạt mù-tạt, xong rải hột mù-tạt lên da hay xương của một chúng sinh đã tạo nhiều ác nghiệp nặng nề và đã chết, chúng sinh đó sẽ lập tức thoát khỏi các cảnh giới thấp và sẽ tái sinh vào cõi cao hơn. Và dù họ đang ở các cảnh giới thấp, tâm thức họ cũng sẽ được tịnh hóa và họ sẽ được tái sinh lên các cõi trời...

Nếu chúng ta đặt mật chú này vào trong một bảo tháp hay treo cùng với các lá phướn treo trong nhà hay trên nóc nhà, thì nếu có ai đứng dưới bóng râm của tháp hay dưới các lá phướn đó cũng sẽ không tái sinh vào các cảnh giới thấp. Và khi gió thổi qua tháp, qua các lá phướn hay qua tượng có chứa mật chú Namgyalma rồi tiếp tục thổi qua thân các chúng sinh, thì các nghiệp dữ sẽ bị đọa vào ác đạo của các chúng sinh đó sẽ được tịnh hóa. Do đó, chắc chắn là việc trì mật chú Namgyalma hay gìn giữ chú trong người bạn sẽ có được sự tịnh hóa rất mạnh mẽ.

Lợi lạc của mật chú Luân Xa Như Ý (Wish-Granting Wheel Mantra).

Mật chú Luân Xa Như Ý "OM PADMO USHNISHA VIMALE HUM PHAT" có những lợi lạc không thể nghĩ bàn. Nếu bạn trì tụng mật chú Luân Xa Như Ý bảy biến mỗi ngày, bạn sẽ vãng sinh về một cõi tịnh độ. Việc trì tụng mật chú này rồi thổi lên vải hay lên cây nhang có thể tịnh hóa bạn và các chúng sinh khác. [Cách làm là] trì tụng mật chú, thổi lên cây nhang rồi đốt, khói nhang đó sẽ tịnh hóa được các chúng sinh khác.

Một khi mật chú này được treo ở cửa ra vào thì những ai đi qua bên dưới sẽ được tịnh hóa nghiệp và không bị tái sinh vào các cảnh giới thấp. Ở Tây Tạng, khi có người chết, người ta đặt tờ giấy ghi mật chú này lên xác người chết, như vậy sẽ giúp tịnh hóa nghiệp và ngăn họ khỏi rơi vào các cảnh giới thấp.

Chỉ cần nhớ mật chú này một lần cũng đủ tịnh hóa được ngay cả năm nghiệp vô gián. Mật chú này giúp ngăn chặn không rơi vào địa ngục A-tỳ - đây là địa ngục có sự đau khổ nặng nề nhất. Bạn sẽ tịnh hóa được tất cả nghiệp bất thiện cùng với các che chướng và sẽ không bao giờ còn rơi vào các cảnh giới thấp. Mật chú cũng giúp bạn nhớ lại các kiếp trước và thấy được các kiếp tương lai. Trì tụng mật chú này bảy lần mỗi ngày sẽ tích lũy công đức nhiều bằng cúng dường chư Phật nhiều như số cát sông Hằng. Và kiếp sau bạn sẽ vãng sinh về một cõi tịnh độ, có thể thành tựu hàng trăm mức định.

Nếu bạn trì tụng mật chú này rồi thổi vào cát và rải cát lên xác chết, thì chúng sinh đó dù đã phá bỏ thệ nguyện và đã rơi vào các cảnh giới thấp cũng sẽ được tái sinh vào cảnh giới cao hơn. Nếu bạn trì tụng mật chú này rồi thổi vào cây nhang hay nước hoa và xức lên người bạn thì ai ngửi được mùi nước hoa hay mùi khói nhang đó sẽ được tịnh hóa nghiệp và có thể trị được bệnh lây nhiễm. Mật chú này cũng có thể giúp bạn đạt được các phẩm tính hoàn hảo của một vị Phật.

Các lợi lạc của mật chú Mitukpa

Bất kỳ ai nghe được mật chú Mitukpa sẽ không bị tái sinh vào các cảnh giới thấp. Nếu bạn trì tụng mật chú Mitukpa một trăm ngàn lần rồi thổi vào cát, nước hay hạt mù tạt, sau đó đem rải chúng lên thân người hay con vật đã chết, thì nếu người hay vật đó đã bị tái sinh vào các cảnh giới thấp cũng lập tức được giải thoát. Ngay cả nếu như tâm thức sau khi chết đã rời khỏi xác và lạc hẳn đến một nơi nào đó, nhưng vì mối quan hệ trước đây với cái xác nên tâm thức đó cũng được tác động. Tất cả việc cần làm là làm sao cho chất liệu đã được chú nguyện chạm vào thân xác. Được như vậy, tâm thức của chúng sinh đã chết đó sẽ được tịnh hóa, thoát khỏi những cảnh giới thấp và tái sinh vào cảnh giới cao hơn.

Nghe được mật chú Mitukpa hay trì tụng mật chú có thể tịnh hóa cho người bị nghiệp nặng, thậm chí tịnh hóa được cho người phạm năm tội vô gián. Đơn giản là chỉ cần thấy được mật chú này cũng có thể tịnh hóa được tất cả các nghiệp bất thiện. Nếu bạn viết mật chú Mitukpa lên trên giấy rồi đưa cho người hấp hối xem, như vậy cũng giúp tịnh hóa được tất cả các nghiệp bất thiện của họ.

Lợi lạc của mật chú Kunrig

Kunrig là một Bổn tôn khác nữa cho sự tịnh hóa. Việc nghe hay trì tụng mật chú Kunrig đều cũng sẽ giúp ngăn chặn tái sinh vào các cảnh giới thấp. Ngài Kirti Tsenshab Rinpoche nói rằng ở vùng Amdo (Tây Tạng) dân chúng có thói quen thực hiện đại lễ quán đảnh Kunrig để chuẩn bị cho người hấp hối, nhằm tịnh hóa tất cả nghiệp bất thiện mà người đó đã tạo ra trong suốt cuộc đời.

Lợi lạc của mật chú Bổn tôn Tia Sáng Vô Nhiễm

Trong bản luận về mật chú Bổn Tôn Tia Sáng Vô Nhiễm[1] nói rằng nếu bạn trì tụng mật chú này hai mươi mốt biến rồi thổi vào cát và rải cát lên mộ, người có xương được cát chạm vào nếu đã tái sinh vào các cõi địa ngục sẽ hoàn toàn được giải thoát khỏi địa ngục đó và tái sinh ở cảnh giới cao hơn. Nếu họ được tái sinh cảnh giới cao hơn, họ sẽ đón nhận một trận mưa hoa.

Lợi lạc của mật chú Milarepa

Mật chú Milarepa "OM AH GURU HASA VAJRA SARVA SIDDHI PHALA HUM" có những lợi lạc tương tự như các mật chú trên. Khi trì tụng mật chú này hằng ngày, bạn sẽ được vãng sinh vào cõi tịnh độ của Ngài Milarepa và có khả năng gặp Ngài Milarepa như Ngài đã hứa. Nếu bạn trì tụng mật chú này rồi thổi lên xương hay thịt của chúng sinh mà tâm thức đã tái sinh ở cảnh giới thấp thì họ sẽ được tịnh hóa hết các nghiệp bất thiện và sẽ tái sinh vào một cõi tịnh độ.

---

[1] Phần lợi lạc của mật chú Bổn tôn Tia sáng Vô nhiễm được trích từ sách Giving Breath to the Wretched của Ngài Kusali Dharma Vajra, được Lama Zopa Rinpoche dịch sang Anh ngữ.

18.

THỰC HÀNH PHÓNG SINH

CHUẨN BỊ

Thiết lập bàn thờ

Để tổ chức lễ phóng sinh cho tốt, chúng ta nên thiết lập một bàn thờ lớn, đặt lên đó các thánh vật càng nhiều càng tốt như *tsa-tsa*, tượng, bảo tháp, xá lợi Phật, kinh điển... Nếu các bạn dự định thả cá ra biển hay sông, các bạn có thể thiết lập bàn thờ ngay bên bờ nước gần nơi đó. Có thể lập bàn thờ gồm năm tầng xếp chồng lên nhau với tầng dưới cùng là một cái bàn thật lớn. Ở tầng trên cùng nên thiết đặt tượng Đức Bổn Sư Thích-ca Mâu-ni Phật, một quyển *Lam-rim* hay bộ kinh *Bát-nhã ba-la-mật-đa* và một bảo tháp - như cách thiết lập bàn thờ thông thường được hướng dẫn trong *Lam-rim*. Nên đặt các tsa-tsa và tượng càng nhiều càng tốt lên các tầng còn lại. Bạn có thể dùng các tranh tượng chư Phật nếu bạn không có tsas-tsa và tượng. Ở tầng dưới cùng bài trí tám món cúng dường[1] với các lọ hoa ở góc bàn. Các phẩm vật cúng dường lên vị Đạo sư và Tam Bảo (Phật, Pháp, và Tăng)

---

[1] Bao gồm: 1. nước uống cúng dường chư Phật, 2. nước cúng dường rửa chân chư Phật, 3. hoa, 4. nhang, 5. đèn, 6. nước hoa, 7. thức ăn và 8. âm nhạc.

là hướng đến làm lợi ích cho các con vật, như một nghi lễ puja dành cho chúng.

Mua và chăm sóc các con vật

Bạn hãy mua các con vật chắc chắn sẽ bị giết rồi giữ chúng trong một thùng chứa lớn. Các con vật có thể lớn hay nhỏ. Con vật càng lớn càng chịu nhiều đau khổ hơn khi bị giết. Hãy cẩn thận khi nhốt chung các con vật với nhau, tránh việc chúng có thể ăn thịt lẫn nhau. Để các thùng chứa những con vật gần chỗ phóng sinh và dưới bóng râm, tránh nắng gắt. Nơi sẽ phóng sinh phải an toàn, không có các loài thú dữ ăn thịt, cũng như tránh thả các con vật ăn thịt và con mồi của chúng cùng lúc ở một nơi.

Bạn hãy chú ý tình trạng các con vật sắp được phóng sinh. Với những con vật trông yếu ớt, có thể không sống lâu được, tốt nhất hãy chú nguyện sẵn vào một thùng nước ngay trước khi đi đến nơi phóng sinh. Khi vừa đến nơi phóng sinh, bạn hãy lập tức mang những con vật đi nhiễu quanh bàn thờ càng nhiều vòng càng tốt trước khi bắt đầu trì tụng chú và các lời cầu nguyện, phòng khi có những con sớm bị chết. Có những con cá có thể chết trước vì thùng chứa chật chội không thở được. Nếu chúng ta mang chúng đi nhiễu quanh bàn thờ ngay thì dù có bị chết sớm trước khi được phóng sinh, chúng cũng có thể được tịnh hóa các nghiệp bất thiện và như vậy tạo được nhân cho sự giác ngộ, sự giải thoát khỏi luân hồi và có được tái sinh tốt. Và nếu việc đi nhiễu đã được thực hiện xong, bạn sẽ không phải hối tiếc nếu có một số con vật bị chết trong khi bạn đang trì tụng mật chú, chú nguyện vào nước hay đọc lời cầu nguyện.

Bạn hãy phát khởi động cơ [tốt của việc phóng sinh], trì tụng vài câu chú rồi thổi vào các con vật hoặc rảy nước đã chú nguyện lên thân chúng, sau đó nhanh chóng thả ngay những con vật nào trông yếu ớt sắp chết. Sau đó bạn sẽ có thêm thời gian trì tụng mật chú nhiều lần hơn và đọc lời cầu nguyện trước khi phóng sinh tiếp những con vật còn khỏe hơn. Việc kiểm tra tình trạng các con vật trước khi phóng sinh là rất cần thiết, nếu không có thể sẽ có một số con bị chết trước khi được phóng sinh. Hãy thận trọng tránh không tạo thêm bất kỳ tình huống nào có hại cho chúng.

Chú nguyện vào nước

Để chú nguyện vào nước trước khi phóng sinh, bạn có thể pha trộn một ít viên mani vào nước. Các viên mani rất hiệu nghiệm vì đã được Đức Dalai Lama và các hành giả thiền sư cao cấp làm phép chú nguyện gia trì. Đầu tiên, dùng vải gói các viên mani lại, nghiền nát chúng rồi cho vào nước.

Bạn có thể trì chú và chú nguyện vào nước ngay trước khi đưa các con vật đến, hoặc cũng có thể làm trước đó một ngày. Bạn có thể trì tụng hồng danh Ba Mươi Lăm Vị Phật và các vị Phật Dược Sư, các mật chú Quán Thế Âm, Namgyalma, Luân Xa Như Ý, Milarepa, Đức Phật Dược Sư và các mật chú Bổn tôn khác. Hãy chú nguyện vào nước bằng cách quán tưởng vị Phật trong phép quán tưởng đó [hiện ra]phía trên thùng chứa nước. Trong khi trì chú, bạn hãy quán tưởng các chùm tia cam lồ từ trong tim vị Bổn tôn đi vào nước. Khi trì tụng xong, hãy quán tưởng vị Bổn tôn tan vào nước, và sau đó thổi vào nước để chú nguyện. Và lúc bấy giờ nước sẽ có năng lực mãnh liệt tịnh hóa các nghiệp chướng bất thiện.

Nếu bạn chuẩn bị nước sẵn như vậy thì các con vật có nguy cơ sắp chết sẽ không phải chờ đợi việc chú nguyện vào nước, hơn nữa nước cũng được chú nguyện với sự trì tụng được nhiều lần hơn.

Khi các con vật được mang tới, việc phóng sinh được tiến hành theo cách thức như dưới đây. Bạn hãy trì chú lớn tiếng, vì một số con vật có thể nghe được. Theo kinh nghiệm của tôi, các con ếch có khả năng nghe được, vì khi chúng ta trì chú, chúng nằm yên lặng và nhìn ta. Các con chim bồ câu cũng thế. Bạn hãy quán tưởng vị Bổn tôn tương ứng (trong phép quán mà bạn đang áp dụng) đang ở trên đầu từng con vật, các tia nước cam lồ chảy xuống, tịnh hóa con vật thoát khỏi bệnh tật, ma quỉ ám, nghiệp bất thiện và các che chướng.

Sau khi trì tụng xong mỗi mật chú, bạn hãy thổi vào nước và nghĩ rằng: "Cầu mong sao tịnh hóa được tất cả các nghiệp xấu ác và các che chướng của các sinh vật này." Sau khi trì các mật chú và đọc xong các lời cầu nguyện, bạn hãy rảy hay đổ nước đã chú nguyện lên thân các con vật. Nếu có nhiều con vật có vỏ [như tôm, cua, sò, hến]... bạn hãy đổ nước lên sao cho con nào cũng được tiếp xúc với nước.

Tôi thường dùng bột đá có dầu thơm để làm phép gia trì cho người chết hay đang hấp hối, nhưng không nên dùng bột này cho các con vật, vì bột có thể vào mắt và làm hại mắt con vật. Hơn nữa nếu vật phóng sinh là các con có vỏ và chúng nằm chồng chất lên nhau, bột không thể tiếp xúc được với tất cả các con vật đó; tuy nhiên nếu dùng nước đã chú nguyện và đổ ngập tràn vào thì ngay cả các con vật ở dưới cùng cũng tiếp xúc được với nước ấy.

Đi nhiễu

Trong khi đang trì chú hay ngay sau khi trì chú xong, bạn nên mang các con vật đi nhiễu quanh bàn thờ theo chiều kim đồng hồ càng nhiều lần càng tốt. Với mỗi lần đi nhiễu quanh các thánh vật, bạn gieo trồng hạt giống giác ngộ cho bạn và cho từng con vật. Như tôi đã giải thích trước đây, mỗi lần đi nhiễu như thế, bạn có thể tạo nhân không những cho hàng trăm hay hàng ngàn lần tái sinh tốt, mà còn cho cả sự giải thoát khỏi luân hồi và đạt đến giác ngộ. Thêm nữa, mỗi lần đi nhiễu quanh bảo tháp cũng sẽ tịnh hóa hết các nghiệp bất thiện nặng nề có thể dẫn đến việc sinh vào tám cõi địa ngục nóng. Sau khi đi nhiễu xong, bạn phóng sinh các con vật. Để thực hành bố thí, ngay sau khi phóng sinh bạn cũng có thể cho các con vật đó ăn.

Vì hầu hết súc sinh không thể thấy được các tượng Phật cũng như không nghe được các lời cầu nguyện và mật chú, nên việc rảy nước đã chú nguyện cho chúng và mang chúng đi nhiễu quanh các thánh vật là hai cách thức khéo léo nhất để làm lợi lạc cho chúng. Được như vậy, việc phóng sinh sẽ rất có ý nghĩa, vì chúng ta giúp chúng tịnh hóa các nghiệp bất thiện, ngừng dứt nhân khổ đau, gieo trồng hạt giống giải thoát và giác ngộ. Điều tốt nhất mà chúng ta có thể làm là giúp chúng tịnh hóa nghiệp bất thiện và tạo công đức, nhân của hạnh phúc, đặc biệt là hạnh phúc vô thượng của giác ngộ viên mãn. Dù cho một số các con vật có thể bị chết trước khi được phóng sinh, cuộc đời của chúng cũng vẫn có ý nghĩa. Nếu không, dù có được sống thêm bao lâu nữa chúng cũng chỉ làm hại các con vật khác và như vậy sẽ tạo ra nhiều nghiệp bất thiện hơn nữa.

THỰC HÀNH CỤ THỂ

Động cơ

Trước tiên, bạn hãy suy xét sâu xa để thấy rằng tất cả các sinh vật này trước đây đã từng là con người, giống như bạn. Nhưng vì chúng không tu tập Pháp, không điều phục tâm, nên chúng đã phải tái sinh vào cõi súc sinh. Mang thân súc sinh đau khổ như bây giờ là quả của tâm không được điều phục. Bản thân chúng ta đâu có muốn thân súc sinh như thế này, dù chỉ trong một giây phút. Chúng ta bức xúc khi thấy một dấu hiệu lão hóa dù nhỏ hiện ra trên thân chúng ta, chẳng hạn như một vết nhăn xuất hiện trên gương mặt. Cho nên chúng ta không làm sao chịu nổi khi phải mang thân súc sinh như chúng. Chắc chắn ta không sao chịu đựng nổi!

Điều thiết yếu là chúng ta phải cảm nhận được mối quan hệ nào đó với những con vật [được phóng sinh]. Chúng ta không nên nhìn vào chúng và cho rằng thân thể chúng chẳng có liên hệ gì với ta. Chúng ta không nên cho rằng thân thể của các con vật này là thường hằng, mãi mãi hiện hữu thật sự và không có mối liên hệ nào với tâm của chúng. Và quan trọng nhất là, chúng ta không nên cho rằng, tâm của chúng ta không thể tạo ra thân súc vật như thế.

Hãy suy ngẫm về một sự thật là bất kỳ con vật nào trong số các con vật này cũng đã từng làm mẹ của chính bạn. Khi còn là con người, họ đã cực kỳ thương yêu khi sinh ra bạn, chu đáo chăm sóc che chở bạn tránh khỏi muôn ngàn hiểm nguy trong từng ngày. Sau đó, họ đã chịu đựng nhiều khổ sở để dạy dỗ bạn nên người trong thế giới này; họ đã dạy cho bạn biết nói, biết đi và biết cách ứng xử. Họ đã tạo rất nhiều nghiệp bất thiện chỉ vì hạnh phúc của bạn, chỉ vì mong muốn bạn được sung sướng.

Họ không những đã rất yêu thương bạn khi là người mẹ trong vô số kiếp người, mà họ cũng rất tử tế chăm lo cho bạn trong vô số kiếp khi làm mẹ bạn trong loài súc sinh. Một con chó mẹ đã nuôi bạn bằng sữa của nó và thức ăn mà nó kiếm được. Một con chim mẹ đã bắt rất nhiều con sâu để nuôi bạn hằng ngày. Mỗi lần làm mẹ của bạn, họ đã chăm sóc bạn với lòng vị tha tràn đầy, chịu đựng không biết bao nhiêu thiệt thòi của bản thân - có khi [hy sinh] cả mạng sống - không biết bao nhiêu lần để che chở cho bạn, và mang hạnh phúc đến cho bạn. Khi là súc sinh, họ đã bảo vệ che chở bạn thoát khỏi sự tấn công của các loài vật hung dữ khác. Họ đã thương yêu bạn với tình thương không thể tưởng tượng được trong rất nhiều đời như thế.

Mỗi con vật này không những đã từng làm mẹ của bạn, mà còn là cha bạn, anh chị em của bạn trong vô số kiếp. Tất cả chúng ta đều giống nhau, tất cả chúng ta đều chung một gia đình - chúng ta chỉ khác nhau cái thân ngay lúc này đây. Chúng ta phải cảm nhận được mối liên hệ thân thuộc với các con vật này y như chúng ta cảm nhận sự thân thuộc gần gũi với gia đình của chúng ta hiện nay. Chúng ta phải ôm giữ chúng trong trái tim ta.

Bạn hãy nghĩ rằng: "Tôi nhất định phải giải thoát tất cả chúng sinh ở cõi địa ngục khỏi tất cả khổ đau và nhân của khổ đau và dẫn dắt họ đến giác ngộ. Tôi nhất định phải giải thoát tất cả chúng sinh ở cõi ngạ quỷ khỏi tất cả khổ đau và nhân của khổ đau và dẫn dắt họ đến giác ngộ. Tôi nhất định phải giải thoát tất cả chúng sinh ở cõi súc sinh khỏi tất cả khổ đau và nhân của khổ đau và dẫn dắt họ đến giác ngộ."

Hãy hồi tưởng và suy nghĩ sâu hơn nữa về khổ đau đặc biệt của cõi súc sinh. Súc sinh thì ngu muội, không thể giao tiếp, luôn sống trong nỗi sợ hãi bị các con vật khác tấn công giết hại, và cũng còn bị con người hành hạ, giết chết.

Tiếp theo, hãy suy nghĩ rằng: "Tôi nhất định phải giải thoát tất cả loài người khỏi tất cả khổ đau và nhân của khổ đau và dẫn dắt họ đến giác ngộ." Ngoài việc đang chịu khổ đau do những nghiệp bất thiện đã làm trong quá khứ, con người còn chịu sự điều khiển của vọng tưởng mê lầm nên còn tạo ra nhân cho khổ đau, như là tái sinh vào những cảnh giới thấp.

Bạn hãy tiếp tục suy nghĩ: "Tôi nhất định phải giải thoát tất cả chúng sinh cõi trời, cõi a-tu-la thoát khỏi tất cả khổ đau và nhân của khổ đau và dẫn dắt họ đến giác ngộ." Vì còn bị khống chế bởi vọng tưởng mê lầm nên chư thiên vẫn chưa thoát khỏi khổ đau.

"Để giải thoát tất cả chúng sinh hữu tình khỏi mọi che

chướng và dẫn dắt họ đến giác ngộ, tôi nhất định phải thành tựu giác ngộ. Không có cách nào khác hơn! Để làm được như vậy, tôi phải thực hành sáu pháp ba-la-mật; do đó, tôi sắp thực hành phóng sinh các con vật này, cung cấp thức ăn và Chánh pháp để phụng sự chúng sinh hữu tình." Bạn hãy phát sinh Bồ-đề tâm theo cách này.

Bài kệ hồi hướng

Con hiến dâng công đức phóng sinh các con vật này lên Đức Dalai Lama, Ngài là hiện thân Đức Phật Bi Mẫn, nơi quy y duy nhất và là suối nguồn hạnh phúc của tất cả chúng sinh hữu tình. Cầu mong sao Đức Dalai Lama được sống lâu và tất cả đại nguyện thiêng liêng của Ngài được thành tựu.

Con hiến dâng công đức từ việc làm này, cầu xin tất cả chư Hiền thánh tăng được sống lâu sống khỏe, các Ngài đã dành trọn cuộc đời cho hạnh phúc của tất cả chúng sinh hữu tình. Cầu mong sao tất cả đại nguyện thiêng liêng của các Ngài được thành tựu tức thì.

Cầu mong sao tất cả Tăng đoàn sống lâu sống khỏe. Cầu mong sao tất cả nguyện ước tu tập Chánh pháp của Tăng chúng được thành tựu tức thì. Cầu mong sao Tăng chúng được thuận lợi thực hành văn tư tu; giữ gìn giới hạnh thanh tịnh; thấu triệt ý nghĩa kinh điển và hiện thực hóa giáo pháp trong cuộc sống.

Cầu mong sao các thí chủ hộ trì Chánh pháp và phụng sự Tăng đoàn được sống lâu sống khỏe; và cầu mong sao tất cả nguyện ước của họ được thành công phù hợp với Diệu pháp.

Con xin hồi hướng công đức buổi lễ phóng sinh này,

cầu xin trường thọ cho tất cả mọi người đang tạo thiện nghiệp, khiến cho cuộc đời của họ có ý nghĩa bằng cách dùng tâm thực hành qui y và dùng thân, khẩu thực hành giới hạnh.

Cầu mong sao việc phóng sinh này cũng sẽ là liều thuốc giúp giải thoát mọi người khỏi khổ đau vì bệnh tật, nhất là bệnh ung thư và AIDS, và thoát khỏi khổ đau vì sự chết.

Con xin hồi hướng công đức, cầu mong sao tất cả chúng sinh làm điều bất thiện sẽ gặp được Chánh pháp, và sau khi họ tin vào nghiệp, tin vào qui y, họ sẽ được sống lâu. (Nếu họ không thực hành Pháp, thì việc sống lâu sẽ có hại cho họ, vì như vậy họ kéo dài cuộc sống bất thiện.)

Hãy hồi hướng cầu sự trường thọ cho những người cụ thể đang đau ốm, chẳng hạn như những thành viên trong gia đình và bạn bè của bạn.

Quy y Và phát Bồ-đề tâm

Từ nay cho đến khi giác ngộ viên mãn,

Con xin qui y nương tựa Chư Phật, Pháp, Tăng.

Với công đức con tích tụ được từ thực hành bố thí và các ba-la-mật khác,

Cầu mong sao con mau chóng thành tựu Phật tánh để dẫn dắt từng chúng sinh hữu tình không sót một ai đến bờ giác ngộ.

(3 biến)

Tứ Vô lượng tâm

Thật tuyệt vời biết bao khi tất cả chúng sinh hữu tình tràn ngập tâm xả, thoát khỏi tham ái và sân hận. Mong sao chúng sinh hữu tình đạt được điều đó.

Con quyết tâm làm cho chúng sinh hữu tình tràn ngập tâm xả thoát khỏi tham ái, và sân hận.

Cầu xin Đức Phật Bổn Sư gia hộ cho con có đủ khả năng làm được điều đó.

Thật tuyệt vời biết bao khi tất cả chúng sinh hữu tình có được hạnh phúc và nhân hạnh phúc.

Mong sao chúng sinh hữu tình đạt được điều đó.

Con quyết tâm làm cho tất cả chúng sinh hữu tình có được hạnh phúc và nhân hạnh phúc.

Cầu xin Đức Phật Bổn Sư gia hộ cho con có đủ khả năng làm được điều đó.

Thật tuyệt vời biết bao khi tất cả chúng sinh hữu tình thoát khỏi đau khổ và nhân của khổ.

Mong sao chúng sinh hữu tình đạt được điều đó.

Con quyết tâm làm cho tất cả chúng sinh hữu tình thoát khỏi đau khổ và nhân của khổ.

Cầu xin Đức Phật Bổn Sư gia hộ cho con có đủ khả năng làm được điều đó.

Thật tuyệt vời biết bao khi tất cả chúng sinh hữu tình không bao giờ xa rời hạnh phúc được tái sinh cõi cao và được giải thoát.

Mong sao chúng sinh hữu tình đạt được điều đó.

Con quyết tâm làm cho tất cả chúng sinh hữu tình không bao giờ xa rời hạnh phúc này.

Cầu xin Đức Phật Bổn Sư gia hộ cho con có đủ khả năng làm được điều đó.

Nếu có thời gian, bạn có thể đọc các câu kệ nguyện cầu để tịnh hóa nơi cử hành lễ phóng sinh,[1] chú nguyện vào các

---

[1] Bài kệ tịnh hóa nơi làm lễ có nội dung như sau: "Cầu cho mặt đất khắp mọi nơi đều thanh tịnh, không có những lồi lõm và sỏi đá. Cầu

phẩm vật cúng dường[1] cũng như tụng đọc lời thỉnh cầu.[2]

LỜI CẦU NGUYỆN BẢY NHÁNH

Con phủ phục đảnh lễ với cả thân, khẩu, ý;
Và dâng cúng vô số phẩm vật hiện thực cũng như từ
tâm hóa hiện.
Con xin sám hối những tội lỗi của con từ vô thỉ đến nay,
Và tùy hỷ mọi phước đức của tất cả chư Phật và chúng
sinh.
Xin khẩn cầu Chư vị Đạo sư thiện đức ở lại để dẫn dắt
chúng con,
Và chuyển bánh xe Pháp cho đến khi cõi luân hồi này
chấm dứt.

---

cho mặt đất tự nhiên [trong sạch] như lưu ly và bằng phẳng như lòng bàn tay."

[1] Bài kệ chú nguyện vào phẩm vật cúng dường có nội dung như sau: "Cầu cho những phẩm vật dâng cúng đến loài người và chư thiên, cả những món có thật và những món được hóa hiện, cuồn cuộn như những đám mây phẩm vật cúng dường của Bồ Tát Phổ Hiền, tràn ngập khắp không gian." Và mật chú để biến các phẩm vật cúng dường thành số lượng rất nhiều (Biến thực chân ngôn) là: *OM NAMO BHAGAVATE VAJRA SARA PRAMANDANA TATHAGATAYA/ ARHATE SAMYAKSAM BUDDHAYA / TAYATHA / OM VAJRE VAJRE / MAHA VAJRE / MAHA TEDZA VAJRE / MAHA VIDYA VAJRE / MAHA BODHICITTA VAJRE / MAHA BODHI MENDO PASAM KRAMANA VAJRE / SARVA KARMA AVARANA / BISHO DHANA VAJRE SOHA.* (3 lần)

[2] Bài kệ về năng lực của chân lý có nội dung như sau: "Bằng vào năng lực chân lý của Tam bảo, năng lực chú nguyện của chư Phật và chư Bồ Tát, năng lực mãnh liệt của sự tích lũy hoàn mãn hai loại công đức, và năng lực thanh tịnh tự nhiên không thể nghĩ bàn của thực tại, cầu mong cho mọi sự đúng thật như vậy." Bài kệ thỉnh nguyện có nội dung như sau: "Cầu xin Đấng che chở hết thảy muôn loài không bỏ sót; Đấng hàng phục vô số ma quân, Đấng Bổn tôn toàn tri toàn giác, Như Lai Thế Tôn và chư vị Thánh chúng, cầu xin hãy đến chứng minh tại nơi này."

Con xin hồi hướng công đức của chính con và của tất cả chúng sinh khác cho sự giác ngộ viên mãn.

Cúng dường Mạn-đà-la

Mặt đất này được trang hoàng bởi hoa và hương
Núi Tu Di, bốn lục địa, mặt trời và mặt trăng:
Con quán tưởng đây là cõi Phật và xin dâng cúng.
Cầu cho tất cả chúng sinh hữu tình an lạc trong cõi tịnh độ này.

Nương nhờ công đức dâng cúng Mạn-đà-la này, cầu mong tất cả chúng sinh trong sáu cõi, nhất là các con vật này, ngay tức thì được tái sinh về cõi tịnh độ và thành tựu giác ngộ.

IDAM GURU RATNA MANDALAKAM NIRYATAYAMI

Nền tảng của tất cả thiện hạnh[1] (lời nguyện lamrim)

Vị đạo sư tôn kính và từ ái của con, là nền tảng của tất cả thiện hạnh.
Tin hiểu rằng qui y nương tựa Ngài là cội rễ của con đường tu tập.
Cầu xin gia hộ sao cho con được nương tựa vào Ngài,
Với trọn lòng tôn kính thiết tha, với tâm kiên trì mãi mãi.

Kiếp người tuyệt vời này có được một lần thôi,
Tin hiểu rằng nó đáng quí biết bao và khó tìm thấy lại.
Cầu xin gia hộ để con ngày đêm không ngừng,
Tận dụng được tinh túy của kiếp người quí báu này.

---

[1] Bài nguyện lamrirn này được Lama Tsongkhapa soạn ra (bằng tiếng Tây Tạng) và được Ven. George Churinoff dịch sang Anh ngữ.

Cuộc đời và tấm thân luân hồi mong manh như bọt nước,

Hãy nhớ đến cái chết, vì chúng ta sẽ bỏ mạng dễ dàng,

Nghiệp lành dữ đeo đuổi ta như bóng theo hình.

Con tin hiểu rằng điều này là đích thực,

Cầu xin gia hộ sao cho con luôn tỉnh táo

Không làm một điều ác dù rất nhỏ nhặt và vi tế,

Và thành tựu viên mãn mọi công đức.

Lạc thú thế gian không bao giờ thỏa mãn,

Vì theo sau nó là tất cả khổ đau.

Tin hiểu rằng mọi hạnh phúc trong luân hồi không đáng để trông cậy,

Cầu xin gia hộ sao cho con luôn dốc tâm mưu cầu hạnh phúc giải thoát.

Diệu tâm đó sẽ phát sinh tỉnh thức, chánh niệm, và nhất tâm.

Cầu xin gia hộ sao cho con kiên định thực hành

Giới biệt giải thoát, cội nguồn của giới luật

Cầu mong cho con thấy biết được rằng, tất cả chúng sinh từng là mẹ hiền của con,

Cũng giống như con, đang đau khổ trong vòng quay sinh tử,

Và xin gia hộ để con tu tập, rèn luyện Bồ-đề tâm siêu việt,

Nhận lấy trách nhiệm giải thoát tất cả chúng sinh.

Nhưng nếu không vun trồng ba Pháp tu tập (Giới, Định, Tuệ),

Chỉ riêng sự phát tâm mong cầu sẽ không đưa đến giác ngộ.

Cầu xin gia hộ để con thấy biết rõ được điều này,

Và nỗ lực chuyên tâm thực hành hạnh nguyện của người con của Phật.

Khi tâm con không dao động theo vọng cảnh mê lầm,
Và thấu hiểu tận tường thực tại chân thật,
Cầu xin gia hộ cho con từ trong dòng tâm thức,
Mau chóng phát sinh con đường hợp nhất cả Định và Tuệ.
Con như một bình chứa thích hợp,
Sau khi được rèn luyện trên đường tu thông thường,
Cầu xin gia hộ để con được thuận lợi đi vào Kim Cang Thừa thiêng liêng,
Con đường tối thượng của những chúng sinh may mắn.
Nền tảng của thành tựu là diệu nguyện và nhất tâm dâng hiến cuộc đời.
Vì có được sự thấu hiểu chân thật này,
Cầu xin gia hộ để con mãi mãi giữ được thệ nguyện ban đầu,
Dù có phải đổi lấy bằng mạng sống của con.

Nắm được điều cốt lõi của hai giai đoạn, trái tim của Kim Cang Thừa,
Cầu xin gia hộ sao cho con tinh tấn chuyên cần tu tập đúng theo lời dạy của chư Phật,
Và không dao động xa rời bốn pháp Du-già tối thượng.

Các đạo sư dẫn dắt con trên đường thánh thiện,
Cũng như các huynh đệ đồng môn,
Con khẩn cầu tất cả được trường thọ,
Cầu xin gia hộ để con mau chóng hoàn toàn an định,
Tất cả những che chướng trong cũng như ngoài.
Và trong mọi kiếp về sau, cầu mong con
Mãi không xa lìa các Đạo sư toàn hảo,
Luôn hoan hỉ tinh tấn trong Diệu pháp.

Nguyện con hoàn thành mọi phẩm hạnh của con đường tu tập và quả vị,

Mau chóng đến được cõi Phật Kim Cang Trì.

Xưng tán hồng danh Ba Mươi Lăm Vị Phật Và các vị Phật Dược Sư (Phần sám hối)

Hãy quán tưởng Ba Mươi Lăm Vị Phật ngự ở phía trên các con vật và tụng đọc hồng danh Ba Mươi Lăm Vị Phật. Trong khi bạn xưng tán hồng danh các vị Phật, [bạn quán tưởng] các tia nước cam lồ xuất phát từ thân thiêng liêng của các vị Phật lan tỏa xuống tẩy sạch tất cả nghiệp bất thiện và các chướng ngại mà tất cả chúng sinh hữu tình, nhất là các con vật sắp được phóng sinh đã tạo ra trong các đời tái sinh từ vô thỉ đến nay. Tất cả các nghiệp bất thiện đó thoát ra ngoài cơ thể của chúng dưới dạng chất lỏng màu đen.

Sau khi xưng tán hồng danh các vị Phật, hãy quán tưởng rằng tâm thức của chúng hoàn toàn trở nên trong sạch và thân thể của chúng trở nên trong suốt như pha lê và có bản chất như ánh sáng; chúng cũng đã phát sinh được tất cả thực chứng của con đường tu tập và trở nên giác ngộ.

Kế tiếp bạn hãy chầm chậm xưng tán hồng danh Bảy vị Phật Dược Sư, vừa đọc vừa quán tưởng sự tịnh hóa như trên. Sau đó bạn hoàn tất phần còn lại là cầu nguyện sám hối gồm phương thuốc bốn năng lực tịnh hóa.

Con (tên là... ... ...), suốt mọi thời kiếp, xin qui y nương tựa vào các đạo sư;

Con xin qui y nương tựa chư Phật;

Con xin qui y nương tựa vào Chánh Pháp;

Con xin qui y nương tựa vào Tăng đoàn.

(3 lần)

Xưng tán hồng danh Ba Mươi Lăm Vị Phật:

Nam-mô Như Lai, Ứng Cúng, Chánh Biến Tri, Minh Hạnh Túc, Thiện Thệ, Thế Gian Giải, Vô Thượng Sĩ Điều Ngự Trượng Phu, Thiên Nhân Sư, Phật, Thế Tôn Thích-ca Mâu-ni.

Nam Mô Như Lai Kim Cang Bất Hoại Phật

Nam Mô Như Lai Bảo Quang Phật

Nam Mô Như Lai Long Tôn Vương Phật

Nam Mô Như Lai Tinh Tấn Quân Phật

Nam Mô Như Lai Tinh Tấn Hỉ Phật

Nam Mô Như Lai Bảo Hỏa Phật

Nam Mô Như Lai Bảo Nguyệt Quang Phật

Nam Mô Như Lai Kiến Vô Ngu Phật

Nam Mô Như Lai Bảo Nguyệt Phật

Nam Mô Như Lai Vô Cấu Phật

Nam Mô Như Lai Dõng Thí Phật

Nam Mô Như Lai Thanh Tịnh Phật

Nam Mô Như Lai Thanh Tịnh Thí Phật

Nam Mô Như Lai Thủy Thiên Phật

Nam Mô Như Lai Sa Lưu Na Phật

Nam Mô Như Lai Kiên Đức Phật

Nam Mô Như Lai Chiên Đàn Công Đức Phật

Nam Mô Như Lai Vô Lượng Cúc Quang Phật

Nam Mô Như Lai Quang Đức Phật

Nam Mô Như Lai Vô Ưu Đức Phật

Nam Mô Như Lai Na La Diên Phật

Nam Mô Như Lai Công Đức Hoa Phật

Nam Mô Như Lai Thanh Tịnh Quang Du Hí Thần Thông Phật

Nam Mô Như Lai Liên Hoa Quang Du Hí Thần Thông Phật

Nam Mô Như Lai Tài Quang Phật

Nam Mô Như Lai Đức Niệm Phật

Nam Mô Như Lai Thiện Danh Xưng Công Đức Phật

Nam Mô Như Lai Hồng Diệm Đế Tràng Vương Phật

Nam Mô Như Lai Thiện Du Bộ Phật

Nam Mô Như Lai Đấu Chiến Thắng Phật

Nam Mô Như Lai Thiện Du Bộ Công Đức Phật

Nam Mô Như Lai Phổ Hiện Sắc Thân Quang Phật

Nam Mô Như Lai Bảo Hoa Du Bộ Phật

Nam Mô Như Lai Bảo Liên Hoa Thiện Trụ Ta La Thọ Vương Phật

Xưng tán Bảy Vị Phật Dược Sư:

Nam Mô Như Lai Thiện Danh Xưng Cát Tường Vương Phật

Nam Mô Như Lai Bảo Nguyệt Trí Nghiêm Quan Âm Tự Tại Vương Phật

Nam Mô Như Lai Kim Sắc Bảo Quang Diệu Hạnh Thành Tựu Phật

Nam Mô Như Lai Vô Ưu Tối Thắng Cát Tường Phật

Nam Mô Như Lai Pháp Hải Lôi Âm Phật

Nam Mô Như Lai Pháp Hải Thắng Huệ Du Hí Thần Thông Phật

Nam Mô Như Lai Dược Sư Lưu Ly Quang Vương Phật.

Cầu nguyện sám hối:

Tất cả chư Phật, Ba Mươi Lăm Vị Phật cùng các chư vị Phật khác, các Ngài là Như Lai, Ứng Cúng, Giác Ngộ

Viên Mãn, thường trụ tại thế, các Ngài là bản chất Ba thân thiêng liêng, con khẩn cầu tất cả chư Phật trong mười phương thế giới, xin hãy lắng nghe con.

Từ đời vô thỉ cho tới đời này, và trong đời sau, trong mọi cõi luân hồi mà con tái sinh, đã có bao nhiêu nghiệp chướng mà con đã làm, hoặc bảo người khác làm, hoặc thấy người khác làm mà lòng vui mừng theo; vì tham lam keo kiệt, con đã trộm lấy đồ cúng ở bảo tháp, lấy của chúng Tăng, lấy của chúng Tăng mười phương, hoặc bảo người khác làm, hoặc thấy người khác làm mà lòng vui mừng theo; con đã phạm năm tội nghịch (cũng như những tội gần với năm tội nghịch), hoặc bảo người khác làm, hoặc thấy người khác làm mà lòng vui mừng theo; con đã phạm đủ mười nghiệp bất thiện, hoặc bảo người khác làm, hoặc thấy người khác làm mà lòng vui mừng theo.

Vì nghiệp chướng này cũng như bất cứ nghiệp nào đã phạm, khiến con cũng như các chúng sinh hữu tình phải sinh vào các cõi địa ngục, ngạ quỷ, súc sinh, biên địa hạ tiện, hoặc sinh vào cõi trời trường thọ, hoặc sinh làm người không đủ giác quan, làm người tà kiến, hoặc không có được niềm vui gặp Phật xuất thế.

Mọi nghiệp chướng này con đều phát lộ tất cả, thừa nhận tất cả, không hề giấu giếm, con xin sám hối tất cả không chút che giấu, từ nay trở đi con sẽ cắt đứt, từ bỏ mọi việc xấu xa này, cầu xin chư Phật chứng giám cho con, các Ngài là trí tuệ thấu suốt, thấy biết tất cả mọi sự hiện bày; các Ngài là mắt bi mẫn quán sát tất cả chúng sinh hữu tình mọi lúc mọi nơi; các Ngài chứng biết mọi sự vì tâm toàn giác của các Ngài thấu hiểu tất cả những gì tạo nghiệp lành hoặc dữ; các Ngài có tri kiến chân thật, vì tâm toàn giác thấy biết trọn vẹn mọi sự hiện hữu, giảng giải chính xác mọi sự không sai lệch cho các đệ tử.

Con khẩn cầu chư Phật Thế Tôn lắng nghe con. Từ đời vô thỉ cho đến đời này và trong đời sau, trong mọi cõi luân hồi mà con tái sinh, bất kỳ phước đức nào con đã tạo ra bằng việc bố thí, dù không đáng kể, như đưa một miếng nhỏ thức ăn cho súc sinh; bất kỳ công đức nào con đã tạo ra bằng việc giữ giới, bất kỳ công đức nào con đã tạo ra bằng việc tu tập theo con đường hướng đến Niết-bàn vi diệu; bất kỳ công đức nào con đã tạo ra bằng việc dạy dỗ hữu tình; bất kỳ công đức nào con đã tạo ra bằng việc phát Bồ-đề tâm; và tất cả công đức của trí tuệ vô thượng siêu việt mà con đã tạo ra, gom góp tất cả thiện hạnh của con, rồi gồm chung với thiện hạnh của tất cả các chúng sinh khác, tất cả công đức như vậy của chúng con, con xin kính dâng hồi hướng về nơi tuệ giác vô thượng chánh đẳng chánh giác, nơi cao hơn tất cả (và cũng hồi hướng về nơi hóa thân Phật -Nirmanakaya, nơi cao hơn Bậc A-la-hán Tiểu thừa - Hinayana). Vì lý do này, con xin hồi hướng trọn vẹn về nơi thành tựu giác ngộ viên mãn vô thượng.

Cũng như chư Phật Thế Tôn trong quá khứ đã hồi hướng công đức, chư Phật Thế Tôn vị lai sẽ hồi hướng công đức, và chư Phật Thế Tôn hiện tại hồi hướng công đức, con xin hồi hướng công đức của con như thế.

Từ thân tâm mình, con xin phát lộ sám hối tất cả mọi nghiệp bất thiện trổ quả khổ đau trong các cõi luân hồi đau khổ. Con xin tùy hỉ tất cả mọi công đức. Con thiết tha khẩn cầu chư Phật đáp ứng ý nguyện của con: cầu mong sao con đạt được tuệ giác vô thượng siêu việt.

Con chấp tay phủ phục đảnh lễ qui y các Đấng tối

thượng trong nhân loại - chư Phật hiện còn tại thế, chư Phật trong quá khứ, chư Phật chưa xuất thế - các Ngài có thiện hạnh nhiều như đại dương vô tận. Con xin các Ngài che chở cho con.

Thực hành pháp Quán Thế Âm

Bạn hãy quán tưởng Đức Quán Thế Âm Thiên Thủ (có ngàn cánh tay) ở trên các con vật. Trong khi bạn trì tụng mật chú Quán Thế Âm, các tia cam lồ xuất phát từ tim của Đức Quán Thế Âm sẽ tịnh hóa tất cả các con vật như đã giải thích ở phần trước.

Mật chú Quán Thế Âm (bản dài)

NAMO RATNA TRAYAYA / NAMAH ARYA JNANA SAGARA / VAIROCHANA / VYUHA RAJAYA / TATHAGATAYA / ARHATE / SAMYAKSAM BUDDHAYA / NAMAH SARVA TATHAGATEBYAH ARADBHYAH / SAMYAKSAM BUDDHEBHYAH / NAMAH ARYA AVALOKI-TESHVARAYA / BODHISATTVAYA / MAHASATTVAYA / MAHAKARUNIKAYA / TADYATHA / OM / DHARA DHARA / DHIRI DHIRI / DHURU DHURU / ITTI VATTE / CHALE CHALE / PRACHALE PRACHALE / KUSUME / KUSUME VARE / ILI MILI / CITI JVALAM / APANAYE SVAHA.

Mật chú Quán Thế Âm (bản ngắn)

OM MANI PADME HUM.

Mật chú Namgyalma (bản dài)

OM NAMO BHAGAWATE / SARVA TRAILOKYA / PRATIVISHISHTAYA / BUDDHAYA TE NAMA / TA YA THA / OM BHRUM BHRUM BHRUM / SHODHAYA

SHODHAYA / VISHODHAYA VISHODHAYA / ASAMA-
SAMANTA-AVABHA SPHARANA GATI / GANANA
SOMBAVA VISHUDDHE / ABHIKINTSANTU MAM /
SARVA TATHAGATA SUGATA VARA VACANA AMRITA
ABHISEKERA / MAHAMUDRA MANTRA PADAIH
/ AHARA AHARA NAMA AYUS SANDHARINI /
SHODHAYA SHODHAYA / VISHODHAYA VISHODHAYA
/ GAGANA SVARHAVA VISHUDDHE / USNISHA VIJAYA
PARISHUDDHE / SAHASRA RASMI SANCODITE /
SARVA TATHAGATA AVALOKINI / SAI PARAMITA
PARIPURANI / SARVA TATHAGATA MATI / DASHA
BHUMI PRATISHTHITE / SARVA TATHAGATA HRIDAYA
/ ADISHTHANA ADHISHTHITE / MUDRE HAHA MUDRE
/ VAJRA KAYA SAMHATANA PATISHUDDHA / SARVA
LARMA AVARANA VISUDDHE / PRATINI VARTAYA
MAMA AYUR VISUDDHE / SARVA TATHAGATA SAMAYA /
ADHISHTHANA ADHISHTHITE / OM MUNI MUNI / MAHA
MUNI / VIMUNI VIMUNI / MAHA VIMUNI / MATI MATI /
MAHA MATI / MAMATI / SUMATI / TATHATA / BHUTAKOTI
PARISHUDDHE / VISPHUTA BUDDHI SHUDDHE /
HE HE JAYA JAYA / VIJAYA VIJAYA / SMARA SMARA /
SPHARA SPHARA / SPHARAYA SPHARAYA / SARVA
BUDDHA / ADISHTHANA ADISHTHITE / SHUDDHE
SHUDDHE / BUDDHE BUDDHE / VAJRE VAJRE / MAHA
VAJRE / SUVAJRE / VAJRAGARBHE JAYA GARBHE /
VIJAYAGARBHE / VAJRA DZOLA GARBHE / VAJRO-
DEBHAVE / VAJRA SAMBHAVE / VAJRE VAJRINI
/ VAJRAM BHAVATU MAMA SHARIRAM / SARVA
SATTVANANTSA KAYA / PARI SHUDDHIR BHAVATU
/ ME SADA SARVA GATI PARISHUDDHIR TSA / SARVA
TATHAGATA TSAMAM SAMASVAYANTU / BUDDHYA
BUDDHYA / SIDDHYA SIDDHYA / BODHAYA BODHAYA
/ VIBODHAYA VIBODHAYA / MOTSAYA MOTSAYA /

VIMOTSAYA VIMOTSAYA / SHODHAYA SHODHAYA / VISHODHYA VISHODHYA / SAMANTENA MOTSAYA MOTSAYA / SAMANTRA RASMI PARI SHUDDHE / SARVA TATHAGATA HRIDAYA / ADHISHTHANA ADHISHITHITE / MUDRE MUDRE / MAHA MUDRE / MAHAMUDRA MANTRA PADAIH SOHA.

Mật chú Namgyalma bản ngắn

OM BHRUM SOHA / OM AMRITA AYUR DADE SOHA.

Mật chú Luân Xa Như Ý

OM PADMO USHNISHA VIMALE HUM PHAT.

Mật chú Mitukpa

NAMO RATNA TRAYAYA / OM KAMKANI KAMKANI / ROTSANI ROTSANI / TORTANI TORTANI / TRASANI TRASANI / TRATIHANA TRATIHANA / SARWA KARMA PARAM PARANI ME SARWA SATO NENTSA SOHA.

Mật chú Kunrig

OM NAMO BHAGAWATE SARWA DURKATE PARISHODHANA RADZAYA / TATHAGATAYA / ARHATE SAMYAKSAM BUDDHAYA / TAYATA / OM SHODHANI SHODHANI / SARWA PAPAM BISHODHANI SHUDDHE BISHUDDHE SARWA KARMA AHWARANA BISHODHANI SOHA.

Mật chú Bổn Tôn Tia Sáng Vô Nhiễm

NAMA TREYA DHIKANAM / SARWA TATHAGATA HRIDAYA GARHE DZOLA DZOLA / DHARMA DHATU GARBHE / SAMBHARA MAMA AHYU / SAM SHODHAYA

/ MAMA SARWA PAPAM SARWA TATHAGATA SAMANTO
UNIKA BIMALE BISHUDDHE HUM HUM HUM HUM /
AM BAM SAM DZA SOHA.

Mật chú Milarepa

OM AH GURU HASA VAJRA SARVA SIDDHI PHALA
HUM.

Mật chú Phật Dược Sư

TAYATHA / OM BEKANDZE BEKANDZE / MAHA
BEKANDZE RANDZE / SAMUNGATE SOHA

Hồi hướng

Vào cuối thời khóa tu tập, bạn hãy hồi hướng công đức
theo như cách mà bạn đã phát khởi động cơ vào lúc bắt đầu
thời khóa.

*Con nguyện hồi hướng công đức phóng sinh này lên Đức
Dalai Lama, Ngài là hiện thân Đức Phật Bi Mẫn, nơi
qui y duy nhất và là suối nguồn hạnh phúc của tất cả
chúng sinh hữu tình. Cầu mong sao Đức Dalai Lama
được sống lâu và tất cả đại nguyện thiêng liêng của
Ngài được thành tựu.*

*Con hồi hướng công đức việc làm này, cầu xin tất cả chư
vị Thánh Hiền được sống lâu sống khỏe, các Ngài đã
dành trọn cuộc đời cho hạnh phúc của tất cả chúng sinh
hữu tình. Cầu mong sao tất cả đại nguyện thiêng liêng
của các Ngài được thành tựu ngay tức thì.*

*Cầu mong sao tất cả Tăng đoàn sống lâu sống khỏe.
Cầu mong sao tất cả nguyện ước tu tập Pháp của Tăng
chúng được thành tựu ngay tức thì. Cầu mong sao Tăng
chúng được thuận lợi thực hành văn tư tu; giữ gìn giới*

hạnh thanh tịnh; thấu triệt ý nghĩa kinh điển và hiện thực hóa giáo pháp trong cuộc sống.

Cầu mong sao các thí chủ hộ trì Pháp và phụng sự Tăng đoàn được sống lâu sống khỏe; và cầu mong sao tất cả nguyện ước của họ được thành tựu phù hợp với Diệu pháp.

Con xin hồi hướng công đức buổi lễ phóng sinh này, cầu xin trường thọ cho tất cả mọi người đang tạo thiện nghiệp, khiến cho cuộc đời của họ có ý nghĩa bằng cách áp dụng tâm thực hành qui y và thân, khẩu thực hành giới hạnh.

Cầu mong sao việc phóng sinh này cũng sẽ là liều thuốc giúp giải thoát mọi người khỏi khổ đau vì bệnh tật, nhất là bệnh ung thư và AIDS, và thoát khỏi khổ đau vì chết.

Con cũng xin hồi hướng công đức, cầu mong sao tất cả chúng sinh làm điều bất thiện sẽ gặp được Pháp, và sau khi họ tin vào nghiệp, tin vào qui y, họ sẽ được sống lâu. (Nếu họ không thực hành Pháp, thì việc sống lâu sẽ có hại cho họ, vì như vậy họ kéo dài cuộc sống bất thiện.)

Hãy hồi hướng cầu sự trường thọ cho những người cụ thể đang đau ốm, chẳng hạn như những thành viên trong gia đình và bạn bè của bạn.

19.

ĐIỀU TRỊ BỆNH TRẦM CẢM

Bệnh trầm cảm có thể phát sinh từ một trường hợp có lý do rõ rệt và bạn có thể áp dụng một pháp thiền định phù hợp để giải tỏa trường hợp đặc biệt đó. Tuy nhiên, bệnh trầm cảm và nỗi tuyệt vọng của bệnh nhân nhiều khi nổi lên mà không có một lý do cụ thể nào cả. Khi đang mắc phải bệnh trầm cảm, bạn nên tự chuẩn bị cho mình vào mỗi buổi sáng bằng cách hạ quyết tâm không để cho trạng thái trầm cảm này tác động và gây rối loạn cho mình. Việc sinh khởi quyết tâm chịu đựng trạng thái này là rất quan trọng, vì nó sẽ giúp bạn có thêm sức mạnh và sự can đảm. Đồng thời hãy phát khởi quyết tâm mạnh mẽ chuyển hóa nỗi u uất trầm cảm thành hạnh phúc.

Suốt trong ngày, mỗi khi bắt đầu cảm thấy chán nản thất vọng hay phiền muộn, bạn nên lập tức nhớ lại quyết tâm đã phát khởi từ sáng sớm và không để cho trạng thái trầm cảm đó tràn ngập đầu óc bạn. Cho dù tình trạng có tồi tệ đến đâu và dù nó vẫn thường được xem như một vấn đề nghiêm trọng, bạn cũng không nên để nó làm cho cuộc sống của bạn trở nên đen tối và suy sụp.

Sau khi phát khởi quyết tâm như vậy rồi, bạn hãy tự mình chuẩn bị về mặt tinh thần cho một ngày mới bằng cách nghĩ đến những phương pháp mà bạn sẽ dùng khi vừa bắt đầu cảm thấy u uất hay rối loạn. Có nhiều phương pháp đặc biệt để đối trị bệnh trầm cảm.

Hãy nhớ đến sự vô thường và cái chết

Phương pháp đầu tiên là hãy nhớ đến sự vô thường và cái chết. Hãy nhớ rằng, cái chết chắc chắn xảy đến, nhưng không biết lúc nào. Cuộc sống này rất ngắn ngủi; nó kéo dài chỉ trong một phút, một giây... Thay vì nghĩ rằng một thời gian lâu nữa mình mới chết, bạn hãy nghĩ rằng bạn có thể chết đột ngột ngay hôm nay, thậm chí trong vòng một giờ tới, hay chỉ một phút nữa thôi...

Bạn hãy nghĩ đến sự vô thường và cái chết trong từng ngày, từng phút, từng giây... Mỗi buổi sáng khi thức dậy, bạn hãy vui vì mình còn sống, vui vì mình vẫn còn tấm thân người quí báu này, và rồi hãy nghĩ một cách chắc chắn rằng hôm nay mình sẽ chết. Không cần biết cái chết có xảy ra trong hôm nay hay không, bạn vẫn nên nghĩ rằng: *"Tôi sắp chết trong ngày hôm nay"* hay *"Tôi sắp chết trong vòng một giờ tới"*. Điều này giúp bạn trừ dứt tâm tham luyến, sự bám chấp vốn tạo ra rất nhiều khao khát mong cầu. Bệnh trầm cảm có liên quan mật thiết đến tâm tham luyến, mong cầu; bạn bị trầm cảm thất vọng vì không có được những gì mà tâm tham luyến của bạn muốn có. Do đó, bạn cần nghĩ rằng: *"Tôi có thể chết hôm nay - thậm chí có thể chết trong vòng một giờ tới."* Hoặc thực sự quả quyết rằng: *"Tôi sắp chết trong ngày hôm nay."* Hãy suy nghĩ rằng cuộc đời của mình rất ngắn ngủi và mình có thể chết dễ dàng; những suy nghĩ đó sẽ giúp trừ dứt tâm bám chấp mãnh liệt của bạn; sau đó bạn sẽ sống mà không còn lo âu sợ hãi.

Ngược lại, nếu bạn không áp dụng phương pháp nghĩ rằng cái chết có thể đến trong ngày hôm nay, bạn sẽ luôn cảm thấy bất mãn, cô đơn và tuyệt vọng. Và như vậy có nguy cơ là bạn sẽ tự tử. Khi tâm bạn ở trong trạng thái trầm cảm và cuộc đời của bạn toàn màu đen thì việc tự tử rất dễ nhanh chóng xảy ra.

Hãy chịu đựng bệnh trầm cảm thay cho người khác

Phương pháp thứ hai để điều trị bệnh trầm cảm cũng là cách tốt nhất để biến căn bệnh này thành điều lợi lạc, là sử dụng nó để phát khởi tư tưởng từ bi của Bồ-đề tâm. Bằng cách này, bạn chuyển hóa bệnh trầm cảm của bạn thành hạnh phúc và dùng nó để mang hạnh phúc đến cho tất cả chúng sinh hữu tình; bạn sử dụng bệnh của bạn vào con đường tu tập hướng đến giác ngộ.

Vô số chúng sinh đang sống trong trạng thái trầm cảm và vô số chúng sinh khác đã tạo nghiệp để phải trải qua sự trầm cảm trong tương lai. Bạn hãy nghĩ rằng: "Tôi chỉ là một người, trong khi các chúng sinh khác là vô số. Sẽ tuyệt vời biết bao nếu tôi, chỉ một người thôi, có thể gánh chịu bệnh trầm cảm này cũng như tất cả khổ đau khác của tất cả chúng sinh, và nhờ đó mà mọi chúng sinh đều được hạnh phúc và bình yên cho tới khi giác ngộ."

Nếu được, khi nghĩ đến "tất cả khổ đau khác của tất cả chúng sinh", bạn hãy nghĩ đến cả ba loại khổ đau là *khổ khổ*, *hoại khổ* (có nghĩa là những niềm vui giả tạm trong chốn luân hồi) và *hành khổ*. Thực hành này rất sâu sắc, vì bạn không chỉ nghĩ đến nỗi đau của thân thể và sự nghèo khổ mà còn nghĩ tới toàn bộ khổ đau trong luân hồi sinh tử.

Sau đó hãy nghĩ rằng: "Cho dù tôi có phải sinh vào địa ngục, nhưng vì tôi chỉ là một người thôi, nên chẳng có gì đáng để bận tâm cả. Và dù tôi có giải thoát hoàn toàn khỏi luân hồi, nhưng vì điều đó chỉ là cho riêng tôi trong khi tất cả chúng sinh khác vẫn còn chìm đắm trong đau khổ nên điều đó cũng chẳng có gì lý thú cả. Sẽ tuyệt vời biết bao nếu tất cả chúng sinh khác được giải thoát khỏi khổ đau vì căn bệnh trầm cảm, và tôi, chỉ một chúng sinh thôi, có thể nhận về mình tất cả sự trầm cảm và những đau khổ khác của vô số chúng sinh để họ có được tất cả hạnh phúc cho đến khi giác ngộ. Được như vậy sẽ là sự thành tựu lớn nhất của đời tôi."

Và ngay sau khi suy nghĩ như vậy, bạn hãy thiền định thực sự nhận về mình sự đau khổ của các chúng sinh khác - đặc biệt là bệnh trầm cảm của họ. Bạn phát sinh tâm bi mẫn xót thương chúng sinh khác, qua đó bạn nhận về mình tất cả sự trầm cảm của họ và nhân của sự trầm cảm đó, cùng với mọi nỗi thống khổ khác nữa. Thông qua lỗ mũi, bạn hít vào tất cả khổ đau đó dưới dạng khói đen, khói đen này thấm vào tự ngã của bạn, tức là tư tưởng vị kỷ, kẻ thù đích thực mà bạn cần phải hủy diệt. Bạn hãy dùng tất cả sự đau khổ này như một vũ khí để phá hủy tự ngã của bạn - vốn đã làm cho bạn bị trầm cảm cũng như các vấn đề khác. Con quỉ tự ngã này đang ở trong tim bạn, là kẻ thù đích thực của bạn, bị hủy diệt hoàn toàn không còn tồn tại.

Tiếp theo, nếu có thể được, bạn hãy thiền định về tánh Không. Sau khi hủy diệt được tự ngã, vốn là đối tượng ôm ấp nuôi dưỡng cái tôi, bạn hãy thiền định về tánh Không của "cái tôi". Tự ngã đã quyết liệt ôm giữ cái tôi giả tạo, xem nó như thể là một đối tượng quan trọng và quí báu hơn hết so với tất cả các chúng sinh khác; nhưng giờ đây, vì tự ngã đã bị phá hủy hoàn toàn nên "cái tôi" này cũng bị phá hủy hoàn toàn. Vì tư tưởng vị kỷ không còn hiện hữu nên đối tượng của nó tức là cái tôi "có thật" mà đối với bạn có vẻ như tự nó hiện hữu, cũng không còn hiện hữu. Khi ấy bạn hãy thiền định về tánh Không hay bản chất rốt ráo của cái tôi. Hãy chú tâm thêm nữa vào trạng thái tánh Không. Chú tâm vào sự vắng bặt của một "cái tôi tự tồn", vốn thật không hiện hữu ở đâu cả, dù là nơi thực thể hay bất kỳ nơi nào khác.

Cách thiền định này có thể rất lợi lạc đối với bệnh trầm cảm, nhưng điều đó còn tùy thuộc việc bạn thiền định về tánh

Không hiệu quả như thế nào. Đối với một số người, thiền định về tánh Không là phương thuốc rất hiệu lực.

Sau khi thiền định tánh Không, bằng việc phát khởi tâm từ đối với người khác, bạn hãy thiền định về sự bố thí. Hãy hiến tặng thân thể bạn cho tất cả chúng sinh với hình thức một viên ngọc như ý; hiến tặng tất cả tài sản, vật sở hữu của bạn; hiến tặng tất cả công đức, tất cả thiện nghiệp, nhân của hạnh phúc và tất cả hạnh phúc của bạn [từ nay] cho tới khi đạt được giác ngộ. Các chúng sinh khác nhận được mọi thứ họ cần; rồi thì mọi niềm vui thích họ nhận được sẽ khiến họ hiện thực hóa con đường tu tập, và tất cả sẽ trở nên giác ngộ.

Hãy liên kết pháp thiền định nhận và cho này với hơi thở của bạn. Đối với bệnh trầm cảm, hãy chú tâm nhiều hơn vào thực hành nhận về mình khổ đau của các chúng sinh khác. Điểm chính của việc thiền định là bạn đang thay thế cho tất cả chúng sinh hữu tình chịu đựng căn bệnh trầm cảm.

Hãy thực hành thiền định cho và nhận vào buổi sáng và buổi tối; và suốt thời gian còn lại trong ngày, bất kỳ bạn làm việc gì, như lái xe, ăn uống, tham gia các hoạt động thường nhật..., bất cứ lúc nào tư tưởng thất vọng của cơn trầm cảm nổi lên trong tâm, bạn hãy lập tức áp dụng phương pháp đối trị này. Ngay khi bạn bắt đầu cảm thấy trầm cảm, hãy lập tức suy nghĩ: "Tôi đang thay thế cho tất cả chúng sinh chịu đựng căn bệnh trầm cảm này" hay là "Sự trầm cảm mà tôi đang gánh chịu chính là sự trầm cảm của tất cả chúng sinh khác." Việc nghĩ rằng bệnh trầm cảm này không phải của bạn mà là của tất cả chúng sinh sẽ rất hữu ích. Cách thức này cũng áp dụng đối với bệnh ung thư, AIDS hay các bệnh khác nữa.

Khi bạn chịu đựng bệnh trầm cảm thay cho người khác, khi bạn thay đổi thái độ từ việc nghĩ rằng "Tôi đang trầm cảm" chuyển sang nghĩ rằng "Tôi đang chịu đựng thay cho các người khác", căn bệnh trầm cảm của bạn sẽ trở nên thú vị và đáng giá. Điều rất quan trọng là bạn hãy liên tục lặp lại suy nghĩ rằng bạn đang chịu đựng bệnh trầm cảm này thay cho người khác, vì sự suy nghĩ này có tác động giữ cho tâm bạn luôn trong trạng thái bình an và hạnh phúc. Khi bạn thực hành điều này trong cuộc sống thường nhật, bạn sẽ tận hưởng được cuộc sống và thấy được mục đích của đời sống. Bạn cảm thấy vui khi có được cơ hội chịu đựng sự trầm cảm và bạn thấy cuộc sống của mình thật có giá trị vì bạn đang sống vì những người khác.

Để vui thích với bệnh trầm cảm hay bất kỳ vấn đề bất ổn nào khác đang xảy ra trong đời sống, bạn nên nghĩ đến những lợi lạc của nó, và sự lợi lạc lớn nhất của bệnh này là bạn có thể sử dụng nó để phát triển Bồ-đề tâm. Nhờ vào sự chịu đựng trầm cảm, bạn càng thấy được sự đau khổ của các chúng sinh khác dễ dàng hơn, nhất là sự đau khổ của vô số chúng sinh khác đang phải chịu đựng bệnh trầm cảm cũng như đã tạo nhân sẽ phải chịu đựng bệnh này. Sự chịu đựng căn bệnh này của chính mình sẽ giúp bạn có thể nhận hiểu được nó khó chịu đến như thế nào.

Việc sử dụng bệnh của mình để phát triển Bồ-đề tâm sẽ giúp bạn tịnh hóa vô số nghiệp chướng bất thiện và tích tụ công đức rộng lớn như không gian. Mỗi lần bạn nghĩ "Tôi đang chịu đựng bệnh trầm cảm này, sự đau khổ này thay cho tất cả chúng sinh" là bạn tích tụ rất nhiều công đức, và càng nhiều công đức thì bạn càng dễ dàng hơn trong việc thực chứng tánh Không. Công đức mà bạn tích tụ được bằng cách thực hành Bồ-đề tâm nhận lấy khổ đau của người khác và hiến tặng cho họ phần hạnh phúc và công đức của riêng mình sẽ giúp bạn chứng ngộ tánh Không dễ dàng và nhanh chóng hơn.

Khi bạn chịu đựng cơn trầm cảm, sẽ rất tốt nếu bạn xem

tình huống chịu đựng này như một kỳ nhập thất ẩn tu. Mặc dù bạn không nhập thất trong ý nghĩa là giam mình trong một căn phòng để ẩn tu, nhưng bạn đang thực sự nhập thất ẩn tu thông qua việc giữ tâm mình luôn ở trong Bồ-đề tâm. Nếu bệnh trầm cảm thúc đẩy bạn thực hành Bồ-đề tâm thì suốt ngày bạn sẽ có được sự tịnh hóa nghiệp mãnh liệt và tích tụ được rất nhiều công đức. Khi bạn chịu đựng sự trầm cảm trong nhiều tuần, nhiều tháng, thậm chí nhiều năm, trong quãng thời gian đó, điều đó cũng giống như bạn đang tu tập một đợt nhập thất Kim Cang Tát Đỏa. Đây thật là một đợt nhập thất tốt nhất, vì việc bạn nỗ lực phát triển Bồ-đề tâm trong từng giờ, từng phút, từng giây sẽ làm cho cuộc sống của bạn trở nên có lợi lạc cho tất cả chúng sinh. Sử dụng bệnh trầm cảm của mình để thực hành Bồ-đề tâm cũng giống như mật chú (tantra), sẽ trở thành con đường nhanh nhất đưa đến giác ngộ.

Có một cách để chấm dứt bệnh trầm cảm và các vấn đề khác là thực hành quyết liệt sự tịnh hóa trong cuộc sống hằng ngày, vì như vậy sẽ tịnh hóa được nhân của bệnh trầm cảm. Bằng cách tịnh hóa nhân của các vấn đề, bạn sẽ không phải gánh chịu các vấn đề; nếu không, bạn sẽ tiếp tục chịu đựng sự trầm cảm từ đời này sang đời khác. Như tôi vừa nêu, thực hành Bồ-đề tâm sẽ mang đến sự tịnh hóa mãnh liệt. Còn có những cách thực hành tịnh hóa mãnh liệt khác nữa, như xưng tán hồng danh Ba Mươi Lăm Vị Phật, thiền định và trì chú Kim Cang Tát Đỏa, và thực hiện nghi lễ puja hỏa Dorje Khadro. Thực hành tịnh hóa là rất thiết yếu, vì nếu nghiệp bất thiện không được tịnh hóa, bạn sẽ tiếp tục phải chịu đựng bệnh trầm cảm trong các kiếp sau.

Chỉ riêng việc chấp nhận bệnh trầm cảm của bạn cũng đã hữu ích rồi. Bạn có thể nghĩ rằng: "Tôi đáng phải chịu đựng bệnh trầm cảm này vì tôi đã làm vô số hành động ác độc nặng nề trong quá khứ." Hoặc bạn có thể nghĩ rằng, với sự chịu đựng bệnh bạn đang làm cạn kiệt các nghiệp bất thiện đã tạo ra từ vô thỉ đến nay. Việc suy nghĩ theo chiều hướng này có thể khiến bạn vui vẻ chịu đựng bệnh thay vì xem căn bệnh như là tai họa. Khi chúng ta giặt quần áo bằng nước xà phòng, đầu tiên có rất nhiều chất bẩn được thải ra. Chúng ta xem đó là hiện tượng tốt chứ không phải xấu, mặc dù ngay lúc đó quần áo chưa trắng sạch ngay. Việc thực hành con đường tu tập cũng thế. Nghiệp bất thiện có thể lộ ra dưới dạng bệnh trầm cảm hay sự đau ốm. Điều này không phải xấu, vì nó là dấu hiệu cho thấy rằng chúng ta đang làm giảm đi nghiệp xấu. Chúng ta nên vui mừng vì bị bệnh trầm cảm hay đau ốm, vì như vậy là chúng ta đang tịnh hóa các nghiệp xấu ác nặng nề đã tạo trong quá khứ bằng hình thức chịu đựng một vấn đề nhỏ như bệnh này trong đời hiện tại, thay vì lẽ ra phải trải qua sự đau khổ ghê gớm trong nhiều kiếp nơi các cảnh giới thấp. Nếu so sánh với khổ đau trong cõi địa ngục nóng thì cảm giác khổ đau vì bệnh trầm cảm này chẳng đáng là gì. Chúng ta nên cảm thấy là được may mắn cực kỳ vì thoát được sự khổ đau nặng nề đó, và vì thế ta nên xem bệnh trầm cảm của ta như một dấu hiệu thành công.

Khi chúng ta tu tập Chánh pháp, các nghiệp bất thiện có thể lộ ra rất nhanh, và sẽ được giải trừ khi chúng ta bị đau ốm, bị trầm cảm hay gặp phải các vấn đề bất ổn khác. Trong trường hợp này thì sự tu tập Chánh pháp chính là "xà phòng và nước" [làm lộ ra các nghiệp bất thiện]. Đây là cách lý giải vì sao các hành giả tu tập Chánh pháp thường bị đau ốm hay gặp nhiều trở ngại khi họ tu tập quyết liệt.

Giáo lý đạo Phật nhấn mạnh tầm quan trọng của việc luôn giữ tâm trong trạng thái vui vẻ hạnh phúc. Nếu bạn không hạnh phúc, bạn sẽ khiến cho gia đình và những người chung quanh bạn không được hạnh phúc. Bạn tự giam mình quá chặt trong sự trầm cảm đến nỗi không mở lòng ra với người khác. Bạn không thể yêu thương hay giúp đỡ người khác, hoặc làm cho họ được hạnh phúc. Thậm chí, bạn không thể nở một nụ cười với người khác, không thể cho người khác dù chỉ một niềm vui nhỏ nhoi đến thế.

Ngược lại, khi bạn vui vẻ, bạn sẽ thoải mái và có chỗ trống trong đầu óc để nghĩ về người khác, để chăm sóc và yêu thương người khác. Bạn có thể cười với họ để làm họ vui. Và bạn có thể làm công việc hay tu tập tâm linh tốt hơn. Nếu tâm rối rắm, thậm chí bạn sẽ ngừng việc tu tập tâm linh. Bạn sẽ nản lòng đến nỗi không thể tụng dù chỉ một câu OM MANI PADME HUM. Do đó, khi cuộc sống bất hạnh, điều quan trọng là hãy giữ tâm vui vẻ hạnh phúc bằng cách sử dụng các vấn đề bất ổn của bạn vào con đường tu giác ngộ.

Tuy nhiên, nếu bạn cảm thấy quá phấn khởi khi thành đạt một việc gì, cuộc đời của bạn cũng trở nên bất ổn. Tâm bạn bị phân tán, và một khi tâm không bình ổn thì không thể tu tập tâm linh. Bạn cần thực hành chuyển hóa tâm, sao cho cảm giác đau khổ cũng như cảm giác hạnh phúc đều không trở thành chướng ngại của sự thành tựu con đường tu giác ngộ. Bạn cần giữ tâm hoan hỷ và tích cực, vì điều này sẽ giúp cho bạn có một tinh thần khỏe mạnh, và từ tinh thần khỏe mạnh sẽ đi đến thân thể khỏe mạnh.

Dĩ nhiên, có những người rất khỏe mạnh, sống lâu, cho dù họ đã làm nhiều hành vi bất thiện như giết mổ hàng loạt chúng sinh, không hề thực hành tịnh hóa và cũng không làm bất cứ việc thiện nào. Tuy nhiên, đấy không nhất thiết là một dấu hiệu tốt. Vì tất cả nghiệp xấu của họ vẫn được lưu giữ và sẽ kết quả trong tương lai, rồi kéo dài đến mức không thể tưởng tượng được. Cuộc đời hiện tại chỉ là ngắn ngủi như một chớp mắt khi so với tất cả các kiếp tái sinh tương lai hay so với thậm chí chỉ là một kiếp ở trong các cõi địa ngục. Ngoài việc mang đến khổ đau trong một thời gian dài vô cùng trong các cảnh giới thấp, nghiệp bất thiện này còn làm cho họ phải chịu đau khổ trong kiếp người trong nhiều ngàn kiếp sống về sau nữa.

Chuyển giao bệnh trầm cảm cho tự ngã

Phương thức thứ ba để trị bệnh trầm cảm là chuyển giao bệnh cho tự ngã của bạn. [Cách làm] việc làm này cũng tương tự như việc gánh chịu bệnh trầm cảm thay cho các chúng sinh khác. Đầu tiên, bạn hãy khảo sát nhân của bệnh trầm cảm. Cái gì đã khiến cho bạn phải chịu đựng bệnh trầm cảm này? Chính là tự ngã, là tư tưởng vị kỷ. Có một mối quan hệ tức thì giữa bệnh trầm cảm và tâm vị kỷ mãnh liệt. Về cơ bản, bạn bị trầm cảm chính là vì tự ngã không có được những gì nó muốn có hay mong đợi.

Một điểm khác nữa cần được quan tâm là: bệnh trầm cảm có thể xảy ra vì trong quá khứ - hoặc vào một đời quá khứ hoặc trước đây trong đời này - do tâm vị kỷ thúc đẩy, bạn đã quấy nhiễu tâm của vị thầy tâm linh của bạn và bạn đã thối lui hay hủy bỏ lời thệ nguyện. Nhưng lý do này cũng vẫn cho thấy bệnh trầm cảm của bạn là do tự ngã. Chính tự ngã bắt buộc bạn phải gánh chịu bệnh trầm cảm.

Trong kinh điển, khi giảng dạy về lợi ích của Phật tử tại gia thọ ngũ giới (không giết hại, không trộm cắp, không tà dâm, không nói dối, không uống rượu) và những sự tổn hại nếu không giữ các giới đó, Đức Phật đã lưu ý rằng cảm xúc trầm uất bất ngờ bộc lộ mà không có nguyên nhân cụ thể nào cả thì đó chính là kết quả của hành vi tà dâm bất thiện mà người đó đã làm trong quá khứ. Kinh văn đề cập đến trạng thái trầm cảm bất ngờ xảy ra vào buổi chiều, nhưng cảm giác trầm cảm bất ngờ xảy ra vào buổi sáng khi bạn vừa thức giấc cũng giống như vậy. Mặc dù bạn không hề có lý do gì để cảm thấy thất vọng, nhưng bạn vẫn bất ngờ cảm thấy không vui, không hạnh phúc. Có khi tâm bạn đang vui nhưng bất ngờ thay đổi, như đám mây bất chợt che phủ mặt trời. Tôi cho rằng sự thay đổi như vậy là do nghiệp bất thiện mà bạn đã làm cho người khác mất hạnh phúc. Chính vì tự ngã mà tâm tham ái nổi lên, và rồi bạn phạm tội tà dâm bất thiện, và giờ đến bạn phải nhận kết quả là gánh chịu bệnh trầm cảm. Nhưng dù sao thì tất cả những điều đó cũng đều là xuất phát từ tự ngã.

Sẽ rất có ích nếu bạn thỉnh thoảng tụng đọc bộ luận "Pháp luân vũ khí sắc bén" (*The Wheel of Sharp Weapons*) [của Dharmarakshita].[1] Điểm chính cần hiểu là: tâm vị kỷ đã tạo nên sự hoạt động của vũ khí nghiệp chướng sắc bén, và giờ đây, bạn cần phải chuyển vũ khí đó nhắm vào tâm vị kỷ, vì tâm này trước tiên đã gây cho bạn bệnh trầm cảm. Thay vì tự mình gánh chịu bệnh trầm cảm, bạn trả nó lại cho tự ngã và bệnh sẽ phá hủy hoàn toàn tự ngã. Hãy sử dụng bệnh trầm cảm của bạn như một trái bom nguyên tử để phá hủy kẻ thù bên trong là tâm vị kỷ. Khi đối mặt với kẻ thù trong cuộc chiến bạn sẽ dùng bất kỳ vũ khí gì để tiêu diệt chúng. Ở đây, bạn dùng bệnh trầm cảm của mình để tiêu diệt triệt để "cái tôi", kẻ thù đích thực của bạn.

Với phương pháp này, bệnh trầm cảm của bạn trở nên dược liệu tốt nhất để điều trị căn bệnh mạn tính của tâm, đó là tư tưởng vị kỷ, nó có sẵn trong tâm liên tục từ vô thỉ đến nay, và tác hại mà nó gây ra cũng có từ vô thỉ đến nay. Giờ đây, bệnh trầm cảm trở nên có ích, đặc biệt là cho sự phát sinh thực chứng Bồ-đề tâm; và bệnh sẽ cực kỳ quí báu, sẽ là cái mà bạn thực sự cần.

*

---

[1] Quý độc giả có thể xem bản luận này bằng Anh ngữ tại đây: http://www.bodhicitta.net/The Wheel of Sharp Weapons.htm

Tôi vừa đưa ra ba phương thức có năng lực mãnh liệt để đối phó với bệnh trầm cảm, nhưng bạn đừng cầu mong tình huống tự nó được giải quyết. Bạn cần nhận thức rằng bạn phải nỗ lực rất nhiều trong việc áp dụng các phương pháp này, vì khi tâm bạn không vui thì bạn dễ nản lòng và không muốn thực hành bất cứ sự tu tập tâm linh nào.

Phương thức đầu tiên là suy nghĩ về sự vô thường và cái chết, đặc biệt ghi nhớ rằng cuộc sống này chỉ còn một giây phút nữa thôi, rằng cái chết có thể xảy ra bất kỳ lúc nào. Sự suy nghĩ như vậy sẽ chấm dứt ngay mọi sự luyến bám mong cầu, và bạn sẽ lập tức cảm thấy bình an trong tâm.

Phương thức thứ hai là hãy gánh chịu bệnh trầm cảm thay cho tất cả chúng sinh hữu tình.

Phương thức thứ ba là sử dụng bệnh trầm cảm như một quả bom để phá hủy kẻ thù của bạn là tự ngã. Vì một khi tự ngã không còn, bạn sẽ có được khoảng trống để phát triển Bồ-đề tâm. Như vậy, sự gánh chịu bệnh trầm cảm có thể giúp bạn hiện thực hóa Bồ-đề tâm. Việc loại trừ tự ngã - chướng ngại của Bồ-đề tâm - sẽ giúp bạn có khả năng thực chứng Bồ-đề tâm, và nhờ vào đó bạn sẽ hoàn tất con đường tu giác ngộ, chấm dứt mọi ô nhiễm thô và vi tế, đồng thời hoàn tất mọi thực chứng. Khi đó bạn mới có khả năng làm việc một cách hoàn hảo để phụng sự tất cả chúng sinh.

Với những phương cách này, bạn dùng bệnh trầm cảm để thành tựu ý nghĩa cao nhất của cuộc sống - tức là sự giác ngộ vì lợi lạc của tất cả chúng sinh. Cũng như nọc độc của rắn có thể được dùng để chế biến thành thuốc chữa rắn cắn, bệnh trầm cảm có thể được sử dụng để phát triển Bồ-đề tâm và giúp bảo vệ chống lại bệnh trầm cảm trong tương lai.

20.

THỰC HÀNH PHÁP TỊNH HÓA

Thông qua sự nỗ lực của chính mình bạn có thể tịnh hóa tâm và làm cho nó trở nên thanh tịnh và hiền thiện. Bằng cách này, hành vi của bạn không còn gây hại hay quấy nhiễu mà trở nên có ích cho bản thân và cho người khác.

Sự tịnh hóa hoàn hảo phải bao gồm phương thức điều trị có đủ bốn năng lực. Trong số đó, năng lực sám hối là cực kỳ quan trọng, vì mức độ chúng ta có thể tịnh hóa được nghiệp bất thiện đã tạo ra tùy thuộc vào mức độ hối tiếc mà chúng ta phát sinh khi suy ngẫm về những tai hại của nghiệp xấu đó. Thậm chí, nếu chúng ta không trì tụng bất kỳ mật chú tịnh hóa nào - hay không biết mật chú nào để trì tụng - nhưng nghiệp bất thiện của chúng ta cũng sẽ giảm nhẹ dần tương đương với mức độ mãnh liệt của sự ăn năn hối cải đối với việc ta đã tạo ra nghiệp xấu. Ngay cả nếu không có ba năng lực còn lại thì mức độ hối tiếc của chúng ta cũng sẽ xác định việc chúng ta tịnh hóa nghiệp bất thiện được đến mức nào. [Cho nên,] để tịnh hóa nghiệp bất thiện thì điều quan trọng là phải hối tiếc [về điều sai trái đã làm] càng mãnh liệt càng tốt.

Chúng ta cần phải suy nghĩ càng sâu sắc càng tốt về các tai hại của nghiệp bất thiện đã tạo. Nghiệp bất thiện đưa đến quả tái sinh trong các cảnh giới thấp trong thời gian lâu dài không thể tưởng tượng, và cuối cùng khi được tái sinh làm người trở lại, nghiệp bất thiện sẽ là nhân của tất cả mọi vấn đề mà chúng ta phải chịu đựng, bao gồm cả các chướng ngại ngăn không cho chúng ta đạt được các thực chứng của con đường tu giác ngộ. Nghiệp bất thiện cũng để lại các chủng tử trong tâm ta, xui khiến chúng ta tái phạm các lỗi lầm đó ở đời tương lai. Chúng ta phát sinh cảm xúc hối tiếc càng mãnh liệt bao nhiêu khi suy nghĩ đến các tội lỗi thì nghiệp bất thiện của chúng ta càng giảm nhẹ đi bấy nhiêu.

Chúng ta cũng có thể tịnh hóa nghiệp bất thiện thông qua *năng lực phát sinh từ đối tượng*, có nghĩa là thông qua sự nương tựa vào các đối tượng thiêng liêng - như vị thầy, Đức Phật, Pháp, Tăng - hay nương tựa vào chúng sinh hữu tình. Với sự qui y nương tựa vào vị thầy, chư Phật, Chánh pháp, chư Tăng, chúng ta có thể tịnh hóa nghiệp bất thiện do chúng ta tạo ra liên quan đến các Ngài; và bằng sự phát sinh Bồ-đề tâm, chúng ta có thể tịnh hóa nghiệp bất thiện đã tích lũy liên quan đến chúng sinh hữu tình.

Thiện hạnh có năng lực đối trị nghiệp bất thiện được gọi là *năng lực luôn luôn hoan hỷ*. Nói chung, bất kỳ thiện hạnh nào cũng có năng lực tác dụng như thuốc đối trị nghiệp bất thiện, và với việc tạo nên thiện hạnh, chúng ta luôn hưởng được quả hoan hỷ hạnh phúc. Đây có lẽ là ý nghĩa của *"sự luôn luôn hoan hỷ"* mặc dù tôi chưa thấy có sự giải thích nào về thuật ngữ này trong kinh luận.

Năng lực cuối cùng là *năng lực của sự quyết tâm không tái phạm* nghiệp bất thiện đó nữa.

Chúng ta cũng có thể dùng các vấn đề bất ổn của chúng ta để tịnh hóa nghiệp bất thiện. Với sự chịu đựng các vấn đề thay cho tất cả chúng sinh hữu tình, chúng ta sử dụng các vấn đề vào con đường tu giác ngộ. Nếu chúng ta có lòng bi mẫn mãnh liệt và tư tưởng vị tha quan tâm chăm sóc các chúng sinh khác, thì việc gánh chịu các vấn đề thay cho chúng sinh hữu tình sẽ mang lại sự tịnh hóa mãnh liệt.

THỰC HÀNH TỊNH HÓA BỆNH UNG THƯ HAY BỆNH AIDS

Bạn có thể quán tưởng vị Bổn tôn chữa bệnh như đối tượng khẩn cầu hiện ra trước mặt bạn.[1] Bạn hãy phát thệ nguyện trước mặt vị Bổn tôn-đạo sư là luôn cố gắng sống với sự thực hành thiện tâm. Nếu không, hãy quán tưởng ruộng phước mà bạn thường qui y nương tựa, và sau đó hãy quán tưởng vị Bổn tôn trước khi bắt đầu trì tụng lời cầu nguyện bảy nhánh.

Qui y và phát Bồ-đề tâm

Từ nay cho đến khi giác ngộ, con xin qui y nương tựa vào:

- Đấng Toàn Giác (Ngài có năng lực hoàn hảo và tâm bi mẫn vô lượng đối với tất cả chúng sinh hữu tình.)

- Giáo Pháp Siêu Việt (trí tuệ thực chứng thực tại tối hậu và chấm dứt khổ đau.)

- Các hành giả luôn hướng tới thiện hạnh (những ai đã thành tựu các thực chứng, hoặc những ai giờ đây đang biến các thực chứng thành hiện thực và những ai dẫn dắt con đi trên con đường chân chánh.)

(3 lần)

Phát khởi Tứ Vô lượng tâm

Thật tuyệt vời biết bao khi tất cả chúng sinh hữu tình tràn ngập tâm xả, thoát khỏi tham ái và sân hận.

---

[1] Lama Zopa Rinpoche soạn ra phép thực hành này cho khóa học chữa bệnh ở Viện Tara (Tara Institute) vào ngày 31 tháng 8 năm 1991. Pháp thực hành này theo bản gốc bao gồm các mật chú Sitatapatra (Bổn Tôn Cây Dù Trắng - Bạch tán cái) và Singhanada (Quán Âm Sư Tử Hống). Tuy nhiên, khi thực hành, bạn nên dùng bất kỳ mật chú Bổn Tôn chữa bệnh nào theo yêu cầu của vị thầy đạo hạnh trao truyền cho bạn.

Mong sao chúng sinh hữu tình đạt được điều đó.

Con quyết tâm làm cho chúng sinh hữu tình tràn ngập tâm xả thoát khỏi tham ái, và sân hận.

Cầu xin đấng Đạo sư Như Lai gia hộ cho con có đủ khả năng làm được điều đó.

Thật tuyệt vời biết bao khi tất cả chúng sinh hữu tình có được hạnh phúc và nhân hạnh phúc.

Mong sao chúng sinh hữu tình đạt được điều đó.

Con quyết tâm làm cho chúng sinh hữu tình có được hạnh phúc và nhân hạnh phúc.

Cầu xin đấng Đạo sư Như Lai gia hộ cho con có đủ khả năng làm được điều đó.

Thật tuyệt vời biết bao khi tất cả chúng sinh hữu tình thoát khỏi đau khổ và nhân của khổ.

Mong sao chúng sinh hữu tình đạt được điều đó.

Con quyết tâm làm cho chúng sinh hữu tình thoát khỏi đau khổ và nhân của khổ

Cầu xin đấng Đạo sư Như Lai gia hộ cho con có đủ khả năng làm được điều đó.

Thật tuyệt vời biết bao khi tất cả chúng sinh hữu tình không bao giờ xa rời hạnh phúc, tái sinh cõi cao và được giải thoát.

Mong sao chúng sinh hữu tình đạt được điều đó.

Con quyết tâm làm cho chúng sinh hữu tình không bao giờ xa rời hạnh phúc này.

Cầu xin đấng Đạo sư Như Lai gia hộ cho con có đủ khả năng làm được điều đó.

Phát Bồ-đề tâm đặc biệt

Vì lợi ích của tất cả chúng sinh hữu tình từng là cha và mẹ của con, con sẽ nhanh chóng khẩn thiết thành tựu trạng thái giác ngộ viên mãn. Vì lý do này, con sắp sửa thực hành thiền định-trì tụng pháp Bổn tôn-đạo sư để chữa bệnh cho thân thể của con thông qua việc chữa bệnh tâm con, tức là thông qua việc tẩy sạch tất cả chướng ngại ở tâm con.

Kế tiếp trì tụng bài *"Cầu nguyện bảy nhánh"*, *"Dâng cúng Mạn-đà-la - bản ngắn"* và *"Nền tảng của tất cả thiện hạnh"* như dưới đây.

Lời cầu nguyện bảy nhánh

Con phủ phục đảnh lễ với cả thân, khẩu, ý
Và dâng cúng vô số phẩm vật hiện thực cũng như từ tâm hóa hiện.
Con xin sám hối những tội lỗi của con từ vô thỉ đến nay,
Và tùy hỷ mọi phước đức của tất cả chư Phật và chúng sinh.
Xin khẩn cầu Chư vị Đạo sư thiện đức ở lại để dẫn dắt chúng con,
Và chuyển bánh xe Pháp cho đến khi cõi luân hồi này chấm dứt.
Con xin hồi hướng công đức của chính con và của tất cả chúng sinh khác cho sự giác ngộ viên mãn.

Cúng dường Mạn-đà-la

Mặt đất này được trang hoàng bởi hoa và hương
Núi Tu Di, bốn lục địa, mặt trời và mặt trăng:
Con quán tưởng đây là cõi Phật và xin dâng cúng.
Cầu cho tất cả chúng sinh hữu tình an lạc trong cõi tịnh độ này.

Nương nhờ công đức dâng cúng Mạn-đà-la này, cầu mong tất cả chúng sinh trong sáu cõi, nhất là các con vật này, ngay tức thì được tái sinh về cõi tịnh độ và thành tựu giác ngộ.

IDAM GURU RATNA MANDALAKAM NIRYATAYAMI

Nền tảng của tất cả thiện hạnh (Lời nguyện Lamrim)

Vị đạo sư tôn kính và từ ái của con, là nền tảng của tất cả thiện hạnh.
Tin hiểu rằng qui y nương tựa Ngài là cội rễ của con đường tu tập.
Cầu xin gia hộ sao cho con được nương tựa vào Ngài,
Với trọn lòng tôn kính thiết tha, với tâm kiên trì mãi mãi.

Kiếp người tuyệt vời này có được một lần thôi,
Tin hiểu rằng nó đáng quí biết bao và khó tìm thấy lại.
Cầu xin gia hộ để con ngày đêm không ngừng,
Tận dụng được tinh túy của kiếp người quí báu này.
Cuộc đời và tấm thân luân hồi mong manh như bọt nước,
Hãy nhớ đến cái chết, vì chúng ta sẽ bỏ mạng dễ dàng,
Nghiệp lành dữ đeo đuổi ta như bóng theo hình.
Con tin hiểu rằng điều này là đích thực,
Cầu xin gia hộ sao cho con luôn tỉnh táo
Không làm một điều xấu dù rất nhỏ nhặt và vi tế,
Và thành tựu viên mãn mọi công đức.

Lạc thú thế gian không bao giờ thỏa mãn,
Vì theo sau nó là tất cả khổ đau.
Tin hiểu rằng mọi hạnh phúc trong luân hồi không đáng để trông cậy,
Cầu xin gia hộ sao cho con luôn dốc tâm mưu cầu hạnh phúc giải thoát.

Diệu tâm đó sẽ phát sinh tỉnh thức, chánh niệm, và nhất tâm.

Cầu xin gia hộ sao cho con kiên định thực hành
Giới biệt giải thoát, cội nguồn của giới luật

Cầu mong cho con thấy biết được rằng, tất cả chúng
sinh từng là mẹ hiền của con,
Cũng giống như con, đang đau khổ trong vòng quay
sinh tử,
Và xin gia hộ để con tu tập, rèn luyện Bồ-đề tâm siêu
việt,
Nhận lấy trách nhiệm giải thoát tất cả chúng sinh.

Nhưng nếu không vun trồng ba Pháp tu tập (Giới, Định,
Tuệ),
Chỉ riêng sự phát tâm mong cầu không đưa đến giác
ngộ.
Cầu xin gia hộ để con thấy biết rõ được điều này,
Và nỗ lực chuyên tâm thực hành hạnh nguyện của
người con của Phật.

Khi tâm con không dao động theo vọng cảnh mê lầm,
Và thấu hiểu tận tường thực tại chân thật,
Cầu xin gia hộ cho con từ trong dòng tâm thức,
Mau chóng phát sinh con đường Định Tuệ bất nhị.
Con như một bình chứa thích hợp,
Sau khi được rèn luyện trên đường tu phổ thông,
Cầu xin gia hộ để con được thuận lợi đi vào Kim Cang
Thừa thiêng liêng,
Con đường tối thượng của những chúng sinh may mắn.

Nền tảng của thành tựu là diệu nguyện và nhất tâm
dâng hiến cuộc đời.
Vì có được sự thấu hiểu chân thật này,
Cầu xin gia hộ để con mãi mãi giữ được thệ nguyện ban
đầu,

Dù có phải đổi lấy bằng mạng sống của con.

Nắm được điều cốt lõi của hai giai đoạn, trái tim của Kim Cang Thừa,
Cầu xin gia hộ sao cho con tinh tấn chuyên cần tu tập đúng theo lời dạy của chư Phật,
Và không dao động xa rời bốn pháp Du-già tối thượng.

Các đạo sư dẫn dắt con trên đường thánh thiện,
Cũng như các huynh đệ đồng môn,
Con khẩn cầu tất cả được trường thọ,
Cầu xin gia hộ để con mau chóng hoàn toàn an định
Tất cả những che chướng trong cũng như ngoài.
Và trong mọi kiếp về sau, cầu mong con
Mãi không xa lìa các Đạo sư toàn hảo,
Luôn hoan hỉ tinh tấn trong Diệu pháp.
Nguyện con hoàn thành mọi phẩm hạnh của con đường tu tập và quả vị,
Mau chóng đến được cõi Phật Kim Cang Trì.

Cầu nguyện bảy nhánh và dâng cúng Mạn-đà-la là các các phương pháp có năng lực mãnh liệt để kết nối với tất cả các thực chứng của con đường tu giác ngộ, nhờ vậy giúp bạn có khả năng dẫn dắt mọi người tới trạng thái không còn đau khổ. Và bạn cũng đồng thời tạo được nhân cho hạnh phúc và thành công trong đời hiện tại cũng như cho các đời sống tương lai của chính mình. Đồng thời bạn tịnh hóa được tất cả các chướng ngại ngăn không cho bạn thành tựu hạnh phúc tối thượng.

Lời cầu nguyện *Lam-rim* là sự cầu mong phát triển tâm trọn vẹn để dẫn dắt tất cả chúng sinh hữu tình tới hạnh phúc vô song của giác ngộ viên mãn. Bất kỳ lời nguyện *Lam-rim* nào chứa đựng trọn đủ con đường tu giác ngộ đều có thể trì tụng, và nếu bạn hằng ngày đang trì tụng lời nguyện *Lam-rim* theo văn bản khác thì cứ dùng văn bản đó cũng được.

Trì tụng mật chú và quán tưởng

Bây giờ, bạn hãy trì tụng mật chú của Bổn tôn chữa bệnh đã được chỉ dạy. Nếu bạn thực hành với một động cơ thanh tịnh là mong muốn mang mọi người đến hạnh phúc vô song của giác ngộ viên mãn, bạn sẽ có được một tinh thần lành mạnh tuyệt đối, với sự chấm dứt mọi khổ đau và nhân khổ đau, tẩy sạch mọi che chướng và những chủng tử của chúng. Một tinh thần lành mạnh tuyệt đối là điều quan trọng nhất, vì nhân của khổ đau nằm ở trong tâm, một khi nhân khổ đau được loại bỏ, nó sẽ không bao giờ quay trở lại. Với sự hoàn hảo về sức khỏe tinh thần và thể xác, tức là thân và tâm thanh tịnh trọn vẹn, bạn sẽ có khả năng cống hiến mọi lợi lạc cho tất cả chúng sinh hữu tình. Toàn bộ những lợi lạc này đến từ động cơ thanh tịnh nhất là quan tâm chăm sóc người khác và ước muốn mang họ đến giác ngộ, và động cơ này có được là do sự thiền định trực tiếp khẩn cầu có được mọi thực chứng của con đường tu trọn vẹn đưa tới giác ngộ.

Trong khoảng một nửa thời gian trì tụng mật chú, bạn hãy chú tâm vào sự tịnh hóa chính bản thân mình, và trong một nửa thời gian còn lại bạn chú tâm vào việc tịnh hóa người khác. Bằng cách này, bạn không chỉ có được một thân thể khỏe mạnh, vốn chỉ tồn tại một thời gian ngắn ngủi trong đời này, mà còn là một tinh thần thanh tịnh - điều này là quan trọng hơn tất cả.

Quán tưởng để tịnh hóa bệnh ung thư

Khi trì tụng mật chú, bạn hãy quán tưởng các tia sáng rực rỡ từ tim vị Bổn tôn chiếu vào người bạn. Giống như việc bật sáng đèn trong căn phòng tối, thân của bạn được chiếu sáng. Và giống như bóng tối của căn phòng lập tức tan biến khi đèn sáng, toàn bộ bệnh tật trong thân bạn, bệnh do ma quỉ ám, nghiệp bất thiện và các chướng ngại đều ngay lập tức được tịnh hóa.

Quán tưởng để tịnh hóa bệnh AIDS

Khi trì tụng mật chú, bạn hãy quán tưởng nước cam lồ có năng lực mãnh liệt xuất ra từ tim của vị Bổn tôn đi vào người bạn, tịnh hóa thân và tâm bạn sạch hết bệnh của thân, bệnh ma quỉ ám, nghiệp bất thiện và các chướng ngại. Bạn hãy quán tưởng rằng bốn đối tượng này thoát ra khỏi thân bạn dưới dạng chất lỏng dơ bẩn, đen như than; chất lỏng thoát ra qua các lỗ chân lông và các lỗ trống của cơ thể (miệng, mũi, tai, hậu môn, lỗ tiểu...). Hãy nhớ đừng chỉ quán tưởng tịnh hóa cho riêng bản thân, mà còn quán tưởng tịnh hóa cho tất cả những người bạn quen biết có nhiễm HIV và tất cả chúng sinh bị nhiễm HIV, cũng như tất cả những chúng sinh khác.

Hồi hướng

Với tất cả thiện hạnh mà con đã làm trong quá khứ, hiện tại và sẽ làm trong tương lai, cùng với những thiện hạnh của người khác, cầu mong sao tâm bi mẫn-cội nguồn của tất cả việc chữa lành bệnh tật và hạnh phúc-được phát sinh trong tâm con và trong tâm của tất cả chúng sinh hữu tình, đặc biệt là những ai đang bị bệnh ung thư, AIDS và các bệnh khác.

Với tất cả năng lực tốt lành mà con và những người khác đã tích lũy trong quá khứ, hiện tại và sẽ tích lũy trong tương lai, cầu mong sao tất cả chúng sinh hữu tình từng là cha mẹ của con được hưởng hạnh phúc. Cầu mong sao mãi mãi không còn chúng sinh trong ba cảnh giới thấp. Cầu mong sao các đại nguyện của chư Bồ Tát tức thì được thành tựu trọn vẹn. Và cầu mong sao chỉ riêng mình con [cũng đủ sức] thành tựu trọn vẹn việc này. (Các đại nguyện của chư Bồ Tát bao gồm cả việc mong muốn chúng sinh thoát khỏi mọi bệnh tật và mọi vấn đề bất ổn khác.)

Với tất cả năng lực tốt lành mà con và những người khác đã tích lũy trong quá khứ, hiện tại và sẽ tích lũy trong tương lai, cầu mong sao con và tất cả chúng sinh hữu tình đời đời kiếp kiếp có khả năng gặp gỡ các vị thiện tri thức Đại thừa đạo hạnh hoàn hảo, cầu mong sao con không làm việc gì khác ngoài việc luôn luôn làm cho các Ngài hài lòng với những hành động của thân, khẩu và ý. Cầu mong sao tự bản thân con có khả năng đáp ứng ngay lập tức tất cả các ước nguyện thiêng liêng của các ngài.

Giống như đức Đại Bồ Tát Phổ Hiền, đức Đại Bồ Tát Văn Thù và tất cả chư Phật trong quá khứ hiện tại và vị lai đã hồi hướng công đức, con xin hồi hướng trọn vẹn công đức này theo cách tốt nhất sao cho nhanh chóng đạt được giác ngộ và để dẫn dắt tất cả chúng sinh đến bến bờ giác ngộ.

Do công đức của những thiện hạnh này,

Cầu mong con mau chóng đạt được trạng thái Đức Phật-Bổn Sư,

Và dẫn dắt tất cả chúng sinh hữu tình, không sót một ai,

Đến bến bờ giác ngộ.

Ở đoạn sau cùng, bạn có thể thay thế "Đức Phật-Bổn Sư" bằng hồng danh của vị Bổn tôn chữa bệnh mà bạn đang thực hành.

21.

CHÚ NGUYỆN VÀO NƯỚC

Chữa bệnh bằng nước đã được chú nguyện là một việc làm thông thường ở Tây Tạng, nơi các Lama và các hành giả thiền định thường chữa bệnh bằng cách chú nguyện vào nước và cho bệnh nhân uống. Pháp thực hành này gồm có việc thiền định và trì tụng mật chú Quán Thế Âm, Phật Dược Sư, Tara, hay các vị Bổn tôn khác. Sau đó, nước đã chú nguyện sẽ được uống nhiều lần trong ngày. Việc này đặc biệt rất tốt cho trẻ con và người già, là những người thường không thể chú tâm hay thấy khó khăn trong việc quán tưởng và trì tụng mật chú. Đây có lẽ cũng là cách duy nhất để chữa bệnh cho những người mà bạn không thể gặp gỡ giao tiếp.

Bạn có thể chú nguyện vào nước và sử dụng để chữa bệnh cho chính mình hay người khác. Hãy nhớ lại câu chuyện về ông Lee ở Singapore. Ông ta đã khỏi bệnh ung thư dạ dày bằng cách trì tụng bài *Hai mươi mốt lời xưng tán Đức Tara* mỗi ngày và uống nước đã được chú nguyện.

Người ta thường trì tụng mật chú để tạo ra năng lực trong một chất liệu và rồi dùng chất ấy để chữa bệnh, đặc biệt là những bệnh về xương. Cũng có thể thiền định và trì tụng mật chú rồi chú nguyện vào bột hay kem, rồi thoa ngoài da. Các mật chú không chỉ có năng lực trong việc chữa bệnh cơ thể mà còn tịnh hóa tâm, và đây là điểm chính. Mật chú có năng lực tịnh hóa nhân của bệnh và tất cả các vấn đề khác nữa: các hành vi và suy nghĩ bất thiện, cũng như các chủng tử đã để lại trong tâm. Thật ra, việc uống nước đã chú nguyện chính là để chữa lành những căn bệnh nội tâm lâu đời này.

Để chú nguyện vào nước, bạn hãy đặt một lọ chứa nước lên bàn thờ hay trước mặt bạn. Hãy quán tưởng rằng, nhờ vào lòng bi mẫn của đấng giác ngộ mà bạn đã quán tưởng, những dòng sữa cam lồ từ tim hay bàn tay vị ấy chảy vào trong nước. Hãy trì tụng mật chú của vị bổn tôn đó càng nhiều càng tốt, rồi thổi vào nước. Khi bạn trì tụng càng nhiều mật chú, lời nói của bạn càng có nhiều năng lực, và hơi thở của bạn càng có nhiều sức chú nguyện nhiều hơn. Hơi thở của bạn sẽ có năng lực chữa bệnh nhờ vào năng lực của mật chú; năng lực chữa bệnh đến từ năng lực của tâm thiêng liêng của Đức Phật yêu thương bi mẫn đối với tất cả chúng sinh hữu tình. Mặc dù Chư Phật có vô lượng phẩm tính, nhưng các ngài dẫn dắt chúng ta chủ yếu là vì lòng bi mẫn.

Mỗi một nguyên tử nước đã được chú nguyện đều có năng lực chữa bệnh không thể nghĩ bàn, và không chỉ chữa lành bệnh tật cơ thể, vốn chỉ là một vấn đề, mà còn giải quyết được nhiều vấn đề bất ổn khác.

PHÁP THIỀN ĐỊNH QUÁN THẾ ÂM CHỮA BỆNH

Khi thực hành pháp tu tập này, bạn nên có một động cơ hoàn toàn nhất tâm nghĩ đến các chúng sinh khác, hết lòng bi mẫn, xót thương sự đau khổ của các chúng sinh khác đến mức không thể chịu nổi.[1] Do năng lực mãnh liệt của mật chú Quán Thế Âm nên ngay cả khi pháp này được thực hiện với một động cơ bất tịnh thì cũng vẫn có lợi ích, bệnh tật vẫn sẽ được chữa lành; vì thế, không có gì phải nghi ngờ về kết quả của thực hành này một khi nó được thực hiện với thiện tâm chỉ biết quan tâm chăm lo cho chúng sinh khác.

---

1 Pháp tu tập này được Lama Zopa Rinpoche soạn ra và **được** Murray Wright biên tập sơ qua. **Sau đó còn được tiếp tục biên tập thêm nữa trước khi đưa vào sách này.**

Bất kỳ ai đã từng nhập thất ẩn tu pháp Quán Thế Âm, hay những người trì tụng mật chú Quán Thế Âm hàng ngàn biến mỗi ngày đều có thể giúp chữa lành những bệnh trầm trọng không thể chữa được bằng các phương pháp thông thường.

Bạn hãy quán tưởng chính bản thân mình là Đức Thiên Thủ Quán Thế Âm, hoặc quán tưởng Đức Quán Thế Âm ở ngay phía trên bình chứa nước. Nước cam lồ chảy vào bình nước từ tay phải của Ngài đang bắt ấn ban các thực chứng tối thượng.

Trong khi quán tưởng như vậy, bạn trì tụng mật chú Quán Thế Âm bản dài (hay bản ngắn) càng nhiều lần càng tốt. Cứ mỗi lần trì tụng xong một chuỗi hạt, bạn lại thổi vào nước nhiều lần. Hãy nghĩ rằng nước đã được chuyển hóa thành nước cam lồ với năng lực mãnh liệt, có thể ngay tức thời an định được bệnh và nhân của bệnh. Nếu bạn tụng càng nhiều biến, thì nước được chú nguyện đó sẽ càng có nhiều năng lực và hiệu quả hơn.

Mật Chú Quán Thế Âm - bản dài

NAMO RATNA TRAYAYA / NAMAH ARYA JNANA SAGARA / VAIROCHANA / VYUHA RAJAYA / TATHAGATAYA / ARHATE / SAMYAKSAM BUDDHAYA / NAMAH SARVA TATHAGATEBYAH ARADBHYAH / SAMYAKSAM BUDDHEBHYAH / NAMAH ARYA AVALOKITESHVARAYA / BODDHISATTVAYA / MAHASATTVAYA / MAHAKARUNIKAYA / TADYATHA / OM / DHARA DHARA / DHIRI DHIRI / DHURU DHURU / ITTI VATTE / CHALE CHALE / PRACHALE PRACHALE / KUSUME / KUSUME VARE / ILI MILI / CITI JVALAM / APANAYE SVAHA.

Mật Chú Quán Thế Âm - bản ngắn

OM MANI PADME HUM.

Vào cuối thời khóa trì tụng mật chú, bạn hãy đọc lời khẩn cầu tha thiết lên Đức Quán Thế Âm:

Con xin đảnh lễ Đức Đại Từ Đại Bi Cứu Khổ Cứu Nạn Linh Cảm Ứng Quán Thế Âm Bồ Tát, nương nhờ vào lòng bi mẫn tột cùng và trí thấu hiểu trọn vẹn của Ngài, cầu mong sao bất kỳ ai uống nước này đều sẽ chữa được bệnh cũng như sự đau khổ của họ, cầu mong sao tâm của họ được tịnh hóa.

Con khẩn xin Đức Quán Thế Âm tan nhập vào nước đã chú nguyện này, và cầu mong sao ... ... (đọc tên người bệnh) chỉ cần uống nước này vào thì tâm vị kỷ sẽ được chuyển hóa thành Bồ-đề tâm thanh tịnh, cội nguồn của tất cả hạnh phúc và thành tựu cho tất cả chúng sinh hữu tình. Cầu mong sao họ tự quên mình để phụng sự người khác với tâm từ bi này.

Cầu mong sao lòng sân hận của họ được chuyển hóa thành đức nhẫn nhục. Cầu mong sao sự bất mãn chuyển hóa thành sự mãn nguyện. Cầu mong sao vô minh được chuyển hóa thành trí tuệ nhận biết nhân của hạnh phúc và nhân của khổ đau, và trí tuệ nhận biết bản chất tuyệt đối, tức tánh Không, của cái "tôi" và của mọi sự đang hiện hữu. Cầu mong sao tâm của họ được chuyển hóa thành tâm giác ngộ viên mãn.

Cầu mong sao thân, khẩu, ý của họ có năng lực mãnh liệt để dẫn dắt, làm lợi lạc, làm thỏa mãn mọi ước muốn của tất cả chúng sinh hữu tình.

Đức Quán Thế Âm cực kỳ hoan hỷ nghe những lời khẩn cầu chân thành của bạn, Ngài tan vào ánh sáng trắng và tan nhập vào nước. Bạn hãy tưởng tượng nước tăng thêm nhiều lên và có năng lực cực kỳ mãnh liệt, mãnh liệt đến nỗi bất cứ ai uống vào đều sẽ tịnh hóa được mọi bệnh tật và nhân của bệnh tật, mọi nghiệp chướng tội lỗi. Hãy nghĩ rằng nước được chú nguyện đó lúc này đã có năng lực để hiện thực hóa những điều mà bạn cầu xin Đức Quán Thế Âm.

22.

CHỮA BỆNH BẰNG NGHI LỄ PUJA

Chỉ riêng việc thiền định không thôi mà có thể chữa lành bệnh hay không là tùy thuộc vào số lượng và mức độ nghiêm trọng của các chướng ngại có liên quan tới bệnh. Với một ca bệnh hiểm nghèo, ta có thể phải dùng rất nhiều thuốc men kèm theo với nhiều phương pháp điều trị khác nhau; với ca bệnh nhẹ, người ta có thể chẳng cần dùng nhiều thuốc men. Các chướng ngại cũng vậy. Nếu các chướng ngại là nghiêm trọng, chúng ta sẽ phải dùng nhiều thực hành và với rất nhiều phương pháp đa dạng.

Về cơ bản, có ba loại bệnh tật. Một loại là những bệnh tật không có cách nào để chữa trị; chúng ta không thể làm gì được cả, đơn giản là chúng ta phải chịu đựng căn bệnh cho đến khi nghiệp gây bệnh cạn kiệt. Với loại bệnh tật thứ hai, chúng ta chỉ có thể khỏi bệnh nhờ vào việc thực hành các pháp như nghi lễ puja, thiền định, hay trì chú để chấm dứt sự gây hại của ma quỷ; và chỉ sau đó thì các phương thức điều trị khác mới có hiệu quả. Nếu ma quỷ gây hại không thể ngăn chặn, thì không một loại thuốc men nào có thể có hiệu nghiệm, cho dù bệnh đã được chẩn đoán chính xác và đã áp dụng đúng phương thức chữa trị thông thường. Khi ấy, bệnh trở thành bất trị, tức là loại bệnh thứ nhất.

Loại bệnh thứ ba có thể chữa trị dễ dàng bằng những cách chữa trị thông thường.

Cũng giống như thuốc trụ sinh được dùng để diệt vi khuẩn, sự thiền định và trì tụng mật chú có thể có hiệu lực mạnh để chữa trị và che chở bệnh nhân khỏi bị tổn hại bởi loài rồng và các loài ma quỷ, là những sinh linh có thể trở thành điều kiện (duyên) cho bệnh ung thư và các bệnh khác. Loài rồng sống bên dưới lòng đất hay dưới nước. Dường như người Hy Lạp thời cổ cũng tin có loài rồng, dù họ đã gọi loài này với tên *nhân ngư nữ* (*mermaid*); họ có những bức vẽ các sinh vật với dạng một nửa thân là đàn bà, một nửa thân là rắn. Khi tôi đi xem khu giải trí Disneyland ở Mỹ, tôi rất ngạc nhiên khi thấy một tượng *nhân ngư nữ*. Tôi không hiểu tại sao họ có tượng *nhân ngư nữ* ở đó, vì theo quan điểm khoa học phương Tây thì những sinh vật như thế không hề hiện hữu. Khoa học phương Tây chưa khám phá ra ma quỉ và loài rồng, mặc dù rất có thể bản thân một số nhà khoa học đã có những kinh nghiệm lạ lùng cho thấy có thể có sự hiện hữu của chúng. Tôi đã rất ngạc nhiên khi thấy [tượng] một [con vật giống] con rồng ở Disneyland.

Hầu như mọi loại bệnh tật đều có liên quan đến một điều kiện bên ngoài nào đó, như là ma quỉ hay loài rồng. Ma quỉ và loài rồng xuất hiện ở nhiều dạng khác nhau và có những thực hành thiền định thích ứng cho từng loại. Người ta nói rằng, ung thư liên quan đến điều kiện gây hại bởi loài rồng, đó là lý do tại sao việc nhận lễ quán đảnh một số Bổn tôn đối trị điều kiện gây hại này và việc thực hành thiền định-trì tụng mật chú của các vị Bổn tôn đó hay thực hành nghi lễ puja loài rồng có thể giúp bệnh nhân ung thư phục hồi.

Vị Geshe[1] thường trú ở Trung tâm Nagarjuna ở Barcelona đã khuyên một người đàn bà bị ung thư vú nên trì tụng mật chú rồi thổi vào chỗ bị bệnh. Sau khi thực hành, bệnh nhân đã khỏi bệnh. Vị Geshe hỏi bà ta xem liệu có phải trước đó bà đã tiểu tiện xuống biển khi đi ra bãi biển, và bà ta thừa nhận là có. Khi chúng ta làm ô nhiễm môi trường, chúng ta cũng quấy rối loài rồng và những sinh linh cùng chia sẻ môi trường đó, và vì vậy chúng có thể gây hại cho ta. Dĩ nhiên, chúng chỉ là điều kiện (duyên), không phải là nhân chính

---

[1] Vị Lama có trình độ tương đương như tiến sĩ Phật học. (ND)

làm cho ta bị bệnh. Nhân chính là những suy nghĩ, những hành vi bất thiện của ta, vốn gây hại đến các chúng sinh khác. Trong quá khứ khi ta gây hại người khác, ta thiết lập một liên kết nghiệp với họ, và đây là lý do vì sao sau đó họ trở thành điều kiện (duyên) khiến ta bị bệnh.

Có một số Bổn tôn hiển lộ để che chở chúng sinh hữu tình khỏi bị sự hãm hại của loài rồng. Chẳng hạn, các bổn tôn *Vajrapani-Hayagriva-Garuda* đặc biệt hiển lộ để che chở chúng sinh hữu tình khỏi bị loài rồng cũng như ma quỉ hãm hại. *Vajrapani*, hiện thân của năng lực hoàn hảo của chư Phật, là vị đối trị ma quỉ hãm hại người gây ra những bệnh như là động kinh từng cơn. Dĩ nhiên, các nhà khoa học giải thích rằng các cơn động kinh là do sự phóng xuất điện trong não, nhưng chúng cũng liên quan đến điều kiện bên ngoài do ma quỉ ám hại. *Hayagriva*, một Bổn tôn có năng lực cực kỳ mãnh liệt trong các thời đại suy thoái, là đối trị đặc biệt chống lại sự hãm hại của loài rồng và các ma quỉ có tên "*vua*". Bổn tôn *Garuda* che chở chúng ta khỏi bị loài rồng và các ma quỷ địa phương gây hại.

Dĩ nhiên, chúng ta phải nhớ rằng nguồn gốc thực sự của sự hãm hại từ loài rồng và ma quỉ chính là ba tâm độc của chúng ta: tham lam, sân hận và si mê. Loài rồng và ma quỉ chỉ là điều kiện (duyên) của bệnh. Nhân thực sự của sự gây hại là tâm chúng ta. Người ta thường biết sự thực hành *Vajrapani-Hayagriva-Garuda* là pháp đối trị sự gây hại do ma quỉ, nhưng mục đích rốt ráo của thực hành này chính là giải thoát chúng ta khỏi ba tâm độc. Chúng ta nên thực hành pháp này không chỉ để tránh khỏi ma quỉ ám, mà là để giải thoát chính mình bằng cách hiện thực hóa con đường trí tuệ và phương tiện bên trong tâm chúng ta. Dĩ nhiên, mục đích cuối cùng là chấm dứt nghiệp và vọng tưởng mê lầm, nhờ vậy giúp chúng ta không chỉ khỏi bệnh mà còn vượt qua toàn bộ khổ đau của luân hồi, thoát khỏi luân hồi sinh tử. Sau đó chúng ta có khả năng hoàn tất con đường tu giác ngộ và phụng sự một cách hoàn hảo cho tất cả chúng sinh hữu tình.

Lễ puja có liên quan đế các thực hành thiền định đặc biệt. Chúng ta thực hiện puja để khống chế loài rồng và ma quỉ, và lễ puja có hiệu lực nhiều hay ít cho bệnh nhân là tùy thuộc vào phẩm chất đạo hạnh của người thực hiện nghi lễ đó, giống như việc chữa bệnh [tùy thuộc vào trình độ hiểu biết và kinh nghiệm] của bác sĩ. Dù bệnh nhân và ngay cả người cử hành lễ puja có thể là không đủ khả năng thấy được loài sinh linh cụ thể đang gây hại, nhưng những ai có năng lực thấu thị có thể nhìn thấy được chúng. Nếu lễ puja được thực hiện đúng đắn, bệnh nhân sẽ được khỏi bệnh, và điều này tự nó là bằng chứng cho thấy sự hiện hữu của các điều kiện bên ngoài (duyên) của bệnh. Thậm chí không dùng đến thuốc, một bệnh nhân thường vẫn có thể khỏi bệnh hoàn toàn chỉ nhờ vào việc thực hiện lễ puja. Nếu lễ puja thực hiện hoàn hảo, bệnh sẽ có thể hoàn toàn khỏi hẳn nhanh chóng hơn.

Lễ puja thường bao gồm việc bố thí phẩm vật cho các sinh linh ma quỉ để làm cho họ hài lòng, vui thích và sau đó ban cho họ giáo pháp không làm hại người khác. Bạn ban tặng cho các sinh linh một sự thay thế [đối tượng của họ là] bệnh nhân, bằng cách quán tưởng vô số người xinh đẹp, ăn mặc bảnh bao, hoặc bằng cách làm hình tượng trưng những người như vậy. Đồng thời trong lời tụng bạn mô tả những hình tượng trưng đó là tuyệt vời và to lớn như thế nào. Bạn bố thí cho sinh linh ma quỉ những thực phẩm, y phục và bất cứ những thứ ưa thích nào khác mà họ có thể mong muốn. Bạn cũng có thể làm ra những hình tượng trưng các thứ được ưa thích này. Bạn hãy quán tưởng những món ưa thích đó nhân rộng lên càng nhiều càng tốt, rồi bố thí tất cả cho ma quỉ. Sau khi bố thí những món để làm cho sinh linh ma quỉ hoan hỷ, bạn bắt đầu dạy họ về Phật pháp; bạn bảo họ không nên hãm hại người khác, vì sẽ đưa đến quả là chính họ sẽ bị hãm hại và khổ đau. Bằng việc cho họ lời khuyên như thế, bạn đã bố thí Pháp cho ma quỷ. Đôi khi, bạn cũng nói với họ rằng nếu không chịu nghe lời, bạn sẽ tiêu trừ họ. Sử dụng những hành vi hung nộ như vậy, bạn có thể đặt họ vào vị trí không còn có thể làm hại người khác. Như trên là tôi chỉ nêu ra một ý niệm chung cho các bạn về việc thiền định liên quan đến một lễ puja như thế.

Lễ puja không được thực hiện vì lý do tức giận hay vì tâm bất thiện nào khác. Lễ puja cần được thực hiện với tâm bi mẫn càng mãnh liệt càng tốt đối với cả sinh linh ma quỉ và bệnh nhân. Nếu bạn thực hiện lễ puja vì sân hận oán ghét, những hành vi hung nộ có thể làm hại bạn một khi bạn không đủ phẩm chất đạo hạnh.

Việc những lễ puja giúp chữa khỏi bệnh là bằng chứng cho thấy các sinh linh ma quỉ và loài rồng quả thật hiện hữu và có gây hại cho con người. Những nguyên nhân khiến các sinh linh như vậy có thể làm hại chúng ta luôn có quan hệ đến nghiệp chướng của ta, đến tâm vị kỷ và những hành vi của ta xuất phát từ tâm vị kỷ đó. Và như vậy, dĩ nhiên là bất cứ sự hãm hại nào mà chúng ta gánh chịu, dù là do sinh linh ma quỉ hoặc do con người, [thật ra] đều đến từ nghiệp lực của chính chúng ta.

23.

Y DƯỢC TÂY TẠNG

Lúc tôi đến ở lại Dharamsala sau khi Lama Yeshe qua đời, tôi đã nghĩ rất nhiều về một cách nào đó có thể làm lợi lạc cho bệnh nhân AIDS. Tôi tự mình thực hiện sự tiên tri, và tôi nhờ vị hộ pháp của Trường Cao Đẳng Kim Cang Thừa cấp Nâng cao cũng như một số vị hộ pháp khác nữa kiểm tra điều tôi đã tiên tri phát kiến. Mặc dầu những câu trả lời không rõ ràng lắm, nhưng đều có đề cập đến loại cây *arura*.

Đó là loại cây mà Đức Phật Dược Sư cầm trong tay phải, dược tính của nó rất công hiệu. Cũng giống như vô minh là nền tảng của 84 ngàn vọng tưởng mê lầm, *arura* là nền tảng của toàn bộ nền y dược Tây Tạng. Nếu cất giữ trái *arura* trong người thì ngoài việc bảo vệ bạn khỏi bệnh tật, nó còn chữa lành được tâm. Một ngôi chùa ở Tây Tạng có một pho tượng mà bên trong quả tim có chứa một lễ vật cúng dường làm bằng cây *arura*. Và nhiều người thường đến tựa người vào pho tượng rất lâu vì nghe nói rằng cây *arura* bên trong tượng có năng lực chữa bệnh rất mạnh.

Loại *arura* thông thường vẫn được dùng trong y dược Tây Tạng không công hiệu bằng loại *arura* có phẩm chất tốt nhất. Một loại thuốc rất quí hiếm có chứa thành phần *arura* loại tốt nhất được cất giữ trong kho của Chính phủ Tây Tạng, cùng với các xá lợi quý báu của các vị thánh linh, kể cả xá lợi Phật trong các kiếp quá khứ khi còn là Bồ Tát.

Tôi đã nghe bác sĩ *Tsondru* nói về lợi ích của viên thuốc có chứa loại *arura* tốt nhất. Ông ta là một bác sĩ uyên bác, từng giảng dạy cho chư tăng ở *Kopan* trong ba năm. Chư tăng đã thuộc lòng toàn bộ sách y dược, đó là một cuốn sách gốc Kim

Cang Thừa; chư tăng còn học được cách chẩn đoán bệnh, mặc dù họ không học được phương pháp thực sự bào chế dược liệu. Khi bác sĩ *Tsondro* kể cho tôi nghe rằng Đức *Trijang Rinpoche* có hai hay ba viên thuốc quý [chứa arura] vừa nói trên, tôi lập tức viết thư gửi đến ngài để hỏi xin. Ngài đã gửi cho tôi một viên.

Ở Solu Khumbu có nhiều vụ ngộ độc liên quan đến sinh linh ma quỉ và huyền thuật độc ác. Người hạ độc có thể dùng đến nhiều cách. Một trong những cách đó là họ để một chút xíu thuốc độc dính trong móng tay cái, rồi [bí mật] nhúng móng tay có độc vào nước trà hay loại thức uống có tên là *chang* trước khi đưa cho người họ muốn hạ độc uống. Người trúng độc có thể đau ốm trong thời gian rất lâu, phải chịu rất nhiều sự đau đớn trong người và bị gầy ốm đi. Nếu không được chữa trị bằng các loại thuốc men đặc biệt, chất độc sẽ biến hóa thành con bọ cạp hay con vật gì khác, gặm nhấm cơ thể người ấy từ bên trong.

Ở Solu Khumbu có một bệnh viện được Sir Edmund Hillary thành lập. Các bác sĩ làm việc ở đó phần lớn là người New Zealand. Tôi nghe rằng trong một cuộc phẫu thuật ở đó, người ta tìm thấy trong người bệnh nhân một con vật giống như con ếch, và khi cắt xẻ con vật ấy ra thì bên trong cơ thể nó không có máu. Những chuyện lạ lùng như vậy thường liên quan đến sinh linh ma quỉ.

Tôi để lại viên thuốc quý của Đức Trijang Rinpoche ở Solu Khumbu sau khi mẹ tôi bị ngộ độc. Vì là viên thuốc quý hiếm nên sau khi cho bệnh nhân dùng, người ta tìm nhặt nó trong phân bệnh nhân, rửa sạch rồi dùng lại. Chỉ cần giữ nó trên người thôi cũng có thể giúp ích cho người bị ngộ độc. Viên thuốc đó cũng có ích cho người sắp chết. Khi tôi cần lấy lại viên thuốc đó để pha chế chung với một loại thuốc khác tôi đang làm, chú tôi bảo rằng ông đã làm mất rồi. Về sau, chị tôi cho biết là chú tôi không hề làm mất viên thuốc, mà ông muốn giữ lại cho riêng mình.

Trong việc điều trị bệnh AIDS, cây *arura* được xem là hiệu quả nhất, và các loại *baru* và *kyuru* cũng hữu ích. Dựa theo các sách y dược Tây Tạng - các sách này đến từ Đức Phật Dược Sư - thì con người có tất cả 424 loại bệnh. Nguồn gốc của tất cả bệnh tật đến từ ba tâm độc là vô minh, tham và sân; và các bệnh có thể phân ra thành ba nhóm cơ bản: bệnh thuộc tính lạnh, bệnh thuộc tính nóng và bệnh thuộc gió (*phong*, hay *khí*, tiếng Tạng là *lung*). Ba loại cây thuốc vừa nói trên là thuốc để trị ba loại bệnh này và là nền tảng của y dược Tây Tạng.

Cô Anna, một đệ tử người Pháp mới tiếp cận Phật pháp, là người bị bệnh AIDS đầu tiên mà tôi gặp. Tôi đã gặp cô trong thời gian ngắn ngủi ở Dharamsala nhiều năm về trước. Khi có người báo tin cho tôi rằng Anna bị bệnh AIDS, tôi đã thiền định quán sát và đề nghị cô ta dùng thuốc Tây Tạng. Tôi cũng khuyên cô ta thiền định về Bổn tôn Garuda Đen.

Anna nhận thuốc Tây Tạng từ Viện Chiêm Tinh và Y Dược Tây Tạng ở Dharamsala. Vì cô ta không tin vào các loại thuốc mà tôi đề nghị, nên cô ta tham vấn bác sĩ Tây Tạng về lợi ích các loại thuốc đó. Khi bác sĩ nêu ra những triệu chứng bệnh mà các loại thuốc này chữa được, cô ta rất đỗi ngạc nhiên vì giống hệt các triệu chứng cô đang mắc phải. Nhờ đó cô ta phát khởi một ít niềm tin về sự chữa trị với thuốc đó.

Khi cô còn ở Dharamsala, cô ta dùng thuốc như tôi đề nghị, và tình hình bệnh của cô ta có cải thiện. Anna có mối liên kết nghiệp rất gần gũi với ngài Kirti Tsenshab Rinpoche, cô ta nhận được nhiều khuyên bảo và nâng đỡ từ ngài vì cô ta là đệ tử mới tu tập Pháp. Nhưng khi trở về nước Pháp, cô ta ngưng dùng thuốc Tây Tạng vì những người xung quanh cô, nhất là cha cô đã can ngăn.

Ở phương Tây, người ta thường coi các phương pháp chữa bệnh của phương Đông là mê muội, là sai trái, còn các phương pháp Tây y là khoa học và đúng đắn. Cha cô không thể chấp nhận dược liệu bằng cây cỏ của Tây Tạng và ưa chuộng Tây dược. Vì bị ảnh hưởng rất mạnh từ cha cô và văn hóa phương Tây, cô đã ngưng dùng thuốc Tây Tạng mặc dù đang có hiệu quả tốt. Và rồi thì tình trạng của cô càng lúc càng xấu đi.

Tôi đã chế một số lượng bột có chứa ba loại dược liệu này - *arura, baru* và *kyuru* - và tôi mang bột đó đến Viện Vajrapani (ở Pháp), nhưng lúc đó tôi không gặp ai bị AIDS. Đó là bột làm bằng ba loại dược liệu mà tôi đã đề nghị Anna dùng để chữa bệnh AIDS.

Nhằm tìm ra một phương cách khác để chữa bệnh AIDS, tôi đang cố tìm kiếm để có được một loại cỏ rất quý hiếm, chỉ mọc trên những vùng linh thiêng. Tôi nghĩ rằng loại cỏ này có thể sẽ là một loại LSD[1] kế tiếp. Tôi đã nhờ một số người đi tìm nó trên những vùng núi linh thiêng ở Tây Tạng và cả ở Trung Hoa. Chắc hẳn là nó chỉ mọc ở những nơi khó tiếp cận. Ở Tây Tạng, nó mọc trên vùng *Tsa-ri*, là một dãy núi lớn chỉ có người bản địa sinh sống. *Tsa-ri* là vùng thánh địa của Ngài Chakrasamvara, và các hành giả Chakrasamvara đi nhiễu quanh dãy núi bằng chân trần như một cách tịnh hóa nghiệp, và họ dâng cúng *tsog* ở nhiều nơi trên dãy núi. Người ta nói rằng kết quả là họ có thể đạt được năng lực thấu thị. Đức Song Rinpoche có nêu ra điều này trong tự truyện của Ngài.

Dĩ nhiên, vì loại cỏ quí hiếm này có lợi ích rất đặc biệt, nên chỉ riêng việc tìm thấy nó thôi cũng đòi hỏi phải có nhiều công đức. Tôi có ý tưởng là sẽ trộn loại cỏ này với các nguyên

---

[1] LSD: tên viết tắt của *Lysergic acid diethylamide* - một loại hóa chất được tổng hợp có rất nhiều tác dụng thần kỳ đối với cơ thể con người. (ND)

liệu khác để làm ra những viên thuốc. Tôi tin rằng ngay cả một lượng rất nhỏ của loại cỏ này cũng có năng lực chữa bệnh không thể nghĩ bàn, không chỉ đối với bệnh AIDS, các bệnh khác mà còn hiệu quả đối với tâm nữa. Các sách nói rằng ăn được loại cỏ này sẽ giúp ngăn không tái sinh vào các cảnh giới thấp.

Loại cỏ này được nhận biết nhờ nó tỏa khói vào ban ngày và phát sáng vào ban đêm. Nó có mùi thơm cực kỳ mạnh, có thể thấm qua nhiều lớp vải. Tôi đã xem các sách Y Dược Tây Tạng để tìm các hình vẽ về các loại cỏ dược liệu, nhưng tôi còn chưa thấy hình vẽ loại cỏ này. Tên thông dụng của nó là cỏ tàu. Nó được trộn vào loại mực tàu trước đây, nên mực có mùi thơm rất mạnh như tôi còn nhớ lúc nhỏ đã từng ngửi. Mực tàu cũng được dùng trong Y Dược Tây Tạng.

Chỉ một ít cỏ này cũng cực kỳ quí báu. Đặt nó lên miệng người hấp hối cũng ngăn họ không tái sinh vào cảnh giới thấp; họ sẽ có tâm thiện khi chết vì bản thân loại cỏ quí này sẽ mang lại sự tịnh hóa nghiệp rất mạnh.

Người ta nói rằng khi một con vật ăn được loại cỏ này thì nó không thể bước đi; con trâu yak hay con bò đó chỉ đứng yên tại chỗ và nước mắt chảy ra. Dân làng thường nói: "Ồ! Con vật đang thiền định." Vì ăn loại cỏ này, tâm của con vật được chuyển hóa; con vật lập tức phát sinh tâm buông bỏ, tâm từ bi, vân vân..., và nó khóc. Và khi con vật chết, thậm chí nó cũng lưu lại xá lợi.

Nếu dược liệu có chứa loại cỏ này, chắc chắn sẽ có tác dụng rất mạnh và chữa được ngay tức thời các bệnh như AIDS, ung thư... Nhưng cần phải có rất nhiều công đức mới tìm thấy được loại cỏ này. Vì lợi ích không thể nghĩ bàn của nó, người nào sử dụng thuốc có loại cỏ này cũng cần phải có rất nhiều công đức.

24.

LỜI CẦU NGUYỆN CHỮA BỆNH CỦA TANGTONG GYLPO

Đ ại hành giả Du-già Tangtong Gylpo đã soạn một phép thực hành ngắn có tên *"Lời cầu nguyện giải thoát Sakya khỏi bệnh tật"*. Lời cầu nguyện này được viết ra để ngăn ngừa dịch bệnh cũng như các thảm họa khác, nhưng cũng có thể dùng để chữa bệnh.[1] Ngài Tangtong Gylpo đã viết lời cầu nguyện này vào lúc đang có nhiều vị tăng chết vì bệnh dịch xảy ra trong một tu viện Sakya ở Tây Tạng. Bệnh dịch lúc đó không thể chấm dứt, mặc dù đã có một số hành giả Kim Cang Thừa thực hành tất cả các loại puja hung nộ, ban phát thuốc men, các mật chú và các bùa hộ mạng[2]. Quá nhiều tăng sĩ bị chết vì bệnh dịch đến nỗi có nguy cơ là tu viện sẽ không còn ai. Do đó, ngài Tangtong Gylpo soạn ra lời cầu nguyện này cho các vị tăng trì tụng, và liền sau đó bệnh dịch được ngăn chặn.

---

[1] Lời cầu nguyện này được Ven. George Churinoff dịch ra tiếng Anh, đầu tiên được xuất bản cùng với "Lời khẩn cầu giảm bớt những lo sợ về nạn đói" trong quyển sách có tựa đề: "Healing Prayers for a Calamitous Time" (Lời cầu nguyện chữa bệnh trong thời đại họa); sau đó được xuất bản trong quyển "The Healing Buddha: A Practice for the Prevention and Healing of Disease" (Đức Phật Dược Sư: Một pháp tu tập để phòng ngừa và chữa bệnh) (Wisdom Publications, 1994) Lama Zopa đã khuyên mọi người trì tụng "Lời cầu nguyện giải thoát Sakya khỏi bệnh tật" trong suốt khóa học chữa bệnh.

[2] Các bùa hộ mạng có một mạn-đà-la của Bổn tôn và mật chú được viết rồi gói bằng vải màu, thường được đeo quanh cổ để chống lại sự ám hại của ma quỉ.

"Lời cầu nguyện giải thoát Sakya khỏi bệnh tật" kết hợp qui y với việc trì tụng OM MANI PADME HUM, mật chú Quán Thế Âm - vị Phật Bi Mẫn. Bài qui y do Đức Quán Thế Âm ban cho Paljor Sherab và rồi được chuyển đến cho Tangtong Gylpo. Ngài Tangtong Gylpo đã tạo vô lượng công đức cho chúng sinh hữu tình thông qua việc bản thân ngài thực hành lời cầu nguyện này và thông qua việc ngài để lại lời cầu nguyện này cho hậu thế. Tôi nhận khẩu truyền pháp thực hành này - được xem là rất quí báu và có lực gia trì rất mãnh liệt - từ Đức Chogye Trichen Rinpoche, một trong những vị thầy chính của Đức Sakya Trizin, người đứng đầu của dòng phái Sakya ở Tây Tạng.

Ngài Tangtong Gylpo cũng viết lời cầu nguyện chấm dứt chiến tranh, mang đến những vụ mùa bội thu, và Ngài còn viết lời cầu nguyện khác đặc biệt để chấm dứt nạn đói. Khi ở xứ Tsang thuộc miền Trung Tây Tạng đang bị hạn hán và đói kém, ngài Tangtong Gylpo đã soạn *"Lời khẩn cầu giảm bớt những lo sợ về nạn đói"* để chấm dứt nạn đói. Ngài đổ đầy lúa vào một cái tô và dâng cúng cho tượng Đức Phật Thích-ca Mâu-ni đặt trong đền thờ chính ở Lhasa, tượng này được chính Đức Phật làm phép chú nguyện gia trì. Và ngài Tangtong Gylpo trì tụng lời cầu nguyện, khẩn xin Đức Phật chấm dứt nạn đói. Vào lúc đó, một số người ở xứ Tsang trông thấy Đức Phật Bi Mẫn từ trên bầu trời rải xuống cơn mưa những hạt lúa. Thời tiết tức thì thay đổi. Mưa kéo đến, mùa màng phát triển và dân chúng vùng Tsang thu được nhiều lúa.

Có một lần khi tôi đang ở Trung tâm Phật giáo Jamyang, một Trung tâm của FPMT ở Luân Đôn, tôi có đề xuất dâng một tô lớn chứa đầy tiền cho tượng Phật linh hiển ở Lhasa vừa nói trên để cầu nguyện giải cứu sự suy thoái kinh tế ở Luân Đôn, vì lúc bấy giờ có nhiều người thất nghiệp đang sống vô gia cư trên đường phố. Dĩ nhiên sẽ có hiệu quả đặc biệt nếu tô đầy tiền đó được một vị Bồ Tát dâng cúng. Một giải pháp khác để giải quyết sự suy thoái là khuyên bảo nhiều người thọ trì Tám Giới Đại Thừa.

LỜI CẦU NGUYỆN GIẢI THOÁT SAKYA KHỎI BỆNH TẬT

Tất cả chúng sinh hữu tình nhiều như không gian, đều cung kính qui y nương tựa Đức Phật-Bổn Sư. Chúng con xin qui y Phật, Pháp và Tăng đoàn.

Lời tụng "Qui y nương tựa" này được Đức Quán Thế Âm ban cho Ka-nga-pa Pljor Sherab và rồi Ngài Pljor Sherab ban cho Đại sư Tangtong Gylpo. Sau đó, lời tụng qui y này đã làm lợi lạc cho vô số chúng sinh hữu tình.

Chúng con xin qui y nương tựa vào Tăng đoàn các đạo sư, chư vị Bổn tôn thiền định, và chư vị Không hành nữ (dakinis). Chúng con xin qui y vào Pháp thân, bản tánh sáng suốt trống không của tâm chúng ta.

Hãy trì tụng các đoạn trên càng nhiều lần càng tốt. Sau đó, hãy trì tụng mật chú "OM MANI PADME HUM" hàng trăm lần, và cuối cùng hãy đọc:

Cầu mong sao tất cả bệnh tật gây phiền não tâm của chúng sinh hữu tình, các bệnh tật đó là quả của nghiệp chướng và các duyên-các điều kiện tạm thời-như ma quỉ ám hại, bệnh tật và các đại[1] không xảy ra trong các cõi của thế giới này.

Cầu mong sao bất kỳ khổ đau nào phát sinh từ các bệnh tật nghiêm trọng đe dọa tính mạng - mà nó làm cho thân xa lìa khỏi tâm chỉ trong chớp mắt, giống như

---

[1] Ở đây chỉ các thành phần như đất, nước, lửa, gió, gọi chung là bốn đại. (ND)

người đồ tể dắt một con vật tới lò sát sinh - xin đừng xảy ra trong các cõi của thế giới này.

Cầu mong sao tất cả chúng sinh hiện tiền sẽ không bị hãm hại bởi các bệnh cấp tính, bệnh mạn tính và bệnh truyền nhiễm kinh khiếp mà chúng sinh chỉ cần nghe đến tên gọi đã hoảng sợ như thể bị đặt vào trong miệng của Dạ-ma, vị Thần Chết.

Cầu mong sao tất cả chúng sinh hiện tiền sẽ không bị hãm hại bởi 80.000 các tác nhân gây hại, 360 sinh linh ác độc bất ngờ hãm hại, 424 loại bệnh, và vân vân...

Cầu mong sao bất kỳ khổ đau nào phát sinh do rối loạn của bốn đại tước mất mọi niềm vui của thân và tâm đều hoàn toàn được dẹp bỏ, cầu mong sao thân và tâm có được năng lực và sự tỏa sáng, và được ban cho sự trường thọ, sức khỏe và hạnh phúc.

Nhờ vào tâm bi mẫn của các vị Đạo sư và Tam Bảo, nhờ vào năng lực của chư vị Không hành nữ, chư vị Hộ Pháp, chư vị Bảo Hộ, và nhờ vào sức mạnh của sự không thể sai lệch của nghiệp quả, cầu mong sao các lời khẩn cầu và hồi hướng này được viên mãn ngay tức thì.

Phụ chú:

Đã có lần nạn dịch lan tràn ở đại tu viện truyền thống Sakya Vinh quang (Glorious Sakya). Các đạo sư Kim Cang Thừa đã thực hành mọi cách - các hình nộm, các torma,[1] thuốc men, mật chú, các bùa hộ mạng, vân vân - nhưng đều

---

[1] Torma: phẩm vật dâng cúng đặc biệt được làm từ bột và bơ, được nhuộm màu và nắn thành các hình dạng đặc biệt nhưng thường gặp nhất là hình nón và được dùng chung với các mạn-đà-la trong lễ cúng. Có rất nhiều loại torma khác nhau tùy theo mục đích dâng cúng. (ND)

vô hiệu, và tu viện có nguy cơ bị hủy diệt. Vào lúc đó, Đại sư Tangtong Gylpo đã thực hiện sự qui y "Không Gian", trì tụng một số biến (xâu chuỗi) và dạy rằng bài cầu nguyện này có tên là "Thành Tựu", trong thời gian đó, toàn bộ nạn dịch lập tức chấm dứt nhờ vào việc làm này của Ngài. Do dó, người ta tin chắc đây là ngữ kim cương, chiếu tỏa sáng những khối mây phước báu mang tên *"Lời cầu nguyện giải thoát Sakya khỏi bệnh tật"*.

Sarvamangalam[1]

---

[1] Từ ngữ Sankrit này có nghĩa là: Cầu mong sao tất cả đều có triển vọng tốt đẹp.

25.

HỒI HƯỚNG

Nhờ tất cả thiện hạnh của tôi trong quá khứ, hiện tại và vị lai, nhờ các chủng tử hiền thiện mà các thiện hạnh đã để lại trên dòng tâm thức của tôi, cầu mong sao Bồ-đề tâm - suối nguồn của tất cả hạnh phúc cho tôi và cho tất cả chúng sinh hữu tình - được phát sinh trong tâm tôi và tâm của tất cả chúng sinh hữu tình. Cầu mong sao những ai đã phát sinh Bồ-đề tâm thì hãy nuôi dưỡng và tăng trưởng tâm đó.

Nhờ tất cả thiện hạnh của tôi trong quá khứ, hiện tại và vị lai, cầu mong sao tôi thành tựu hạnh phúc vô song của giác ngộ viên mãn và dẫn dắt tất cả chúng sinh hữu tình đến bến bờ hạnh phúc này càng sớm càng tốt.

Nhờ tất cả thiện hạnh của tôi và của những người khác trong quá khứ, hiện tại, và vị lai, cầu mong sao tất cả chúng sinh hữu tình nào nghe được tôi, chạm vào người tôi, nhớ đến tôi, nói chuyện với tôi, hay nghĩ đến tôi, sẽ không bao giờ tái sinh ở các cảnh giới thấp. Và từ giây phút đó, cầu mong sao họ được giải phóng khỏi tất cả bệnh tật, ma quỉ ám hại, nghiệp bất thiện, các chướng ngại và nhanh chóng thành tựu giác ngộ.[1]

---

[1] Đây là những lời cầu nguyện hồi hướng được ngài Lama Zopa Rinpoche tán tụng vào cuối các buổi giảng trong suốt khóa tu tập chữa bệnh ở Viện Tara (Tara Institute).

MỤC LỤC

Lời thưa

Trong kinh Pháp Cú, đức Phật dạy rằng: "Pháp thí thắng mọi thí." Thực hành Pháp thí là chia sẻ, truyền rộng lời Phật dạy đến với mọi người. Mỗi người Phật tử đều có thể tùy theo khả năng để thực hành Pháp thí bằng những cách thức như sau:

1. Cố gắng học hiểu và thực hành những lời Phật dạy. Tự mình học hiểu càng sâu rộng thì việc chia sẻ, bố thí Pháp càng có hiệu quả lớn lao hơn. Nên nhớ rằng **việc đọc sách còn quan trọng hơn cả việc mua sách.**

2. Phải trân quý kinh điển, sách vở in ấn lời Phật dạy. Khi có điều kiện thì mua, thỉnh về nhà để tự mình và người trong gia đình đều có điều kiện học hỏi làm theo. Không nên giữ làm của riêng mà phải sẵn lòng chia sẻ, truyền rộng, khuyến khích nhiều người khác cùng đọc và học theo. Không nên để kinh sách nằm yên đóng bụi trên kệ sách, vì **kinh sách không có người đọc thì không thể mang lại lợi ích.**

3. Tùy theo khả năng mà đóng góp tài vật, công sức để hỗ trợ cho những người làm công việc biên soạn, dịch thuật, in ấn, lưu hành kinh sách, **để ngày càng có thêm nhiều kinh sách quý được in ấn, lưu hành.**

Thông thường, việc chi tiêu một số tiền nhỏ không thể mang lại lợi ích lớn, nhưng nếu sử dụng vào việc giúp lưu hành kinh sách thì lợi ích sẽ lớn lao không thể suy lường. Đó là vì đã giúp cho nhiều người có thể hiểu và làm theo lời Phật dạy. Mong sao quý Phật tử khắp nơi đều lưu tâm đóng góp sức mình vào những việc như trên.

TINH YẾU THỰC HÀNH PHÁP THÍ

- *Mua thỉnh kinh sách về đọc, tự mình sẽ được rất nhiều lợi ích.*

- *Chia sẻ, truyền rộng bằng cách cho mượn, biếu tặng kinh sách đến nhiều người thì lợi ích ấy càng tăng thêm gấp nhiều lần.*

- *Đóng góp công sức, tài vật để hỗ trợ công việc biên soạn, dịch thuật, giảng giải, in ấn, lưu hành kinh sách thì công đức lớn lao không thể suy lường, vì có vô số người sẽ được lợi ích từ việc lưu hành kinh sách.*

CPSIA information can be obtained
at www.ICGtesting.com
Printed in the USA
BVHW041820120620
581225BV00005B/242

9 781090 610812